NGÔN NGỮ
TẠP CHÍ VĂN HỌC NGHỆ THUẬT
SỐ 43 ■ 1-THÁNG 5-2026

NHÓM CHỦ TRƯƠNG:
Luân Hoán – Song Thao – Nguyễn Vy Khanh - Hồ Đình Nghiêm – Lê Hân
Trần Thị Nguyệt Mai – Uyên Nguyên Trần Triết

CỘNG TÁC TRONG SỐ NÀY:
Ben OH, Bình Phạm, Bùi Vĩnh Phúc, Cao Nguyên, Cái Trọng Ty, Dan Hoàng, Dung Thị Vân, Đặng Hiền, Đặng Kim Côn, Đinh Văn Tuấn, Đỗ T. Công, Hà Ngọc Hoàng, Hoàng Chính, Hoàng Hoa Thương, Hồ Chí Bửu, Hứa Hiếu, Huỳnh Liễu Ngạn, Huỳnh Thị Quỳnh Nga, Huỳnh Thúc Đăng, Kim Hài, Lạp Chúc Nguyễn Huy, Lâm Băng Phương, Letamanh, Lê Chiều Giang, Lê Đức Luận, Lê Hân, Lê Hữu Minh Toán, Lê Minh Hiền, Lê Xuân Mỹ, Luân Hoán, Lưu Văn Vịnh, Ngàn Thương, Ngọc Duy, Ngô Nguyên Dũng, Ngô Sỹ Hân, Nguyên Anh, Nguyên Bình, Nguyên Cẩn, Nguyễn An Bình, Nguyễn Đình Phượng Uyển, Nguyễn Đức Nam, Nguyễn Hòa Trước, Nguyễn Hoàn Nguyên, Nguyễn Hữu Quyền, Nguyễn Kiến Thiết, Nguyễn Nguyên Phượng, Nguyễn Thị Ngọc Lan, Nguyễn Văn Điều, Nguyễn Văn Gia, Nguyễn Vy Khanh, Phạm Cao Hoàng, Phan Ni Tấn, Phương Tấn, Quy Hồng, Song Thao, Thái Thị Lý, Thái Tú Hạp, Thanh Trắc Nguyễn Văn, Thục Uyên, Thy An, Tiểu Lục Thần Phong, Tôn Nữ Mỹ Hạnh, Trần C. Trí, Trần Đình Sơn Cước, Trần Kỳ Trung, Trần Quý Trung, Trần Thanh Ngọc, Trần Thanh Quang, Trần Thị Nguyệt Mai, Trần Vấn Lệ, Triều Hoa Đại, Trương Xuân Mẫn, Uyên Nguyên, Vinh Hồ, Võ Phú, Vũ Khắc Tế, Vũ Khắc Tĩnh, Vương Hoài Uyên, Xuyên Trà.

BÌA: Uyên Nguyên Trần Triết
DÀN TRANG: Lê Hân
ĐỌC BẢN THẢO: Trần Thị Nguyệt Mai
LIÊN LẠC: Thư và bài vở mời gởi về:
- Luân Hoán: lebao_hoang@yahoo.com
- Song Thao: tatrungson@hotmail.com
TÒA SOẠN & TRỊ SỰ:
Lê Hân: (408) 722-5626 han.le3359@gmail.com

MỤC LỤC
TẠP CHÍ NGÔN NGỮ
SỐ 43 ▪ 1/5/2026

THƯ TÒA SOẠN

Ngôn Ngữ số 43 rồi cũng đến cùng quý bạn đọc theo nắng ấm mùa xuân trong cái lạnh dịu dàng của Bắc Mỹ. Một tạp chí Việt như Ngôn Ngữ vẫn cố gắng tồn tại với hy vọng vẫn còn làm vừa lòng ít nhiều cho khách văn thơ khắp nơi. Nói như vậy, có nghĩa chúng tôi nhìn nhận vẫn chưa thực hiện được điều gì mới lạ ngoài giới thiệu những sáng tác từ cuộc sống, do bạn văn khắp nơi nắm bắt, diễn đạt và gởi cho.

Ngôn Ngữ vô cùng cảm ơn những bạn viết thân quen, cụ thể như các tác giả: Ben OH, Bình Phạm, Bùi Vĩnh Phúc, Cao Nguyên, Cái Trọng Ty, Dan Hoàng, Dung Thị Vân, Đặng Hiền, Đặng Kim Côn, Đinh Văn Tuấn, Đỗ T. Công, Hà Ngọc Hoàng, Hoàng Chính, Hoàng Hoa Thương, Hồ Chí Bửu, Hứa Hiếu, Huỳnh Liễu Ngạn, Huỳnh Thị Quỳnh Nga, Huỳnh Thúc Đăng, Kim Hài, Lạp Chúc Nguyễn Huy, Lâm Băng Phương, Letamanh, Lê Chiều Giang, Lê Hân, Lê Hữu Minh Toán, Lê Minh Hiền, Luân Hoán, Lưu Văn Vịnh, Ngàn Thương, Ngọc Duy, Ngô Nguyên Dũng, Ngô Sỹ Hân, Nguyên Bình, Nguyên Cẩn, Nguyễn

An Bình, Nguyễn Đình Phượng Uyển, Nguyễn Đức Nam, Nguyễn Hòa Trước, Nguyễn Hoàn Nguyên, Nguyễn Hữu Quyền, Nguyễn Kiến Thiết, Nguyễn Nguyên Phượng, Nguyễn Thị Ngọc Lan, Nguyễn Văn Điều, Nguyễn Văn Gia, Nguyễn Vy Khanh, Phạm Cao Hoàng, Phan Ni Tấn, Phương Tấn, Quy Hồng, Song Thao, Thái Thị Lý, Thái Tú Hạp, Thanh Trắc Nguyễn Văn, Thục Uyên, Thy An, Tiểu Lục Thần Phong, Tôn Nữ Mỹ Hạnh, Trần C. Trí, Trần Đình Sơn Cước, Trần Quý Trung, Trần Thanh Ngọc, Trần Thanh Quang, Trần Thị Nguyệt Mai, Trần Vấn Lệ, Triều Hoa Đại, Trương Xuân Mẫn, Uyên Nguyên, Vinh Hồ, Võ Phú, Vũ Khắc Tế, Vũ Khắc Tĩnh, Vương Hoài Uyên, Xuyên Trà. v.v... vẫn sáng tác và chung tay cùng chúng tôi. Trong số 43 này, chúng tôi thật vui được đón nhận truyện ngắn của quý anh Lê Đức Luận, Trần Trung Kỳ, Ngọc Duy, và hồi ký của anh Lê Xuân Mỹ, biên khảo của anh Nguyên Anh lần đầu ưu ái tiếp sức cùng Ngôn Ngữ.

Nội dung mọi sáng tác, chúng tôi tin vẫn giữ trọn tinh thần văn học nghệ thuật và không bước chệch tính nhân văn. Rất hy vọng việc gìn giữ chữ nghĩa Việt tại xứ người, giữa thời đại việc phổ biến văn chương tối tân, tinh vi và nhanh gọn hơn báo giấy, vẫn được bạn viết, bạn đọc ủng hộ.

Chúng tôi chân tình cảm tạ quý bạn đọc bốn phương. Xin hẹn còn gặp nhau ở những số tiếp theo. Kính chúc tất cả chúng ta luôn có một cuộc sống tốt đẹp.

Thân tình,

Luân Hoán

SONG THAO

TIẾNG QUÉBÉCOIS

Tại Thế Vận Hội Mùa Đông Milano Cortina tổ chức tại Ý vừa qua, sau khi đội *hockey* nữ thua đội Mỹ, thủ quân đội Canada Marie-Philip Poulin đã được mời phát biểu trong cuộc họp báo sau trận đấu. Cô không được phép nói tiếng Pháp. Ký giả Luc Gélinas có mặt tại chỗ đã làm ngay bản tin về vụ này trên đài phát thanh CIHO 96.3 FM tại Charlevoix, một thành phố của tỉnh bang Québec. Ký giả Jean-Nicolas Blanchet cũng loan tin trên Journal de Montréal. Lập tức, dân biểu Pascal Bérubé của đảng Parti Québécois, một đảng chủ trương Québec độc lập tách khỏi Canada, đã cho chuyện này là một sự "nhục nhã" cho dân Québec. Ông viết trên X : "Đây là một việc hoàn toàn sỉ nhục, nhục nhã, không có cách nào khác để giải thích sự việc Marie-Philip Poulin bị cấm nói tiếng Pháp trong buổi lễ trao huy chương ở Milan-Cortina". Cô Poulin, 34 tuổi, nguyên quán tại Beauceville, một vùng hẻo lánh ở Québec. Tiếng Pháp là tiếng mẹ đẻ của cô nhưng năm 16 tuổi, cô đã lên tỉnh Montréal để học tiếng Anh.

Có khoảng 7 triệu dân Canada, chiếm khoảng 22% dân số, nói tiếng mẹ đẻ là tiếng Pháp. Phần lớn là dân Québec. Tuy chỉ có 22% dân Canada nói tiếng Pháp nhưng ngôn ngữ này vẫn được coi là ngôn ngữ chính thức bên cạnh tiếng Anh có tới 78% người sử dụng. Hiến pháp Canada được viết bằng tiếng Anh và tiếng Pháp, các cơ quan của chính phủ liên bang đều dùng hai thứ tiếng, hàng hóa bán tại Canada cũng đề huề ghi hai thứ tiếng. Tại sao chỉ có 22% mà tiếng Pháp leo lên ngang hàng với tiếng Anh, chuyện bắt đầu từ những năm Canada lập quốc.

Năm 1867 chỉ có 4 tỉnh bang khởi đầu thành lập quốc gia Canada. Đó là Ontario, Québec, Nova Scotia và New Brunswick. Ngày nay Canada có 10 tỉnh bang và 3 lãnh thổ tự trị. Québec và phần lớn miền Đông Canada ngày nay là thuộc địa của Pháp trong hơn 150 năm, từ 1600 tới 1763. Họ đặt tên cho vùng lãnh thổ này là Nouvelle-France gồm Québec, một phần Ontario và khu vực Atlantic. Tiếng Pháp là ngôn ngữ được sử dụng trong thương mại, tôn giáo, pháp luật và đời sống thường nhật. Các thành phố lớn như Québec City và Montréal hình thành trong thời kỳ này. Năm 1763, sau cuộc chiến tranh Bảy Năm, Pháp nhượng phần đất này cho người Anh. Tuy nhiên, thay vì bắt người dân vùng đất chuyển nhượng này phải chuyển qua dùng tiếng Anh, chính quyền Anh vẫn cho phép cư dân gốc Pháp tiếp tục sử dụng tiếng Pháp, giữ đạo Công giáo và hệ thống luật dân sự của họ. Năm 1774, Anh ban hành đạo luật "Québec Act 1774", chính thức cho phép sử dụng tiếng Pháp trong tòa án, hành chánh và pháp luật. Luật dân sự Pháp được bảo vệ. Mãi cho tới năm 1969, chính phủ liên bang mới ban hành luật "Official Languages Act 1969" xác định tiếng Anh và tiếng Pháp là hai ngôn ngữ chính thức của Canada.

Sau năm 1975, dân Việt ta tới định cư tại Canada. Theo thống kê năm 2024 tất cả có 275.530 người Việt tại Canada, chiếm 0,76% dân số Canada. Phần lớn tại các tỉnh bang Ontario, British Columbia và Québec. Tại Québec, số người Việt được ước tính khoảng từ 30 ngàn tới 45 ngàn người, phần lớn tập trung tại Montréal. Gia đình tôi đóng góp 6 thành viên tại thành phố này từ năm 1985.

Montréal là thành phố sử dụng hai thứ tiếng Anh và Pháp. Đây là một điểm lợi cho dân Việt định cư tại đây. Ai biết tiếng Anh thì xài tiếng Anh, biết tiếng Pháp thì nói tiếng Pháp, cuộc sống khởi đầu nhẹ nhàng hơn nhiều. Nhưng cái lợi lớn nhất là cái lợi cho thế hệ một rưỡi và thế hệ thứ hai của người Việt di tản. Con em chúng ta được học và nói hai thứ tiếng nhuần nhuyễn như dân bản xứ. Đây là một điểm cộng rất lớn khi chúng có thể kiếm việc làm dễ dàng tại Canada cũng như tại Mỹ. Một ví dụ: con gái tôi, học trung học bằng tiếng Pháp, Đại học bằng tiếng Anh, dễ dàng qua làm việc tại Boston khi công ty có giao dịch với bên Pháp.

Montréal là thành phố cởi mở nhất về ngôn ngữ tại tỉnh bang Québec. Năm 2014, bộ Tiếng Pháp *(Ministère de la Langue Française)* đã cộng tác với Viện Thống Kê Québec *(Institut de la Statistique du Québec)* làm một cuộc thăm dò về việc sử dụng ngôn ngữ tại Montréal. Kết quả được công bố vào cuối năm 2025. Họ hỏi 45.280 người. Kết quả có tới 40% cho biết họ dùng hai ngôn ngữ hoặc nhiều hơn trong gia đình và khi tiếp xúc với bạn bè. Có 33% cho biết họ dùng tiếng Anh và tiếng Pháp khi đi *shopping* hoặc khi tán dóc với mọi người. Tại Montréal, có tới 62% người cho biết họ dùng tiếng Anh nhiều hơn trong khi tại Québec City chỉ có 22%. Trả lời câu hỏi tiếng Pháp có bị đe dọa tại Québec không của hãng thăm dò Léger vào năm 2025, 72% dân nói tiếng Pháp cho rằng có trong khi 70% dân nói tiếng Anh bảo rằng không!

Khởi đầu từ năm 1988 và cứ 6 năm một lần, Cơ quan bảo vệ tiếng Pháp *Office Québécois de la Langue Française* lại phái người đi kiểm tra coi các cửa hàng tiện ích, bán lẻ, tiệm ăn và khách sạn tại Montréal chào khách bằng tiếng chi. Họ chú ý tới 3 cách chào khách: bằng tiếng Pháp *Bonjour*, tiếng Anh *Hi* hay lai căng *Bonjour-Hi*. Đó là họ thực thi Hiến chương *Charter of the French Language,* thường được biết tới với cái tên thông dụng *Bill 101*. Năm nay họ bỏ ra 350 ngàn đô để thuê một công ty tư khảo sát chuyện này. Họ đã cho người bí mật tới viếng 14 ngàn lần tại 7.800 cửa hàng, có nơi họ tới hai lần hoặc nhiều hơn. Theo kết quả của kỳ khảo sát trước, trên toàn tỉnh bang Québec, có 78% chào khách bằng tiếng Pháp, 12% bằng tiếng Anh và 10% bằng *Bonjour-Hi*. Riêng tại Montréal cách chào hỏi bằng tiếng Pháp sa sút theo năm tháng. Năm 2010 là 84%, qua tới năm 2024 chỉ còn 71%. Đó là một cách bảo vệ tiếng Pháp của chính phủ Québec!

Tiếng Pháp tại Québec là thứ tiếng Pháp cổ của một cộng đồng đã xa rời tổ quốc từ lâu. Người Pháp không mặn mà chi với thứ ngôn ngữ cũng gọi là tiếng Pháp nhưng không giống tiếng Pháp này. Mỗi lần tôi qua Pháp, gặp người Pháp tại Paris là bạn bè thân của gia đình tôi định cư tại Pháp, biết tôi từ Québec tới, họ uốn éo miệng lưỡi đùa giỡn khi nói. Chuyện vui thôi nhưng nếu tôi là dân Québec bản xứ, chắc cũng nổi máu sĩ diện, tranh cãi tới cùng. Trái lại, một bà bạn dân Québec khi nhái thứ tiếng Pháp Parisienne chính hiệu cũng uốn éo làm điệu trông rất khôi hài.

Cách phát âm của hai thứ tiếng Pháp, một cổ một tân, quả có khác nhau. Người Québec phát âm một số nguyên âm giống âm mũi hơn nên nghe khác với tiếng Pháp tiêu chuẩn. Âm "r" người Québec phát âm nhẹ hơn và hơi cuộn tròn lưỡi. Dân Québec phát âm nặng và khó nghe hơn nên người Pháp khó hiểu hơn trong khi dân Québec lại dễ dàng hiểu tiếng Pháp của người Pháp hơn. Các âm "d" và "t" bị người Québec phát âm thành "dz" và "ts" khi chúng đứng trước các nguyên âm "i" và "u". Thí dụ "tu dis" nghe như "tsu dzi". Một điểm khiến dân Pháp chính cống khó nghe nơi tiếng Québec là họ hay thêm những từ "lơ" "ló" điểm vào câu nói. Nghe hai người dân tỉnh lẻ ở tỉnh bang Québec nói chuyện với nhau thì dân ta chịu chết không hiểu chi cả.

Về từ vựng, hai thứ tiếng cùng là tiếng Pháp nhưng một số chữ khác nhau. Thông thường nhất, anh con trai Québec gọi cục cưng là *"blonde"* thay vì dân Pháp gọi là *"petite amie"*. Khoai tây chiên dân Québec gọi là *"croustilles"* thay vì *"chips"*, lạnh cóng là *"frette"* thay vì *"froid"*. Đi chợ, dân Québec gọi là *"faire l'épicerie"* trong khi dân Pháp nói *"faire les courses"*. Tương tự, điện thoại di động là *"un cellulaire"* thay vì *"un téléphone portable"*, cửa hàng tiện nghi là *"dépanneur"* thay vì *"superette"*. Xe hơi là *"une auto"* thay vì *"une voiture"*, ông bạn láng giềng dân tỉnh lẻ Québec của tôi còn chơi tiếng cổ hơn: *"un char"!*

Lang thang trên internet, tôi thử coi dân Việt ta ở các tỉnh bang khác tại Canada nghĩ sao về tiếng Pháp ở Québec chúng tôi. Cô Kimmy ở Vancouver, tỉnh bang British Columbia, viết trong bài "Một Thoáng Montréal" như sau: *"Ấn tượng đầu tiên của tôi về giọng Pháp nơi đây là họ nói năng chậm rãi và to tiếng hơn chắc vì bên Canada lạnh lẽo và rộng lớn. Giọng Québécois cũng không có được sự thanh lịch và lảnh lót như dân Parisienne, nhưng bù lại có phần dễ hiểu hơn cho tôi. Tuy nhiên, Rikako-san, cô bạn Nhật của tôi, lại cho rằng Français Québécois có cấu trúc câu bị biến đổi cho giống tiếng Anh nhiều hơn, điều này cũng dễ hiểu vì dân Pháp bên Canada cách ly khỏi Pháp quốc cả trăm năm. Cho nên dân chánh gốc Pháp qua đây cũng gặp nhiều bất đồng ngôn ngữ, xem phim tiếng Pháp nhưng vẫn phải bật phụ đề".*

Một bạn khác ký tên Juwel Li có nhận xét khác: "*Bạn cứ thử sang du lịch một lần để tiếp xúc và nghe tiếng Pháp Québécois. Người Québécois sử dụng từ Pháp xưa nhiều, không* update *như ở Pháp,* accent *của họ mới nghe sẽ như "vịt nghe sấm" và không hiểu gì hết. Những người càng ở vùng xa thành phố,* accent *càng nặng. Nếu bạn ở Pháp đã từng tiếp xúc và nghe* accent *của người dân Marseillais, Landais, Basque thì bạn sẽ thấy những người đó nói còn dễ nghe hơn tiếng Pháp của dân Québec nhiều".*

Dân Québec có thứ tiếng Pháp bị dân Pháp chê nhưng họ lại hết sức bảo vệ. Ngày 24/5/2022, Quốc hội tỉnh bang Québec đã thông qua dự luật 96 bảo vệ tiếng Pháp. Dự luật này nhằm mục đích bảo vệ sự tồn tại của tiếng Pháp nhưng cũng gây ra nhiều lo ngại về quyền của cộng đồng nói tiếng Anh và người nhập cư. Tiếng Pháp trở thành ngôn ngữ chính thức và duy nhất trong công sở, giáo dục, doanh nghiệp và tư pháp. Các quy định chính của dự luật: hạn chế sử dụng tiếng Anh trong dịch vụ công, yêu cầu người nhập cư biết tiếng Pháp sau khi định cư được 6 tháng, thắt chặt các quy định về ngôn ngữ trong giáo dục, hợp đồng, nhãn mác sản phẩm.

Chuyện mọi người thấy trước mắt là các bảng hiệu của các cơ sở thương mại tại Québec. Chúng phải được Pháp hóa. Chuỗi cửa hàng bán gà rán "Kentucky Fried Chicken" quen thuộc nay phải thay tên là "Poulet Frit Kentucky". Nhưng từ trước tới nay, dân hẩu xực món gà rán của ông già đội nón đã quen với cái tên viết tắt "KFC" nay chẳng hề hấn chi khi cũng viết tắt theo tiếng Pháp là "PFK". "KFC" hay "PFK" cũng rưa rứa như nhau.

Các tiệm cà phê Second Cup quen thuộc nay đội thêm cái mũ tiếng Pháp thành "Les Cafés Second Cup". Tiệm bán kính New Look cũng sắm thêm cái mũ tây thành "Lunetterie New Look". Cũng vậy, Walmart thành "Le Magasin Walmart". Cửa hàng bình dân "Giant Tiger" lột xác thành "Tigre Géant" cũng còn đỡ hơn "Staples" làm trò ảo thuật biến thành "Bureau en Gros".

Chuyện khá vui tại Montréal chúng tôi xảy ra vào khoảng tháng 10 năm 2025 với những chiếc xe buýt công cộng của thành phố ghi bảng chữ bằng điện tử phía trước xe: "Go! Habs Go!" để ủng hộ đội *hockey* Montréal Canadiens của Montréal khi đó đang tranh tài trong vòng chung kết *"playoff"*. Cơ quan bảo vệ tiếng Pháp *Office Québécois de la Langue Française* ra tay liền. Họ bắt phải thay đổi dòng chữ thành : "Allez! Canadiens Allez!". Thực tế là tại cầu trường, khán giả luôn hô ủng hộ đội nhà là "Go! Habs Go!", nay đổi lại thành tiếng Pháp nghe ngượng nghịu chẳng ra đâu vào đâu cả. Dân chúng bất bình khiến Bộ tiếng Pháp *Ministère de la Langue Française* phải vào cuộc. Nay họ đã có kết luận. Ông Bộ Trưởng Jean-François Roberge đã phải cho xe buýt công cộng dùng lại khẩu hiệu "Go! Habs Go!" vì lý do chữ "go" đã được ghi trong tự điển của *Office Québécois de la Langue Française* là một từ có thể dùng "trong vài bối cảnh". Ngoài ra từ "go" cũng đã được dùng "như là một biểu lộ của sự khuyến khích bằng tiếng Pháp tại Québec từ ít nhất là năm 1980 và được coi như là một cách dùng tiếng Pháp thông dụng không chính thức".

Chuyện bảo vệ tiếng Pháp tại Québec khá vất vả khi trào lưu dùng tiếng Anh ngày càng mạnh, nhưng dân Québec phải làm vì họ là thiểu số tại Canada. Cái gì bị đe dọa yếu thế mới phải trần mình ra bảo vệ. Họ sợ tiếng Anh thông dụng hơn sẽ từ từ soán ngôi truất phế tiếng Pháp khiến họ mất nguồn cội. Dân Việt ta, ăn nhờ ở đậu nơi đất Québec này, chẳng mặn mà chi với thứ tiếng Pháp cổ này. Họ gọi xách mé tiếng Pháp của dân Québécois là "tiếng còi".

Mới đây, Ủy ban Thế Vận Mùa Đông 2026 đã xin lỗi cô Marie-Philip Poulin về việc ngăn cản không cho cô nói tiếng Pháp sau trận chung kết *hockey* nữ và hy vọng chuyện này sẽ không xảy ra trong tương lai. Tương lai là Thế Vận Hội Mùa Đông 2030 sẽ được tổ chức tại Pháp. Khi đó cô Poulin sẽ tha hồ nói tiếng Pháp vì ngôn ngữ này, cùng với tiếng Anh, sẽ là một trong hai ngôn ngữ chính của thế vận hội được tổ chức tại vùng Alpes. Có điều không biết dân Pháp có hiểu tiếng Québécois của cô không!

Song Thao

03/2026

Website: www.song thao.com

Xe buýt Montréal đã "Go! Habs Go!" trở lại.

Thủ quân đội tuyển hockey nữ Canada Marie-Philip Poulin.

Biểu tình phản đối Dự Luật 96 tại Montréal.

Cờ của tỉnh bang Québec.

HK

BÌNH PHẠM

QUÉBEC ĐẤT LẠNH TÌNH NỒNG

Sau năm năm của thời bao cấp, tôi đã chứng kiến, trải qua bao nhiêu sự khổ cực, chèn ép của các đợt nghĩa vụ, ăn uống kham khổ khi đi dạy, sinh bệnh tật, thuốc men không có. Để sống còn, tôi và bốn đứa em rời Việt Nam trên một chiếc tàu nhỏ vào đêm 19 tháng 6 năm 1980.

1.

Chuyến đi thật hãi hùng, nhiên liệu và thức ăn không đủ cho chuyến hải hành, cộng vào đó, số người đi tăng gấp đôi với dự liệu lúc ban đầu. Thuyền chúng tôi hai lần gặp bão, tưởng đâu sẽ chết trong vài phút tới với ngọn sóng phủ đầu cao nghều nghệu. May thay, cả hai lần, thuyền của chúng tôi đều được cập bến bình an ở đảo Hải Nam.

Sau 13 ngày với cuộc hành trình chịu nhiều sóng gió, đói khát, cơ cực với nắng mưa, phong ba bão tố, bị ngư phủ Tàu quàng dây vào thuyền chúng tôi định cướp, may mắn các chú cắt dây kịp thời và thuyền chúng tôi chạy thoát. Cuối cùng chúng tôi cũng đến được bến bờ tự do bình yên, được tạm trú trong trại tỵ nạn Kaitak East, HongKong. Thuyền chúng tôi mang số 1059.

2.

Cô em gái, đi vượt biên trước tôi một năm rưỡi, ngày năm chị em tôi đến HongKong, là ngày cô em gái lên máy bay, đi Québec, một thành phố thuộc tỉnh bang Québec của Canada. Do đó, chị em chúng tôi không gặp nhau ở HongKong.

Những ngày đầu tiên của 5 chị em ở 320, des Commissaire, Québec, Canada.
(Từ trái sang, hàng đầu: Phạm Hoàng Mai, Phạm Hoàng Phương. Hàng sau: Phạm Hoàng Lan, Phạm Thị Bình, Phạm Phú Hoàng. Người chụp: Thầy Lâm -1981)

Qua thủ tục tại trại tỵ nạn, hồ sơ của năm chị em tôi được xếp vào danh sách của Canada, với lý do có thân nhân ở Canada. Vì thế khi được tin chúng tôi đến trại tỵ nạn Hong Kong, bạn Trần Ngọc Hải, con của bác Hồng Phúc ở cùng giáo xứ, báo tin cho cha Hoàng Xuân Nghiêm ở Michigan, nhờ Cha bảo lãnh cho năm chị em tôi sang Mỹ. Hồ sơ của chúng tôi được xếp vào hồ sơ Canada, nên Cha không thể nào đem chúng tôi sang Mỹ với Cha được.

Thế là buồn hiu, chúng tôi đành phải chờ đợi, để được phía bên Canada bảo lãnh.

3.

Sau khi được hội Covipa ở Québec bảo lãnh (hội COVIPA được thành lập bởi một nhóm người, đa số là người Việt tại thành phố QUÉBEC với mục đích giúp bảo lãnh, bảo trợ cho các thuyền nhân trong các trại tỵ nạn), chúng tôi rời Hong Kong ngày 25 tháng 2 năm 1981 (vừa đúng bảy tháng hai ba ngày) trên chuyến bay Cathay

Pacific đến Montréal, sau đó được hội COVIPA đưa về thành phố Québec.

Ôi! Không thể nào diễn tả được sự vui mừng của chúng tôi lúc đó.

Canada có 10 tỉnh bang, duy nhất tỉnh bang Québec nói tiếng Pháp, nên bất cứ người nhập cư nào đến đây, cũng đều phải học 7 tháng tiếng Pháp tại các trường COFI.

Tôi vẫn còn nhớ, ngày đầu tiên, người đại diện hội COVIPA dẫn hai chị em chúng tôi (tôi và Hoàng, em trai 18 tuổi) đến gặp ông Beaulieu, Hiệu trưởng trường COFI, ông hỏi tôi hai câu:

- Comment allez-vous?

(Các em có mạnh khỏe không?)

Tôi liền trả lời:

- Nous allons très bien, merci et vous?

(Chúng tôi rất khỏe, cảm ơn, còn ông?)

Ông lại hỏi tiếp:

- Quel est ton nom?

(Tên em là gì?)

- Mon nom est Bình.

(Tên tôi là Bình)

Ông quay sang hỏi em trai tôi mấy câu nữa, em trả lời được, ông bảo chúng tôi biết tiếng Pháp và xếp vào lớp ba.

Ngày đầu tiên vô lớp ba ở COFI, hai chị em tôi thật ngỡ ngàng, mỗi người trong lớp, tay cầm tờ báo tiếng Pháp, ai nấy cười vui và bắt đầu đàm luận tin tức trong đó. Hai chị em tôi không hiểu gì cả, tôi thật quýnh quáng và ứa nước mắt.

Đi học về là khóc, hễ nghĩ đến việc học tiếng Pháp là tôi khóc, khóc bất cứ lúc nào khi nghĩ đến lớp tiếng Pháp ở trường COFI, vì quá lo sợ, tủi thân trong sự bất đồng ngôn ngữ lúc bấy giờ.

4.

Rồi một hôm, sau khi tham dự thánh lễ Chúa Nhật, tôi đến bên cha André Lamothe. Cha là người Canada, thuộc dòng Jesus, Cha có sang Việt Nam truyền giáo một thời gian, Cha cử hành Thánh lễ vào ngày Chúa Nhật bằng tiếng Việt cho cộng đoàn Công Giáo Việt Nam nơi đây. Tôi thưa với Cha trong sự tủi thân, hai mắt rớm lệ:

- Xin Cha giúp con đến trường COFI gặp ông Hiệu Trưởng, xin ông ấy cho chúng con xuống lớp một, vì vô thẳng lớp ba như vậy, con không hiểu gì cả.

Cha Lamothe trả lời:

- Con yên tâm đi, Cha sẽ nhờ một Thầy dạy thêm cho chúng con, chúng con sẽ theo kịp họ.

Cha Lamothe nhờ thầy Lâm (thầy Lâm trước kia, bây giờ là cha Lâm ở Québec) dạy tiếng Pháp cho hai chị em tôi một tuần hai buổi. Một buổi ở nhà tôi và một buổi ở nhà một bạn khác.

Hình lưu niệm với cha André Lamothe (1981)
(Từ trái sang: Hoàng, Trung, cha André Lamothe, Bình)

Thấm thoát năm tháng học tiếng Pháp đã xong và ngày ra trường đã đến. Thay vì học bảy tháng, chúng tôi chỉ được học có năm tháng.

Với thời gian học tiếng Pháp như vậy, chẳng thấm vào đâu cả. Mỗi lần có thư chính phủ gởi về, tôi đọc không hiểu lại khóc, bèn cầu cứu với người Cậu ở bên Mỹ, gởi gấp cho tôi cuốn tự điển PHÁP-VIỆT, VIỆT-PHÁP. Nhận được cuốn tự điển mỏng, mừng vô cùng, cuốn tự điển này là cứu cánh, tôi tra cứu nhiều đến nỗi trong một thời gian ngắn, nó rách tả tơi, mà khó khăn vẫn hoàn khó khăn. Tôi thầm nhủ với mình "Bình ơi, mi sang đây phải mau hội nhập với đời sống nơi đây, nếu không mi như người mù, người câm, người điếc". Và tôi bắt đầu suy nghĩ kiếm cách học thêm tiếng Pháp, để mau hội nhập và đi kiếm việc làm.

Rồi một hôm đứng chờ xe buýt, thấy có một anh Việt Nam, tôi hỏi thăm anh về trường dạy tiếng Pháp, sau khi học xong ở COFI. Anh ấy bảo: "nếu em có đem theo bằng tương đương với Tú Tài II qua đây, hãy trở về trường COFI, nhờ văn phòng ở đó dịch sang tiếng Pháp, rồi lên nộp ở đại học Laval". Nghe vậy tôi mừng quá và không lâu sau đó, tôi làm theo tất cả những gì anh ấy hướng dẫn.

5.

Một ngày kia, tình cờ ngồi gần một cô gái người bản xứ trên xe buýt, cô ta bắt chuyện, tên Solange, người dễ thương, hỏi han tôi đủ chuyện và không ngờ tôi và Solange xuống chung tại một trạm xe buýt. Solange chần chừ không đi ngay, nhìn và hỏi tôi có muốn đi làm không, tôi bảo muốn lắm. Thế là, cô ta dẫn tôi vào một nhà thờ, nơi cô ấy làm việc. Công việc của cô ta là lau chùi, dọn dẹp nơi nhà xứ, cô giới thiệu tôi với Cha xứ và có nhã ý nhường cho tôi thay cô làm một ngày trong tuần. Cha xứ đồng ý và ngay ngày hôm đó, cô chỉ cho tôi những công việc phải làm. Trong mấy tuần đầu, Solange rất nhiệt tình hướng dẫn tôi làm quen với các công việc. Solange, một cô gái hiền hậu, dễ mến, lòng tràn đầy bác ái như một nữ tu.

Thấy tôi làm việc chăm chỉ, kỹ càng, luôn luôn làm hết việc, chứ không hết giờ. Một hôm Cha xứ hỏi tôi:

- Bình, savez-vous repasser les vêtements de cérémonie?

(Bình, con có biết ủi áo lễ không?)

- Oui, je sais

(Dạ, con biết).

Cha đem áo lễ đến cho tôi ủi, không ngờ tôi ủi đẹp quá, Cha liền kêu các Cha khác và bảo:

- Bình sait repasser les vêtements de cérémonie et les repasse très bien.

(Bình biết ủi áo lễ và ủi đẹp lắm)

Trong nhà xứ này có ba Cha, Cha Chánh xứ và hai Cha khác. Các Cha gặp tôi đều vui vẻ, tỏ ra hài lòng về các công việc tôi làm và rất quý mến tôi. Thế là từ đấy, có thêm công việc mới là ủi ác lễ cho các Cha. Sau thánh lễ Chúa Nhật, các Cha thường chào hỏi giáo dân, và luôn hỏi thăm có ai cần người giúp việc nhà, là Cha giới thiệu tôi cho họ.

Hình lưu niệm với gia đình anh Lâm Lộ Công ở Québec (2022)

6.

Được Cha xứ giới thiệu, tôi làm việc cho gia đình bà Denise Proulx, vợ của một ông bác sĩ, hai ngày một tuần. Công việc của tôi: hút bụi và lau chùi bốn phòng ngủ, phòng khách, phòng ăn, nhà bếp và nhà vệ sinh. Khâu khó nhất là lau chùi, sắp xếp các đồ đạc trong phòng các con của bà, nhất là phòng của cô con gái. Là con nhà giàu, đi du lịch nhiều nơi, mỗi chỗ đều mua quà lưu niệm, cô con gái của bà ưa mua mấy vật kỷ niệm bé tí ti, nhiều vô số kể (từ thuở bé đến học đại học), trưng bày đầy trên mặt tủ trong phòng.

Lần đầu tiên quét dọn, hút bụi phòng con gái của bà Denise, thấy đồ đạc nhiều quá, tôi lấy một khay lớn, bỏ hết vô đó, lau sạch bụi mặt tủ, chùi từng món đồ rồi xếp lại. Ô la la! Thôi rồi, biết xếp như thế nào đây? Tôi bèn xếp theo thứ tự từ lớn đến nhỏ, trông thì đẹp mắt thật, nhưng trật lất vị trí của từng món. Tưởng đâu sẽ được khen, nào ngờ khi đi học về, vừa bước vô phòng, cô hét toáng lên, hỏi tại sao lại đổi vị trí tất cả đồ vật trong phòng cô ta. Tôi xin lỗi, hứa lần sau sẽ để ý hơn. Tôi khôn ra, xếp từng phần trên mặt bàn, lau chùi xong, tôi xếp lại như cũ.

Lúc đầu, bà Denise không mấy tin tưởng tôi sẽ chu toàn công việc bà ấy giao phó, bà hay thử tôi và để ý xem xét. Dần dà, được bà ta tin tưởng hơn qua cách làm việc.

Khi hút bụi nhà, dưới gầm giường của bà, tôi lượm được rất nhiều thứ, có hôm lượm được nhẫn, tiền bạc và rất nhiều đồ trang sức quý giá khác. Tôi dồn lại, để hết trên bàn cho bà.

Một hôm đang lau chùi phòng ăn, bà bảo tôi lau chùi một cái chảo điện, tôi rất thắc mắc, vì không hề thấy bà dùng, chỉ thấy để trưng bày thôi, sao bà bảo tôi lau chùi mãi. Tôi đem thắc mắc đó ra hỏi bà, bà bảo bà quý nó, vì đó là món quà sinh nhật của con trai tặng cho bà. Tôi thầm nghĩ, chắc cái chảo này xào đồ ăn rất ngon đây. Từ đó, khi đi chợ, tôi thường để ý xem có nơi nào bày bán cái chảo điện ấy. Rốt cuộc, tôi cũng đã tìm thấy cái chảo đó, bày bán trên một cái kệ tại cửa hàng Canadien Tire với giá $36.00. Tôi đếm lại tiền trong túi, thấy còn đủ, bèn mua về xào thức ăn cho các em tôi. Dùng vài lần thấy rắc rối quá khi rửa, nên để đó, làm vật kỷ niệm và giữ mãi đến hôm nay.

Có một ngày bà Denise đang ở trong bếp, vừa sửa soạn bữa trưa cho gia đình, vừa xem ti vi, thấy có đoạn phim chiếu về chiến tranh Việt Nam, bà liền gọi tôi vô xem. Thấy cảnh người dân sống cơ cực, nhà cửa đổ nát, hoang tàn, người thì ngủ trên chiếc võng, hoặc trên những sạp bằng tre. Bà quay sang hỏi tôi:

- Au Vietnam, est ce que ta famille vit comme ça?

(Ở Việt Nam, gia đình em sống như vậy?)

Tôi trả lời:

- Non, madame. Ma famille vit en ville, a un lit, une armoire, une maison décente presque comme ici. Cette vidéo parle de la guerre dans un village du Vietnam, les bombes détruisent toute les maisons. Alors, les soldats et les gens doivent dormir dans les hamacs, ou les gens coupent du bamboo pour faire vivre temporairement de tels lits de champs, en attendant l'aide du gouvernement.

(Không, thưa bà. Gia đình tôi sống ở thành phố, có giường, có tủ, có nhà cửa đàng hoàng gần giống như bên đây. Còn đoạn phim này, chiếu lại cảnh của một làng quê ở Việt Nam, trong chiến tranh, bom đạn tàn phá hết nhà cửa. Do đó, những người lính và dân chúng, phải tạm thời ngủ trên những cái võng, hay trên giường dã chiến làm bằng tre, họ sống tạm như vậy, trong khi chờ đợi sự cứu giúp của chính phủ).

Bà nhìn tôi dò xét rồi hỏi:

- Au Việt Nam, est-ce que tu as fini le primaire?

(Ở Việt Nam, em đã học xong Tiểu Học chưa?)

Tôi trả lời:

- Oui, madame.

(Vâng thưa bà).

Tôi vẫn lặng lẽ, chu toàn công việc, càng ngày bà càng tỏ ra ưu ái với tôi hơn. Một hôm bà ấy lại hỏi:

- Bình, as-tu fini le secondaire trois?

(Bình, em đã học hết lớp 9 chưa?

Tôi vẫn trả lời:

- Oui, madame.

(Vâng, thưa bà).

Một tháng sau, tôi nhận được hồi báo của trường đại học Laval, họ cho biết tôi đã đậu cả năm cours toán và trường chấp nhận cho tôi vào học. Tôi đi ghi danh cho khóa mùa Thu, rồi tôi đem tất cả giấy tờ lên cho bà Denise xem, đồng thời xin bà kiếm người khác thế tôi trong mùa Thu tới. Trưa hôm đó, bà kêu tôi vô phòng ăn và giới thiệu với chồng bà:

- L'automne prochain, Binh va étudier à l'université Laval avec nos enfants.

(Mùa Thu tới, Bình sẽ đi học ở đại học Laval với các con của chúng mình).

Và vợ chồng bà mời tôi ăn cơm cùng gia đình họ, song tôi từ chối và vẫn ăn riêng như từ hồi nào tới giờ.

Nghe tôi xin nghỉ việc, bà Denise rất buồn, bà năn nỉ tôi tiếp tục làm việc cho bà, nhưng tôi không muốn vừa làm, vừa học, vì sợ chi phối việc học hành nên tôi giới thiệu vài người đến thử việc với bà, nhưng bà không chấp nhận ai cả. Sau này khi đi chợ gặp bà, bà thường ôm tôi hôn như người thân thiết.

Gặp lại cha Lâm tại Québec sau nhiều năm (2022)
(Từ trái sang: Tony ĐINH, Kim Đinh, Hoàng Mai Phạm, Phú Hoàng Phạm, linh mục Nguyễn Ngọc Lâm, Bình Phạm, Quý Đinh, Billson IV)

7.

Năm đầu tiên ở xứ người, mọi thứ đều bỡ ngỡ và lạ lẫm, nhưng nơi này, năm chị em tôi được cuốn trọn trong tình yêu thương của hội COVIPA, của các Cha, các Soeurs và của những người dân nơi đây, đặc biệt là vợ chồng anh Lâm Lộ Công, soeur Marie-Ange Godin, thầy Lâm, Cha André- Lamothe, Solange và anh Đáo, họ là những người đã trực tiếp giúp đỡ chúng tôi, khi chân ướt chân ráo đến thành phố Québec. Ơn nghĩa này, chúng tôi xin ghi tạc vào lòng, không bao giờ quên.

Québec đất lạnh tình nồng, câu nói này quả thật không sai.

Bình Phạm

BK

NGUYỄN VY KHANH

VĂN-HỌC MIỀN NAM: THƠ VĂN ẢNH-HƯỞNG TỪ ĐẠO PHẬT

Sinh hoạt văn-hóa, triết học và văn-học ảnh-hưởng **Phật giáo** không chỉ mạnh lên từ sau năm 1963 – và được xem như thế lực văn-hóa và chính-trị, mà trước đó với tạp-chí *Đại Học* (1) và các phân khoa đại học Huế và Sài-Gòn, đã được viết nhiều, thảo luận cũng như nghiên cứu, án luận. Đây là thời *thuyết Hiện sinh* đã đưa *hư vô, hoài nghi, biện chứng*, ... đến gần triết lý nhà Phật, qua các giáo-sư Trần Thái Đỉnh (luận án tiến sĩ Paris 1958 "*La théorie du Bouddhisme / Khái Niệm Bản Ngã trong Tư Tưởng Triết Học Phật Giáo*"; "Thuyết Vô ngã và quan niệm Nhân vị trong Phật-Giáo Nguyên-Thủy", ...) và Nguyễn Văn Trung (*Biện Chứng Giải Thoát trong Phật Giáo / La Conception bouddhique du Devenir*).

Sau 1963 thì tư tưởng, giáo lý nhà Phật cùng những điều hay, đẹp của tín ngưỡng chủ trì từ bi, tu thân, ... được khai triển và khai thác. Những Hermann Hesse, F. Nietzsche, Heidegger, rồi những Suzuki, Phạm Công Thiện, Nhất Hạnh, Tuệ Sỹ,... và Viện Đại học Van Hạnh với các phân khoa Văn, Phật, Sư phạm, ... (được viện trợ của Hoa-Kỳ), với các tạp-chí *Vạn Hạnh, Tư Tưởng*, ... đã góp phần nào đó đưa các nhà văn thơ đi sâu vào thế-giới Thiền, Phật, ... Các triết gia Tây phương, từ F. Nietzsche đến Heidegger muốn thoát vòng lý trí, vì triết lý siêu hình và tri thức Tây phương rơi vào khủng hoảng và tìm đến đạo học Đông phương, để đến với tâm thức nhân bản và cuộc sống trần gian.

Thượng tọa Thích Thiên Ân (tên thật Đoàn Văn An, 22-9-1925 Huế – 23-11-1980 Los Angeles), khoa trưởng phân-khoa Phật học Đại-học Vạn Hạnh năm 1964, dưới bút hiệu **Thiên Ân** có biên-khảo *Triết Học Zen* (Đông Phương, 1963. 228 tr.) tổng kết các khía cạnh của Thiền như là triết học. Thượng tọa Thích Mãn Giác (1929 – 2006), Khoa trưởng Phân khoa Phật học và Triết học Đông Phương và Phó Viện trưởng Điều hành Viện Đại học Vạn Hạnh, làm thơ với đạo-hiệu **Huyền Không**, xuất-bản *Phật Giáo và Nền Văn Hóa Việt-Nam* (Ban Tu thư Viện ĐH Vạn Hạnh, 1967),... Thượng tọa **Thích Tâm Châu** có *Đạo Phật Với Con Người* (Tâm Quang, 1964), ... **Cao Huy Đĩnh** xuất-bản *Văn Học Sử Phật Giáo* (Minh Đức, 1971) gồm những bài giảng ở Đại-học Vạn Hạnh và Phật-học Viện Trung-phần, ... **Đức Nhuận** có *Chuyển Hiện Đạo Phật Vào Thời Đại* (Vạn Hạnh, 1967), GS **Nguyễn Đăng Thục** xuất-bản *Thiền Của Vạn Hạnh* (Kinh Thi, 1973). BS **Trần Ngọc Ninh** có *Đức Phật Giữa Chúng Ta* (Lá Bối, 1972). Thượng-tọa **Thích Tâm Giác** có *Tìm Hiểu Duy Thức Học* (2 tập, Nha Tuyên Úy Phật giáo, 1965), v.v...

Các tác-giả Nhất Hạnh, Tam Ích, Hoài Khanh, Phổ Đức, v.v... viết báo và xuất-bản về văn-học và Phật giáo. Từ năm 1964, các nhà xuất bản đua nhau in sách về Phật, về Thiền, của những Suzuki, Krishnamurti, ... như vừa kể, hay sách dịch *Chí Tôn Ca* (Bhagavad Gita), v.v... Đi vào văn-chương có tập nhận định *Giá-Trị Triết-Học Tôn-Giáo trong Truyện Kiều* (kỷ niệm 200 năm thi-hào Nguyễn Du. Đông Phương, 1966) của Thích Thiện Ân. Một Đại hội Văn-hóa Phật giáo cũng đã được tổ chức diễn ra tại Sài-Gòn từ ngày 23-12-1974.

Nhất Hạnh tên thật Nguyễn Xuân Bảo, sinh 1926 Thừa Thiên, còn ký Hoàng Hoa và Nguyễn Lang, năng động từ sau khi du học Hoa-Kỳ (Princeton University đầu thập niên 1960) về, hiện diện trong sinh hoạt văn-học miền Nam từ thơ văn đến biên-khảo tôn giáo, lịch-sử cùng hoạt động xã-hội, chính-trị. Trước 1975, tác-phẩm đều do nhà Lá Bối của ông xuất-bản, về thơ văn có *Chắp Tay Nguyện Cầu Cho Bồ Câu Trắng Hiện* (1965), *Tình Người* (1964), *Bông Hồng Cài Áo* (1965), *Tiếng Đập Cánh Loài Chim Lớn* (1967), *Nẻo Về Của Ý* (1967), *Nói Với Tuổi Hai Mươi* (1966) – cả hai đã (bắt đầu) đăng trên *Giữ Thơm Quê Mẹ*. Về các tác-phẩm thể-loại khác có *Đạo Phật Hiện-Đại Hóa* (Lá Bối, 1965), *Vấn đề Nhận thức trong Duy Thức Học* (1969), *Việt Nam Phật Giáo Sử Luận* (ký Nguyễn Lang, gồm 3 tập, tập 1 xuất-bản trước 1975: Lá Bối 1974), *Nẻo Vào Thiền Học* (1971), *Đạo Phật Đi Vào Cuộc Đời và những tiểu luận khác* (1964), v.v... Nhất Hạnh đã có ảnh-hưởng đối với giới trẻ qua một số tác-phẩm văn-chương. Trích đoạn kết *Nẻo Về Của Ý:*

"Dưới con mắt của đại bi, không có tả không có hữu, không có thù không có bạn, không có thân không có sơ. Mà đại bi không phải là vật vô tri. Đại bi là tinh lực mầu nhiệm của sáng chói. Vì dưới con mắt của đại bi, không có cá thể riêng biệt của nhân ngã nên không có một hiện tượng nhân ngã nào động tới được đại bi.

Em ơi, nếu con người có độc ác đến nước móc mắt em hay mổ ruột em và em cũng nên mỉm cười và nhìn con người bằng cặp mắt xót thương; hoàn cảnh tập quán và sự vô minh đã khiến con người hành động như thế.

Hãy nhìn con người đã đành tâm tiêu diệt em và đang tạo nên cho em những oan ức khổ nhục lớn lao như trăm ngàn quả núi, hãy nhìn con người ấy với niềm xót thương. Hãy rót tất cả niềm xót thương từ suối mắt em vào người đó mà đừng để một gợn oán trách giận hờn xuất hiện trong tâm hồn. Vì không thấy đường đi nước bước cho nên cái người làm khổ em mới vụng dại lỗi lầm như vậy.

Giả sử một buổi sáng nào đó em nghe rằng tôi đã chết tăm tối và tàn bạo vì sự độc ác của con người, em cũng nên nghĩ rằng tôi đã nhắm mắt với một tâm niệm an lành không oán hận, không tủi nhục. Em nên nghĩ rằng giờ phút cuối tôi cũng không quay lại kẻ thù ghét con người. Không, con người chẳng bao giờ đáng cho ta thù ghét. Nghĩ như thế chắc chắn em sẽ mỉm cười được, rồi nhớ tôi, đường em, em cứ đi. Em có một nơi nương tựa mà không ai có thể phá đổ và cướp giật đi được. Và không ai có thể làm lay chuyển niềm tin của em, bởi vì niềm tin ấy không nương tựa nơi bất cứ một giả lập nào của thế giới hiện tượng. Niềm tin ấy và tình yêu là một, thứ tình yêu chỉ có thể phát hiện khi em bắt đầu nhìn thấu qua thế giới hiện tượng giả lập để có thể thấy được em trong tất cả và tất cả trong em.

Ngày xưa, đọc những câu chuyện như câu chuyện đạo sĩ nhẫn nhục để tên vua cường bạo xẻo tai cắt thịt mà không sinh lòng oán giận, tôi nghĩ đạo sĩ không phải con người. Chỉ có thánh mới làm được như vậy. Nhưng Nguyên Hưng ơi tại lúc đó tôi chưa biết đại bi là gì. Đại bi là sự mở mắt trông thấy. Và chỉ có sự mở mắt trông thấy tận cùng mới khiến cho tình thương trở thành vô điều kiện, nghĩa là biến thành bản chất đại bi. Đạo sĩ nhẫn nhục kia đâu có sự giận hờn nào mà cần nén xuống? Không, chỉ có lòng thương xót. Giữa chúng ta và vị đạo sĩ kia, và vị Bồ-tát kia, không có gì ngăn cách đâu, Nguyên Hưng. Có thể tình yêu đã dạy cho em rằng em có thể làm được như Người. Thôi em đã lớn rồi tự lo liệu lấy.

Chiều mai tôi phải đi rồi. Những giòng chữ viết đêm nay, tôi sẽ không có thì giờ đọc lại. Nguyên Hưng, cho tôi dừng ngang đây. Ngày mai tôi sẽ còn gặp em trước khi lên đường. - Saigon 11-5-1966"

Đoản-văn *Bông Hồng Cài Áo* về Mẹ đã đi vào lòng độc giả từ thập niên 1960, nhất là vào mỗi mùa lễ Vu lan; tác-giả nhắc nhở tập tục cài bông hồng lên áo ở Nhật-Bản:

"Ý niệm về mẹ thường không thể tách rời ý niệm về tình thương. Mà tình thương là một chất liệu ngọt ngào, êm dịu và cố nhiên là ngon lành. Con trẻ thiếu tình thương thì không lớn lên được. Người lớn thiếu tình thương thì cũng không lớn lên được. Cằn cỗi, héo mòn.

Ngày mẹ tôi mất, tôi viết trong nhật ký: tai nạn lớn nhất đã xảy ra cho tôi rồi! Lớn đến cách mấy mà mất mẹ thì cũng như không lớn, cũng cảm thấy bơ vơ, lạc lõng, cũng không hơn gì trẻ mồ côi (...).

Năm xưa tôi còn nhỏ / Mẹ tôi đã qua đời!
Lần đầu tiên tôi hiểu / Thân phận trẻ mồ côi.
Quanh tôi ai cũng khóc / Im lặng tôi sầu thôi
Để dòng nước mắt chảy / Là bớt khổ đi rồi...
Hoàng hôn phủ trên mộ / Chuông chùa nhẹ rơi rơi
Tôi thấy tôi mất mẹ / Mất cả một bầu trời.

(...) Đó là điệp khúc tôi muốn ca hát cho anh nghe hôm nay. Và anh hãy ca, chị hãy ca, em hãy ca cho cuộc đời đừng chìm trong vô tâm, quên lãng. Đóa hoa màu hồng tôi cài trên áo anh rồi đó. Anh hãy sung sướng đi" (1962) [(2)]

Tuệ Sỹ (tục danh Phạm Văn Thương, sinh 15-2-1943 tại Paksé, Lào, nguyên quán Quảng-Bình) giáo-sư Phật học và triết học tại Đại học Vạn Hạnh và Cao đẳng Phật học viện Hải Đức, Nha Trang, chủ biên tạp-chí *Tư Tưởng* của Viện Đại-học Vạn Hạnh. Ngoài nhiều sách dịch-thuật như *Triết Học về Tánh Không = Sūnyavāda* (An Tiêm, 1970), *Phật Giáo Việt-Nam từ khởi thủy đến thế kỷ XIII* (dịch *Le Bouddhisme en Annam* của Trần Văn Giáp; Ban Tu Thư Vạn Hạnh, 1968), v.v..., Tuệ Sỹ còn là một nhà thơ đặc-biệt với không gian thi tứ Thiền và thi cảnh cùng giáo lý Phật, đăng trên tạp-chí *Thời Tập, Hải Triều Âm, ...* Về văn-học và thi ca, ông đã xuất-bản *Tô Đông Pha Những Phương Trời Viễn Mộng* (Ca Dao, 1973, một phần đã đăng trên *Hải Triều Âm* cùng năm 1973); trong lời Tựa, ông cho rằng *"Thơ vẫn là một cuộc lịch nghiệm Riêng và Chung, của Thời đại và Lịch-sử. Từ cuộc Riêng, Thơ nương theo đôi cánh Thi và Dịch để đi về nơi Hoằng viễn, dẫn Lịch-sử Uyên nguyên tụ hội với Thời đại. Hình như những sự này tôi nghe được từ nơi thơ của Đông Pha, có nghe lộn hay không, thì không biết. Nhưng cứ xin lấy chỗ nghe được đó ra để bố trí cho quyển sách này"* - vì ông nghiệm ra *"thơ không là ẩn ngữ"*.

Ở phần hai "Những phương trời lữ thứ" cho thấy ông hiểu và sống thi cảm người xưa trong một tình cảnh riêng tây nhưng thi tính và tâm thức lữ thứ tỏa rộng khắp cõi nhân sinh:

"Thơ từ phế phủ ra
Lại làm sầu phế phủ.

Nào chỉ thế thôi ư? Thơ phát ra từ những khổ lụy và những nguyện ước khơi vơi của cuộc tồn sinh; từ độ đó, Thơ đi vào những thảm họa hoành sinh của Lịch sử. Từ buổi bình minh, Thơ vang vọng những lời tình tự thiết tha, từ tiếng chim thư cưu nơi cồn cát, đến những đêm dài trằn trọc, trong nguyện ước lứa đôi ... Thế là, từ những phương trời viễn mộng ban sơ, Thơ dấn bước đi vào Cuộc Lữ. (...)

Thơ phát ra từ cuộc Lữ đọa đày, rồi trở lại đọa đày cuộc Lữ. Cuộc Lữ là trường thể nghiệm lịch sử tồn sinh thảm họa của Thơ. Và Thơ mở rộng những phương trời Lữ Thứ. Quê Hương nguyên thủy chỉ là những âm vang của Lịch sử, vang dội ngân dài trong những phương trời viễn mộng. Cho nên, Đất của Thơ đất Trích, là những vùng đày ải; Đường của Thơ là Quán Trọ, là những bước đường ngược gió. Mặn nồng nơi Đất Trích, lân la nơi Quán Trọ, cuộc thể nghiệm dây dưa với hằng triệu vấn vương, và cũng là cuộc thể nghiệm cho khước từ tuyệt đối. Cho nên, lời Thơ càng lúc càng trầm trọng, như viên sỏi rơi vào lòng biển bao giờ cho tới đầy thì thôi. Biết bao giờ cho tới đầy, để lấy đó làm Quê-Hương hằng cửu? Bởi cách điệu trầm trọng như thế, nên Thơ là phong vận tài hoa, đẹp như những cụm mây trời trong nắng sớm".

Ở Tô Đông Pha, Thi sĩ và Thiền sư chỉ là một: "*Đạt đến cõi thượng thừa của Thơ, như người học Thiền chứng chỗ Không tịch của Đạo; cái đó vừa khó vừa dễ. Học Thiền ba mươi năm, 30 năm đày đọa thân tâm mà không thành. Phẩn chí, bỏ đi; bất chợt thấy một cánh hoa rơi, cõi Không tịch cũng hoát nhiên, đột ngột mở ra. Chỗ ảo diệu đó, khó giảng cho thông. Cho nên không thể nào lấy tay chỉ thẳng vào cõi thơ, rồi bảo đây là chân diện mục của nó..."* [(3)].

Trước 1975, thơ ông đăng tạp-chí và chưa được xuất-bản, sau này có các thi tuyển *Giấc Mơ Trường Sơn (Paris:* An Tiêm, 2002 và *Những Điệp Khúc cho Dương Cầm (*Phương Đông, 2009).

Thơ Thiền ở Việt Nam khởi đi từ những bài thi, phú của các thiền-sư đời nhà Trần thuộc Trúc-Lâm Yên-Tử. Thiền-thi tiên quyết không hẳn là thi-kệ và phải có những chức năng cần đủ để tạo nên thi ca, tức không chỉ nhắc vài từ ngữ nhà Phật là đủ. Văn-học miền Nam thời 1954-1975 này đã có những bài thơ thám hiểm cõi Thiền của Quách Tấn, Hoài Khanh, Trụ Vũ, Phạm Thiên Thư, Bùi Giáng, Nhất Hạnh, Phổ Đức, Phạm Công Thiện, ... và nữ như Trần Thị Tuệ Mai (giải Thơ Văn học Nghệ thuật Toàn quốc năm 1966 với *Không Bờ Bến*), Hoàng Hương Trang, ..., đã đưa vào thơ miền Nam những thi tứ, nội-dung, ... nhà Phật [(4)]. Và ghi nhận các tuyển tập thi văn đã được xuất-bản như *Phận Nạn Thi Tuyển* (do Nguyên Quang, Nguyễn Văn Hòa xb, 1962), *Tuyển Tập Thơ Giữ Thơm Quê Mẹ* (1966), v.v...

Giữ Thơm Quê Mẹ chỉ với 12 số đã là một xuất phát ân sủng cho văn-nghệ ảnh-hưởng Phật giáo và luồng văn-nghệ, tư tưởng thoát ra ngoài khuôn khổ khoa bảng, nhà trường (và dư luận) cho đến lúc đó. Nghị luận và sáng-tác văn-nghệ hiện thực và muốn đáp ứng tâm thức con người thời đại, và đã được độc giả đón nhận như một món quà văn-nghệ bất ngờ.

Số ra mắt, tháng 7-1965, mở đầu với bài thơ Chỗ Đứng của Nhất Hạnh:

"quê hương tôi là đây
chỉ có dòng sông, hàng cau, vườn chuối;
mặt trái đất dù mang đầy cát bụi
nhưng trăng sao vẫn đẹp những đêm Rằm" (tr. 2).

Kế là những bài thơ của Bùi Giáng (Ruộng Đồng Mọc Cỏ, Dưới Trời), Hoài Khanh (Về Nguồn), Phạm Công Thiện (Bất Nhị), ... và lời trần tình của Hồ Hữu Tường về quá-khứ Mác-xít và dân-tộc của mình: *"Muốn "Giữ Thơm Quê Mẹ" thì khắp đâu đâu, tín đồ của đạo thờ tổ quốc đốt xông lên trầm hương của khoan dung và tình thương. Bởi vì, chỉ có khoan dung và tình thương mới có mùi thơm. Còn căm hờn và hận thù bao giờ cũng tanh mùi máu"* ("Ngày trở về của đứa con hoang", tr. 22) - đã như vạch những tiêu-lộ cho tạp-chí.

Đến số 10 (4-1966), nhà văn lão thành Thiếu Sơn tiếp tục nêu vấn-đề "Nhà văn phải làm gì để giữ thơm quê mẹ?", đã tự hứa (và chắc là nhắn nhủ giới trẻ luôn) *"sẽ phải viết những gì khác hơn những cái tôi đã viết trước kia. Tôi phải nói lên đức hy sinh, lòng ái quốc, tinh thần bất khuất của dân-tộc để phản ảnh một phần nào giai đoạn lịch-sử mà tôi chứng kiến"* (tr. 20).

Bài vở đa dạng, với nhiều cây bút thơ văn, nghị luận. Nhất Hạnh ngoài thơ còn có truyện dài đăng-từng-kỳ *Nẻo Về Của Ý* và những bài viết như "Bến Tre: ghi nhận địa lý văn-hóa" (số 2, 8-1965) nhân một chuyến công tác với sinh viên Phật tử, nhìn sông nước, cảnh vật đặc thù địa phương và để dòng suy tưởng giáo lý, văn-hóa, xã-hội và tâm thức trở về, cập nhật... dấn thân: "*... ấn tượng con sông đỏ chảy cuồn cuộn trong mùa nước lên vẫn còn sâu đậm trên tâm hồn tôi, khiến tôi không thể ngồi đấy mà nghĩ mãi đến tre và dừa (...) Hình ảnh của con sông Cửu Long cuồn cuộn chảy là hình ảnh của những* *cuộc đời sẵn sàng lăn xả vào hành động. Hành động, phải hành động dũng cảm. Phải sẵn sàng đối phó. Phải trào lên, phải dâng cao. Phải xăn cao hai tay áo, đi vào cuộc sống một cách tích cực ..."* (tr. 21-22)

Văn thơ tỏ ra những nét rất riêng, một số đại diện cho những tiếng nói "thiểu số" "ngoài lề" về văn-hóa và chính-trị. Riêng thơ, về sau được tập trung trong *Tuyển Tập Thơ Giữ Thơm Quê Mẹ*, như "một vườn hoa thơ bị vùi dập vì giông bão chiến họa trên lòng đất mẹ Việt Nam nhưng vẫn vươn lên khoe sắc", "một tổng hợp tiếng nói về quyền sống, về tình yêu thương".

Nhóm *Giữ Thơm Quê Mẹ* chuyên về văn hóa dân tộc và Phật giáo. Thật vậy, chỉ sau ngày đảo chánh 1-11-1963, các sinh hoạt về báo-chí với những tạp chí *Tư Tưởng, Vạn Hạnh, Giữ Thơm Quê Mẹ, ...* và về xuất bản với các nhà Lá Bối, An Tiêm, Ca Dao... đã lớn dậy, nhất là với sự xuất hiện của các tổ chức, cơ sở Phật giáo, nhất là với sự thành lập Đại học Vạn Hạnh. Các tác giả Phạm Công Thiện, Nhất Hạnh, Trụ Vũ, Phổ Đức, Võ Hồng, Hoài Khanh, ... đã cho ra đời nhiều tác-phẩm qua các thể-loại khác nhau, nhưng nói chung, liên quan hoặc ảnh-hưởng xa gần với triết lý và văn-hóa Phật giáo hoặc những luồng tư tưởng mới hay ngoài luồng kinh điển, giáo khoa thịnh hành. Nhưng các sinh hoạt văn-hóa theo tình thế chính-trị đã nghiêng về tranh đấu. Nếu một số giáo-sư, trí thức, văn-nghệ sĩ phía Công-giáo từ bảo thủ dần dà nghiêng hẳn về phản chiến, thì bên Phật giáo, một trong những nhóm chủ trương hòa-bình kiểu khác và đang tìm cách tuyên truyền thuyết phản chiến và ngụy hòa trên một số các quốc gia tự do, trong đó có cả Hoa Kỳ, và liên hệ đến giáo hội Việt Nam thống nhất, là nhóm Thích Nhất Hạnh chủ trương và lãnh đạo, song hành với một nhóm có tính "chính khách" hơn chung quanh nhân-vật Thích Trí Quang.

Triết lý, tín ngưỡng Phật giáo (chủ hòa, không sát sinh, ...) phần nào đó cũng đã thật sự ảnh-hưởng đến phong trào phản chiến – hoặc con người sử-dụng để "tranh đấu" và làm chính-trị. *Giữ Thơm Quê Mẹ* muốn làm tiếng nói của lương tri Phật giáo và dân tộc, vào thời chiến tranh leo thang với việc Hoa-Kỳ đổ quân trực tiếp tham gia chiến-tranh. Cùng với các vị trí thức Công-giáo thiên tả Nguyễn Văn Trung, Lý Chánh Trung, Chân Tín, Trương Bá Cần, Nguyễn Ngọc

Lan, v.v... qua các báo *Hành Trình, Đất Nước, Đối Diện,* Nhất Hạnh với nhà xuất bản Lá Bối, báo *Giữ Thơm Quê Mẹ*: đã lên tiếng phản chiến mà họ xem như là một lối giải quyết cuộc chiến tranh huynh đệ nhưng chủ động bởi các thế lực ngoại lai – nhưng lại theo phong trào phản chiến ở Mỹ và một số nước Âu Mỹ! Nhiều số *Giữ Thơm Quê Mẹ* - cũng như với các báo khác, bị kiểm duyệt phải bôi đen nhiều câu, nhiều đoạn, điển hình trong các truyện ngắn Thư Viết Từ Một Xóm Quê của Dương Nghiễm Mậu, Ngồi Đợi Ngoài Hành Lang của Nguyễn Đức Sơn, Lý Do của Văn Lệ Thiên, Giao Thừa Bệnh Viện của Hằng Hà Sa, Hoa Vông Đỏ của Nguyễn Phước, kịch Pho Tượng Linh Mai của Chinh Ba, ... ; đặc-biệt truyện ngắn Hoa Vông Đỏ (số 3, 9-1965), kiểm duyệt đã cắt hết những ý mà nhân-vật vừa tìm ra để viết nên tác-phẩm "Hoa Vông Đỏ" làm như muốn bắt người đọc phải tự nghĩ ra!

Các tạp-chí khác ở miền Nam thời bấy giờ như rõ rệt theo một đường lối, nhóm... Khi *Giữ Thơm Quê Mẹ* ra đời còn được hiểu như để làm nơi thử nghiệm triết lý Hiện sinh, Hiện-tượng luận, ... cũng đến với giới trí thức và giới trẻ qua con đường Phật giáo, nhất là từ những năm 1965 với Đại học Vạn Hạnh, các tạp-chí và giáo-sư thuộc Phật học như *Tư Tưởng,...* các giáo-sư, tác-giả như Phạm Công Thiện, Nhất Hạnh, Ngô Trọng Anh, Lê Tôn Nghiêm, Tam Ích, v.v... Mặt khác, *Giữ Thơm Quê Mẹ* không khỏi không tham gia đấu tranh và cổ võ hòa bình. Phi Chiến (không rõ tên thật, tiểu sử!) xuất hiện trên số 11 (5-1966) với bài "Lương tâm của nhân loại và lương tâm của con người" dùng thư từ của sinh viên nêu vấn-đề với các giáo-sư, trí thức mà mọi người xem như là "lương tâm của nhân loại" đã "đồng lõa với kẻ xâm lăng", với guồng máy chiến-tranh. Theo ông, tầng lớp sinh viên, học sinh còn nặng tinh thần dân-tộc nên mới thật sự "đại diện cho lương tâm của nhân loại", và cuộc "cách mạng" mới này phải đi lại từ dưới đi lên "theo đường lối dân-tộc với khả năng và xương máu của dân-tộc để cải tạo cái xã-hội sa đọa này" – bài của *Giữ Thơm Quê Mẹ* mà cứ như của báo đấu tranh in ronéo của sinh viên xuống đường!

Đến số cuối 12 (6-1966), Phi Chiến lại xuất hiện với bài "Tất cả trái tim chúng tôi đều hướng về họ" – "họ" ở đây là một "Liên

Minh Hòa Bình" có khả năng của đạo Phật. Nhân vụ binh lính Hoa-Kỳ nổ súng sau nhà Quốc-hội, ông (hay bà) này đòi Mỹ rút quân về nước và "chấm dứt chiến-tranh để nối lại tình giao hảo giữa hai dân-tộc" Việt và Mỹ: *"không phải chúng tôi sẵn sàng mở cửa cho Việt cộng vào Miền Nam Việt Nam này, không phải là chúng tôi bỏ cuộc tranh đấu chống lại sự xâm nhập của chủ nghĩa Cộng Sản. Nhưng chúng tôi có đường lối chống Cộng của chúng tôi, khác hẳn với đường lối của người Mỹ".* Phi Chiến dẫn lời Thượng Tọa Thích Trí Quang: *"Đạo Phật đại từ đại bi vẫn có đại hùng đại lực để ngăn chận tất cả những chủ nghĩa ngoại lai không có gốc rễ trong dân tộc. Và đạo Phật sẽ có đủ đức độ đem tình thương phủ lên sắt thép."* (tr. 16)

Dĩ nhiên, còn có những bài viết khác, như Thiên Ân trong số 3 (9-1965) có bài "Asoka một chính-trị gia vĩ đại hay là nền hòa bình đích thực cho con người" nhắm người tu sĩ nhưng có thể hiểu là mọi người, đã bàn đến chiến-tranh và chính-trị Chánh pháp cùng "tinh thần khoan đại, tự do và khai phóng của Asoka" trong việc thu phục lòng dân.

Tiếp nối *Giữ Thơm Quê Mẹ* có thể nói đến các tạp-chí *Vạn Hạnh, Hải Triều Âm, Tư Tưởng, ...,* mỗi tờ một mục-đích và độc giả riêng nhưng chung đường hướng tâm linh, tư tưởng.

Có thể nói ảnh-hưởng từ Phật giáo vào văn-chương thời này thực sự rộng lớn, từ văn truyện đến thi ca và cả âm nhạc (như lời nhạc Trịnh Công Sơn pha ngôn-ngữ Thiền, Phật với các trào lưu tư tưởng hiện-đại khi diễn tả thân phận của con người Việt-Nam vào thời bạo động của chiến-tranh)! Tuy vậy thời 1954-1975 đã có những đụng độ văn-hóa và văn-học mà chúng tôi không thể không nói đến. Thật vậy, trước đảo chánh 1-11-1963, một số Phật tử và học giả vẫn cho rằng Phật giáo không được phát huy đúng mức và đúng khả năng cùng giá trị tinh thần, tư tưởng. Tam-nguyệt-san ***Hải Triều Âm*** đã có những bài viết tổng kết và phê phán tình trạng này trước năm 1963. Trần Quang Phúc trong bài "Mười năm sinh hoạt văn-hóa Phật giáo tại Việt-Nam (1963-1973)" (số 2, tháng 5-6-7/1973, tr. 143-163), đã nhận xét rằng một số giáo-sư thuộc nhóm mà ông gọi là "đại học Huế" đã viết về Phật học và Phật giáo cùng lúc giới thiệu thuyết Hiện sinh (*"nhưng bão tố của hiện sinh hình như* *làm cho Phật học mất sinh khí. Phật giáo có thể vô thần như một khía cạnh triết học hiện sinh. Nhưng kinh-nghiệm hiện sinh nếu không phải là kinh-nghiệm từ hữu và hư vô, có lẽ vô thần chỉ là một thứ không sống thực. (...) Cả hai cùng bắt từ kinh-nghiệm thống khổ của con người, trong triết học hiện sinh, kinh-nghiệm thống khổ có tính cách biện chứng, cho nên nó bi quan một cách hùng dũng như Abraham đứng trước dung nhan Thượng đế. Kinh-nghiệm thống khổ trong Phật giáo chỉ là kinh-nghiệm thông thường, đã không hùng dũng lại không giải quyết số phận hiện sinh..."*) khiến cho "*Phật giáo hình như bị đứng khựng lại, và trở thành một thứ hoài nghi khó hiểu*". Họ Trần chỉ trích "*thái độ hoài nghi của các nhà Phật học cổ đại*" bắt nguồn từ 'trí thức Pháp mà trung tâm là trường đại học Louvain (Bỉ) với Vallée Poussin "*đã làm nhức nhối những người học Phật một thời*". Từ những "sai lầm" đó đã dọn đường chuẩn bị cho hiện-tượng Thiền, Heidegger, Nietzsche, ... sau 1964 lên cao điểm (với Phạm Công Thiện, Nhất Hạnh, ...) nhưng rồi 'sụp đổ toàn diện' sau 10 năm. Nay, sau những biến cố chính-trị, tôn giáo xảy ra ở miền Nam từ sau 1963 đến năm 1973 với Hiệp định Paris hòa-bình, họ Trần kết luận "*Phật giáo quả tình đã đóng góp cho thời buổi điêu linh đủ mọi mặt xã-hội, văn-hóa, giáo-dục, bằng tất cả khả năng, và bằng tất cả sự nghèo đói cố hữu của mình*".

Hải Triều Âm là cơ quan của Tổng Vụ Văn Hóa thuộc Giáo Hội Phật Giáo Việt-Nam Thống Nhất cũng đã tổ chức một Đại hội Văn hóa Phật giáo cuối tháng 12-1974 mà những vấn-đề văn-hóa đã được đem ra thảo luận. Chủ-nhiệm kiêm chủ-bút Thích Mãn Giác tiếp Trần Quang Phúc để phản đối những cái gọi là "xúc phạm văn-hóa Phật giáo" với những bài như "Phan Kế Bính, ông là ai?" (số 7, Vu lan 1974), "Khai thác truyện Sãi Vãi ở đại học với dụng ý gì?" (số 8, 12-1974 & 1-2/1975) nghi ngờ việc nhóm Phong trào Văn hóa của LM Thanh Lãng và Phạm Việt Tuyền tái-bản cuốn *Việt-Nam Phong Tục* và đưa Truyện Sãi Vãi vào chương trình học tập ở Văn khoa – Theo ông, Phan Kế Bính là một tân tòng Ki-tô giáo và theo Pháp nên đã "*lớn tiếng đả kích, miệt thị, khinh bỉ Phật giáo một cách trắng trợn, hời hợt và xuẩn động (...) mà khi xuất-bản tập sách này,*

Linh Mục Thanh Lãng, Giám đốc GS Phạm Việt Tuyền, Quản lý Phong trào Văn-hóa xem nó là Bộ Quốc Sử..." (Bđd, tr. 32).

Nguyễn Vy Khanh

Chú-thích:

1- Phan Xuân Sanh. *"Ảnh-hưởng Phật giáo trong thi-ca Việt-Nam"*, Đại Học, số 9, 5-1959; v.v...

2- X. thêm phần giới thiệu Nhất Hạnh về văn-học phản chiến và thi ca của Quyển thượng này.

3- Tuệ Sỹ. *Tô Đông Pha Những Phương Trời Viễn Mộng* (Ca Dao, 1973), tr. 8-9, 16, 105, 106-7 và tr. 85-86.

4- X. thêm Doãn Quốc Sỹ, Hoài Khanh, v.v... ở Quyển Hạ-Tác-Giả.

[*Văn Học Miền Nam 1954*-1975. Q. Thượng (Nhân Ảnh, *2021),* tr. 170-179]

TRẦN THỊ NGUYỆT MAI

Bùi Vĩnh Phúc, "Người Bạn" Thời Hoa Mộng

"Thời hoa mộng" với chúng tôi, nhóm bạn Tuổi Hoa còn giữ liên lạc với nhau sau nửa thế kỷ, là một "*thời xanh* với độ tuổi gọi là Tuổi Hoa, và dường như Tuổi Hoa không tàn theo năm tháng dù thân xác có già nua rồi bại hoại", như Thương Nga thường bày tỏ.

Hương xưa mãi ngát trong hồn
Tuổi Hoa ngày cũ luôn còn trong tim
(Thơ Thương Nga)

Còn "Người bạn", tại sao lại trong ngoặc kép? Xin thưa, nhân một dịp hạnh ngộ cùng nhà văn Nguyễn Lệ Uyên ở Tuy Hòa, anh ấy bảo, "Hồi xưa, bọn anh mỗi lần đọc bài của ai trên báo thì xem như là mình đã quen với người đó rồi. Đến lúc gặp nhau thì đối đãi như bạn". Nếu kể như vậy thì tôi đã "quen" với Bùi Vĩnh Phúc từ thời xanh hoa mộng, lúc vừa tròn trăng. Theo tôi biết, anh có thơ đăng báo từ năm 1968, 1969, tức là khi anh mới chỉ 15 hay 16 tuổi. Xin trích vài đoạn:

đêm về miên man trên vùng tóc cỏ
gió bay rì rào trong lá cây đen
đứng gọi buồn để ướt cả áo len
em khẽ rùng mình – sao rơi lác đác

(...) nghe như thì thầm tiếng ai hát nhỏ
gloria in excelsis deo
lời thánh ca em nghe thoáng mơ hồ
trời lạnh quá và đêm thì thơm quá (...)
(Vàng Sao – BVP – Tuổi Hoa số 121, ngày 1-1-1970

Trong khi đó, phải đến Tuổi Hoa số 141 phát hành ngày 1-11-1970 tôi mới lần đầu góp mặt trên trang Thơ do Quyên Di phụ trách, với bài "Nỗi lòng cô học trò" – mà lại ký tên Hương Ngọc, bút hiệu dùng một lần duy nhất. Thế thì, anh Bùi Vĩnh Phúc lúc ấy chưa hề biết Trần Thị Nguyệt Mai là điều chắc chắn! Sau đó, anh Quyên Di Bùi Văn Chúc cùng người bạn đồng nghiệp – anh Hoài Mỹ Đào Quang Mỹ – thực hiện bán nguyệt san Ngàn Thông (số 1 phát hành ngày 05-05-1971). Từ đó, anh Bùi Vĩnh Phúc chuyển sang đóng góp bài cho Ngàn Thông, trong khi tôi tiếp tục cộng tác với Tuổi Hoa. Nên cách gọi là "bạn" như anh Nguyễn Lệ Uyên nói ở trên chỉ có một chiều.

Anh đóng góp thơ và văn trên Ngàn Thông, bằng tên thật Bùi Vĩnh Phúc lẫn bút hiệu Gammy. Bấy giờ thơ anh xuất hiện thường xuyên hơn, sâu lắng hơn. Chẳng hạn:

Một ngày mưa bay trên tóc
Một ngày thôi hết nắng vàng
Một ngày xa rời lớp học
Cuộc đời ngó xuống mênh mang

(...) Thôi anh giã từ lần cuối
Dù vẫn giữ lại trong hồn
Có gì bình minh suốt buổi
Cho dù bóng nắng hoàng hôn? (...)
(Giã Từ – Gammy – Ngàn Thông số 31, ra ngày 5-8-1972)

Đặc biệt, anh viết "Vườn mây em về" với toàn vần bằng, gợi nhớ âm điệu Tỳ Bà của Bích Khê:

(...) Đôi hài em mang làm bằng nhung
Trâm cài em ngoan như tơ rung
Yêu thương em đi trong hoan ca
Yêu người em mơ trên môi hoa

Bờ vai đen tuyền cho liêu trai
Hồ sao xanh ngời trong thiên thai
Thôi em đi về cho thu vàng
Vàng thu cho mây thêm bay sang (...)
(Vườn mây em về - Gammy - Ngàn Thông số 10, ra ngày 20-9-1971)

Ba bài văn / tùy bút của anh đi trên Ngàn Thông trong năm 1972, âm điệu và lời đẹp như thơ, là bước khởi đầu cho cuộc hành trình sau này. Chỉ xin trích một đoạn trong số đó:

(...) Có phải đó là mùa Xuân không em, khi tình yêu là mây là gió là những sợi tơ hồng quấn quít vấn vương ôm ấp lấy nhau, trong làn gió mát len nhẹ vào hồn em hồn anh. Có phải đó là mùa Xuân không em, khi lòng đất tấu lên những lời reo vui ngày thụ cầm mở ngỏ, rung lên bằng những gót son nhún nhẩy từng đàn em bé náo nức hoan ca. Nếu nói không phải mùa Xuân, tại sao đóa tường vi lại tỏa ngát hương tình yêu thánh thiện như bờ môi em dịu dàng đầu ngày nắng chảy, hỡi em yêu dấu. (...)
(Bay Bay Cánh Hoa Tình Yêu – Gammy - Ngàn Thông Xuân Nhâm Tý 1972)

Ngàn Thông đình bản vào cuối năm 1972 với tờ báo cuối cùng số 40 ngày 20-12-1972. Tôi không còn đọc anh nữa. Không rõ anh có tiếp tục viết và cộng tác với các tạp chí nào khác nữa không? Và rồi tất cả dự định mộng ước một thời xanh cũng tan thành mây khói với cuộc đổi đời. Nhóm bạn Tuổi Hoa của tôi cũng lạc mất nhau sau cơn dâu biển...

Tôi gặp anh Bùi Vĩnh Phúc lần đầu trong buổi chiều ra mắt cuốn *Tản Văn Thi* của nhà thơ Nguyễn Thị Khánh Minh tổ chức tại nhà Tô Đăng Khoa ở Garden Grove, California vào ngày 19-5-2018. Nghe giới thiệu tên Bùi Vĩnh Phúc, tôi nghĩ ngay tới người cùng tên ngày xưa mình đã đọc, nên hỏi, "Có phải anh Phúc là em của anh Quyên Di?" Anh xác nhận, "Đúng rồi". Thật là một tình cờ thích thú!

Tháng 4/2024, Bùi Vĩnh Phúc gửi tặng tôi *9 Khuôn Mặt, 9 Phong Khí Văn Chương,* cuốn sách mới xuất bản của anh, viết về Thanh Tâm Tuyền, Mai Thảo, Vũ Khắc Khoan, Võ Phiến, Nguyễn Mộng Giác, Nguyễn Xuân Hoàng, Phạm Công Thiện, Bùi Giáng và Tô Thùy Yên. Đó là cuốn sách phê bình trên cả tuyệt vời được viết rất kỹ, rất nghiêm túc bằng ngôn ngữ thi ca được BVP 'thai nghén' 30 năm, mà mỗi tủ sách gia đình nên có. Nhờ đó, tôi được biết đôi điều về tác giả: Sinh năm 1953 ở Hà Nội, lớn ở Sài Gòn. Dạy Việt văn và Pháp văn trường Nguyễn Bá Tòng (Sài Gòn và Gia Định) từ 1972 đến 1977. Vượt biển vào tháng 12/1977 và định cư tại California từ tháng 4/1978. Tại đây, BVP đã học và tốt nghiệp chuyên ngành Ngôn Ngữ học, và từ 1989 liên tục dạy Anh Văn và Ngôn Ngữ & Văn Hóa Việt Nam tại Golden West College và tại California State University, Fullerton. Hiện đã nghỉ hưu. Bắt đầu viết tiểu luận và phê bình văn học từ 1982 khi đọc truyện *Ngựa Nản Chân Bon* của Nguyễn Mộng Giác trên báo Đồng Nai tại Quận Cam vì rất thích cốt truyện sâu sắc, diễn đạt khéo léo, đáp ứng được những khát khao về mặt thẩm mỹ trong văn học.

Ngay từ Lời Vào Sách, Bùi Vĩnh Phúc giới thiệu về Văn Học Miền Nam bằng những nét mặn mà:

Văn Học miền Nam Việt Nam, trong suốt hai mươi năm rực rỡ và đầy ánh sáng của nó, đã sản sinh ra biết bao tài năng, làm phong phú và hãnh diện cho dòng văn học dân tộc nói chung, và cho dòng văn học miền Nam nói riêng, trong cái bối cảnh lịch sử của đất nước. Những khuôn mặt tài tuấn, những ngòi bút tài hoa, đã làm bừng sáng cảnh quan phong thổ miền Nam, đất nước cỏ hoa miền Nam, nơi đó, những nét truyền thống của dân tộc, hòa cùng hương hoa và ánh sáng thế giới, và những âm vang của thời đại, đã làm dội lên những khúc hoan ca, hạnh ca, tình ca, hùng ca và bi ca của con người... (sđd, trang 11)

Hay những dòng mở đầu khi viết về thơ Thanh Tâm Tuyền. Tưởng chừng sống lại một thuở nào với thanh âm mật ngọt, quyến rũ, ấm áp, rót nhẹ vào tai của chương trình Nhạc Chủ Đề Nguyễn Đình Toàn mỗi tối thứ năm phát thanh trên đài Sài Gòn mà dù có bận thế nào cũng khó bỏ qua:

Một buổi chiều, một buổi chiều nào đó, như tất cả những buổi chiều ta đã lang thang trên xứ lạ, như tất cả những buổi chiều mặt trời rơi xuống xoáy buồn vào trái tim, ta nhìn đời sống mình bốc khói. Khói cay ngun ngún cháy đi tất cả những ngày đã qua, cháy đi những mộng tưởng cũ kỹ, những hè đường đầy lá úa ướt át, những dòng sông thở nồng mùi gỗ mục. Đời đã ngun ngún cháy đi những giây phút hạnh phúc đẹp đẽ và mơ mộng nhất của ta, cháy đi những cửa sổ mở tung nhìn con chim bay trên trời, những ngõ hẹp cất giấu bóng chiều âm ỉ, và khuôn mặt em, khuôn mặt ướt mưa mà hai bàn tay ta đã nâng niu như một cánh hoa gần. Trong mắt em, ta nhìn thấy ngoài kia cơn mưa chụp xuống giăng kín buổi chiều. Em chớp mi, và bầu trời phủ đầy bóng tối. Một bóng tối thơm ngát mùi hoa chanh. (sđd, trang 19)

Hoặc khi nghe Bùi Vĩnh Phúc định nghĩa về quê hương. Có ai không thổn thức, nao lòng khi nhớ đến?

Quê hương. Nó là tiếng cười ta thuở chân sáo vào đời, là nỗi rộn ràng ta lần đầu nhìn em áo ngoan hài tím tóc thả gió thu, là mộng mơ ta bên em nhìn dòng sông mà màu chiều bơ vơ đổ bóng. Nó là nụ hôn trong vườn đêm thơm mùi ngọc lan thao thiết, bờ môi em dịu dàng hé mở như một cánh hoa. Là chất sữa của nhung trên da thịt em dịu dàng trinh trắng. Là em run rẩy trong tay ta như một ánh trăng xanh chỉ chờ rạn vỡ. Quê hương là những ngày mà gió nắng vẽ trên vầng trán ta biết bao điều lý tưởng, là trái tim ta cháy lên bao tha thiết cuồng say. Và quê hương cũng là những ngày loạn lạc, khói lửa mịt mù, là đắng cay của những người vợ trẻ, là xót xa của những người mẹ già tóc trắng như sương. Quê hương là gió bão, là lời chúc dữ, và là giọt nước mắt ta chảy ra một đêm tối khi chân bước xuống thuyền, là nỗi quặn đau ta mỗi khi nhìn lại, nỗi quặn đau mà ta hằng chắt chiu chẳng nỡ rời bỏ, chối từ. Quê hương. Giọt nước mắt ta chảy ra hóa thành một đêm tối bơ vơ. (sđd, trang 263-264)

Và còn nhiều, rất nhiều nữa những đoạn viết như thơ trong sách, trích dẫn hoài cũng không hết...

Trong trả lời phỏng vấn của tạp chí mạng Da Màu về chuyện "Đọc và Viết & về Văn học Hải ngoại" (28 & 29.8.2025), Bùi Vĩnh Phúc chia sẻ anh yêu sách từ nhỏ nên đã để dành tiền mua sách và đọc đủ thứ. Bên cạnh đó, anh còn đổi sách, báo với bạn bè trong xóm... Hoặc "cất giữ làm của riêng" những báo hoặc tập san có đi thơ, truyện mà anh thích từ "kho" báo chí trong nhà của bố. Khoảng lớp Đệ Ngũ (lớp 8 bây giờ), bằng tiền bố mẹ cho, anh "nướng" hết vào các tiệm bán sách cũ hoặc bán *solde* (có những quyển rất hay và còn mới) để có một thư viện cho riêng mình. Càng lớn, anh lại càng có thêm điều kiện để thu thập sách mới, sách hay với các thể loại khác nhau. Kể từ năm Đệ Nhị (lớp 11 sau này), anh hướng về đọc sách phi-hư cấu đủ mọi thể loại. Đến thời thanh niên, Bùi Vĩnh Phúc tìm đọc nhiều sách nghiên cứu và phê bình. Anh cũng chú ý các loại sách triết, sử, ngôn ngữ, tâm lý, xã hội, nhân chủng, dân tộc học, văn hóa, và kiến thức tổng quát. Anh đọc miên man và liên tục chỉ để tìm hiểu về sự sống, về cuộc sống. Đến tháng Tư 1975, anh đã có một thư viện riêng, khá "bề thế", bao gồm cả sách tiếng Pháp và tiếng Anh.

Để tìm hai chữ tự do, Bùi Vĩnh Phúc phải bỏ lại cả một tủ sách đã chăm chút yêu thương của một thời tuổi trẻ, tạo dựng bằng số tiền nhịn ăn tiêu của chính mình. Với lòng bâng khuâng, trĩu nặng, anh bước lên con tàu nhỏ vào tháng 12/1977 rời xa quê hương với bao thân tình, kỷ niệm... Định cư tại Mỹ từ tháng 4/1978 và tiếp tục "góp nhặt cát đá", đến mùa đại dịch Covid-19 (từ tháng 1/2020 đến tháng 5/2023), anh đã có một tủ sách khoảng 10 ngàn cuốn. Hãy nghe anh kể, "... Rồi, đến một lúc, tôi nghĩ cuộc đời này cũng quá 'vô thường', sao không trao tặng bớt sách đi cho nhiều người cùng đọc. Thế là, sau đó, tôi mất khoảng từ hai đến ba tháng để lục lọi, duyệt xét lại tất cả các loại sách mà tôi đã thu thập được từ khi đến Mỹ, có nghĩa là trong hơn 40 năm tính đến thời điểm ấy. Sách vở lúc bấy giờ được lục ra, xếp la liệt đầy nhà. Tôi lọc lựa ra khoảng từ bốn đến năm ngàn quyển sách để giữ lại; còn tất cả khoảng hơn năm ngàn quyển khác tôi phải cất công cho vào các thùng *carton* (cũng phải ra Home Depot mua nhiều), chất đầy nhà." Rồi, sau đó, anh phải thuê người khuân vác và cùng với họ chở sách đi cho các thư viện.

Đọc sách, tích lũy vốn kiến thức vô tận từ thời tuổi trẻ đến nay, anh đã vượt xa mức tuổi sống của mình, lại được đào tạo có hệ thống, quy củ từ những trường lớp danh tiếng ở Việt Nam sang đến Hoa Kỳ trong ngành Ngôn ngữ học và các ngành khác. Nên, có thể tán dương mà không sợ quá lời rằng, Bùi Vĩnh Phúc là một học giả uyên bác. Bởi thế, cách trình bày và lập luận của anh rất hàn lâm, chặt chẽ. Chẳng hạn trong bài "Nói Chuyện Đọc và Viết & Cái Sống, Thân Phận, Hiệu Ứng của Chữ" đi trên Da Màu (9.5.2024), khi được hỏi, "*Thưa anh, trong việc viết phê bình văn học, anh có đặc biệt thích thú một hướng phân tích hay một phong cách phê bình, nhận định nào hay không?*", anh đã trả lời:

"Phê bình có thể có nhiều hướng, nhiều phong cách. Riêng tôi, tôi quý cái viết của nhà phê bình Gaston Bachelard (1884-1962). Ông là một người được thế giới biết đến như một triết gia, một nhà duy lý dấn thân, một người được đào tạo chuyên môn trong lĩnh vực khoa học, và đã có những công trình quan trọng trong lĩnh vực này.

Ngoài việc được xem là một nhà khoa học, Bachelard cũng được đánh giá là một nhà phê bình văn học kiệt xuất. Trong nhiều tác phẩm của mình, đặc biệt trong quyển *L'Eau et les Rêves* (*Nước và Những Giấc Mơ*), và, trước đó, trong quyển *La Psychanalyse du Feu* (*Phân Tâm Học về Lửa*), Bachelard đã dùng tinh thần khoa học pha với một ngôn ngữ nhiều chất thơ, tạo nên một thứ thi pháp kết hợp với những suy tưởng, phân tích hiện tượng luận, để đặt thi ca và văn chương trong một quan hệ tốt đẹp và nhiều thành tựu với khoa học về tâm lý.

Khuôn mặt trong gia tài khoa học/văn học của Bachelard mang dấu ấn của một nhận thức luận và một thi pháp học đặc thù, đã cho thấy triết lý, tư duy nơi ông là một tư duy kép, gồm cả tư duy khoa học và tư duy thi ca. Ông cho thấy dù đó là hai mảng có vẻ đối chọi nhau, con người không thể tư duy mặt này mà thiếu mặt kia. *Animus* và *Anima*. Trong tác phẩm *La Poétique de la Reverie* (*Thi pháp của mơ mộng*), Bachelard đã đối lập *animus*, gắn bó với tinh thần khoa học, tượng trưng bằng lý trí, với *anima*, gắn bó với mơ mộng và tưởng tượng.

Cũng thế đối với Maurice Blanchot, một nhà phê bình kiệt xuất khác của Pháp. Trong tác phẩm *L'Écriture du Désastre* (*Writing the Disaster*, 1980), một tác phẩm chứa đựng những suy tư mang tính triết học sâu sắc, thể hiện qua một lối viết được giới phê bình gọi là "prose fragments", người ta cũng có thể đọc được những đoạn văn đầy thơ mộng của Blanchot.

Tôi thích hướng phê bình và cái viết của cả Bachelard và Blanchot. Dĩ nhiên, còn có những người khác nữa. Có thể tạm kể như Mikhail Bakhtin, Roland Barthes, Roman Jakobson, Claude Lévi-Strauss, Jean Pierre Richard, Pierre Macherey, Charles Mauron, Normand Holland, Jean Starobinski, v.v.. Mỗi người viết như thế là một ánh sao, mà cái ánh sáng họ để lại còn làm cho chúng ta, những người đọc, nhìn ngắm, theo đuổi."

Lấy bất cứ bài viết nào trong cuốn sách *"9 Khuôn Mặt. 9 Phong Khí Văn Chương",* ta cũng có thể thấy phong cách đó của Bùi Vĩnh Phúc. Chẳng hạn, như bài "Vũ Khắc Khoan & Samuel Beckett: Nghệ thuật như một cái cớ". Phải đọc toàn bài để thấy cái tuyệt vời của lý luận và phê bình. Anh dẫn dắt độc giả đi từ lập luận này đến lập luận khác rất cuốn hút.

Tôi có được xem đoạn video trong ngày ra mắt sách *"9 Khuôn Mặt. 9 Phong Khí Văn Chương"* này của anh. Tất cả những nhà văn, nhà thơ, nhà báo, giáo sư, dịch giả... có mặt đều rất khen phần văn chương và phê bình của BVP. Nhà thơ Trịnh Y Thư nhận xét, "Đặc trưng trong phong cách văn học của Bùi Vĩnh Phúc hàn lâm nhưng không thiếu tính thơ và trữ tình, bởi vì trước khi đi vào lý luận văn học thì BVP đã từng là một nhà thơ. Phê bình văn học đòi hỏi người viết phải có một căn bản về văn học, các lý thuyết văn học. Ngoài ra, còn phải thấu triệt các vấn đề về triết học, tâm lý học, mỹ học; thậm chí các ngành khác như âm nhạc, hội họa, kịch nghệ, v.v... Bùi Vĩnh Phúc là một nhà phê bình văn học đứng đắn, nghiêm cẩn". Giáo sư Trần Chấn Trí chia sẻ, "Khi xem xét một bài thơ", với lối phê bình tài hoa của một "Nhà Phê Bình/nhà Ngôn Ngữ Học [, BVP] đã soi sáng cho người đọc thấy hiệu ứng âm thanh đóng một vai trò trọng yếu như thế nào trong nghệ thuật làm cho những vần thơ, yên lặng trên trang giấy, lấp lánh trên không gian ba chiều, cộng thêm chiều thứ tư là cảm xúc của người đang thưởng ngoạn bài thơ [...] Bùi Vĩnh Phúc xem xét nhiều góc độ khác nhau như lời thơ, ý thơ, tứ thơ, vần điệu. Nhưng đặc biệt là anh chiếu thẳng vào từng từ ngữ, tháo tung nó ra như người thợ sửa đồng hồ săm soi từng bộ phận chi li của nó... Bùi Vĩnh Phúc đã say mê đi thật sâu vào thế giới âm thanh của từng chữ, từng âm tiết, thậm chí từng âm tố... Từ trước đến giờ, chưa có ai phê bình thơ mà đi vào tận cùng thế giới âm và thanh như Bùi Vĩnh Phúc. Anh dùng ngôn ngữ học để lột trần ngôn ngữ trong thi ca..." Nhà văn Đặng Thơ Thơ phát biểu, "Độc giả có thành kiến rằng phê bình văn học là những gì khô khan hay 'hại não', nhưng thành kiến đó không đúng với Bùi Vĩnh Phúc, nhờ cách vận dụng ngôn ngữ, thủ pháp nghệ thuật, và sự liên tưởng để bài phê bình cũng là một bản văn đầy chất thơ, làm rung cảm người đọc. Cuốn sách *9 Khuôn Mặt. 9 Phong Khí Văn Chương* là chứng nghiệm thơ mộng như thế. Trong cuốn sách này, Bùi Vĩnh Phúc đã sử dụng nhiều phương pháp phê bình để tiếp cận văn bản, trong đó có cấu trúc luận, ký hiệu học, ngôn ngữ học, và áp dụng phân tâm học và hiện tượng luận để soi rọi khung văn hoá của từng đối tượng được nghiên cứu... [Qua cuốn sách, BVP viết về] *9 Khuôn Mặt 9 Phong Khí Văn Chương*, nhưng theo tôi phải là 10, vì phong khí văn chương thứ 10 là chính Bùi Vĩnh Phúc."

Từ những bài thơ đăng báo hồi Tuổi Hoa cách nay hơn nửa thế kỷ đến những bài viết của hiện tại, "Người bạn" thời hoa mộng ấy đã đi những bước dài bằng đôi hia bảy dặm, nêm đầy kiến thức mỗi ngày qua việc dạy và học, đọc sách, vui chơi cùng bè bạn và cả những cuộc lữ đó đây. Nhà báo Phan Tấn Hải tiết lộ, "Bùi Vĩnh Phúc là hình ảnh một Cung Tiến bên âm nhạc, do Cung Tiến sáng tác nhạc rất ít nhưng ngày nào cũng sống với âm nhạc. BVP cũng viết rất ít nhưng đọc mỗi ngày và đọc nhiều lắm. Khoảng gần 40 năm trước, Phan Tấn Hải ghé nhà Bùi Vĩnh Phúc ở Irvine có 2 phòng nhưng đầy sách, sách xếp thành hàng cả dưới gầm giường." Giáo sư Quyên Di cập nhật, "Căn nhà PTH nhắc đến là nhà cũ, nhà hiện nay của BVP rộng hơn nhiều, có tới 4 phòng, nhưng 3 phòng rưỡi dùng để chứa sách!"

Xin chúc mừng anh Bùi Vĩnh Phúc, người mãi mãi chung thủy với văn chương. Hy vọng sẽ tiếp tục được đọc những tác phẩm mới của anh mà tôi đoan chắc đó là những viên ngọc quý. Vì chúng được tác giả viết một cách cẩn trọng bằng trái tim yêu thương và khối óc sáng suốt của một người tài hoa, sống cùng và sống với văn chương. Trọn đời.

Trần Thị Nguyệt Mai

Tháng 11/2025

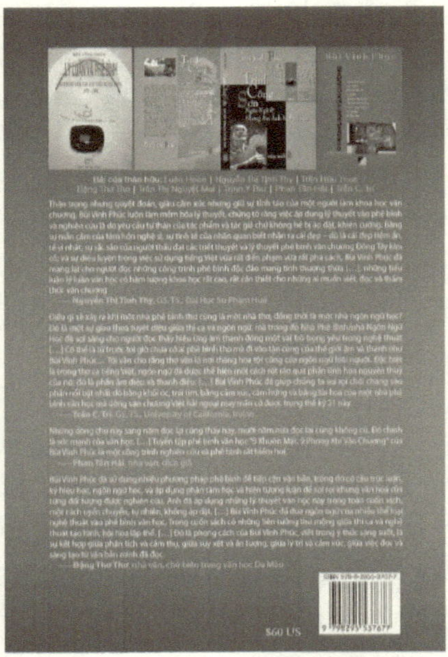

BÙI VĨNH PHÚC

RỒI MỘT BUỔI NÀO THÌ TÔI CŨNG SẼ BAY ĐI

Tôi đi vào một cánh rừng trăng
Trăng giải đầy trên cây trên lá và mướt thơm như những giọt nước mưa ôm phủ lấy những sợi lông măng hồng mịn
Lá cây long lanh ánh trăng xanh. Một mùi thơm bí ẩn của trần gian
Dòng sông cạnh khu rừng róc rách chảy qua những ghềnh đá
Dòng sông xanh và khu rừng xanh
Con trăng xanh vẫn còn nằm mãi trên đỉnh non cao
Bọt ngầu lên ở một vài chỗ. Cả bọt và những ghềnh đá cũng mượt mà ánh trăng
Và tiếng sao trôi nhỏ to róc rách theo dòng nước kia chảy mãi vào rừng sâu
Cánh rừng yên ắng như một tấm chăn, như một tấm dạ xanh mềm mại
Nó phủ kín lên những hoài vọng tuổi thơ, những giấc mơ tuổi nhỏ
Dưới tấm chăn trùm kín lên bốn thành ghế
Trong căn gác kia, ngày xưa,

thằng bé nào ẩn mình nghe tiếng mưa rơi thổi dài trong khu xóm vắng
Tiếng mưa rơi như đến từ một xứ sở nào xa thẳm
Trong mưa cũng có ánh sáng của những vì sao
Những vì sao trốn mẹ theo mưa đi chơi mấy triệu năm ánh sáng
Thằng bé chui dưới tấm dạ xanh mềm căng tai nghe ngóng những tiếng mưa sao
Chung quanh nó là tối đen
Và những vì sao cười đùa khúc khích trong khu xóm nhỏ
Những vì sao bay qua những khu nhà gỗ, những ngôi nhà đá, những mái nhà tranh
Chân không, chúng chạy nhảy trên những nóc nhà, những mái ngói, những tàu chuối và những tàn cây
Trên những hàng hiên, lũ sao chơi đánh đáo và ô ăn quan
Trên những chạc cây, chúng ẩn núp và bắn nhau bằng ná cao-su bật gió
Ôi những vì sao trốn nhà đi chơi cả mấy triệu năm ánh sáng
Thằng bé trong tối mịt dưới tấm dạ mềm vẫn để ý lắng nghe...
Bây giờ, trong cánh rừng trăng này,
những vì sao vẫn khúc khích đuổi nhau chạy vào rừng sâu
Những vì sao long lanh trên đầu bọt ngầu xanh sáng
Rồi bỗng thấy một cô gái đi về phía tôi
Chẳng biết cô từ đâu hiện ra
Tóc cô dài ngang vai và chân cô đi đôi hài tím
Tại sao một cô gái hài tím trong rừng trăng xanh?

Đến bên tôi, cô hỏi anh đang tìm gì
Tôi bảo, có lẽ là cuộc đời, có lẽ thế
Cô gái cười một nụ trăng hồng
Rồi vục tay xuống dòng sông đầy ánh sáng, cô múc lên một dòng suối nhỏ và đưa tôi
Mắt cô mềm xanh như lá
Trong tay tôi, dòng suối vẫn trôi róc rách và lấp lánh ánh những vì sao
Tôi đưa nó lên ngang tầm mắt và nhìn

Một vũ trụ nhỏ đang hát ca trước mắt
Dòng suối và những vì sao thuở nhỏ
Những vì sao đã chạy nghịch những đêm mưa trong khu xóm vắng của mấy chục năm về trước
Chúng đã chạy kịp về nhà và không bị mẹ đánh đòn
Bây giờ chúng lại đi chơi
Tại sao những vì sao di chuyển quá nhanh? Tại sao mấy triệu năm ánh sáng?
Tôi bỏ dòng suối nhỏ và những vì sao của mấy triệu năm lấp lánh kia vào túi áo
Tôi nghe chúng xô đẩy reo vui bên trái tim mình...
Bỗng chỗ tôi đứng như nghiêng đi cùng với tiếng gió dông thổi đến
Tôi ngã vào khoảng không và chỉ nhìn thấy một màu trăng đỏ quạch
Đâu rồi ánh trăng xanh?

Tôi rớt ra bên ngoài thời gian
Rơi vun vút vào tương lai hay vào quá khứ làm sao tôi biết
Bên cạnh trái tim tôi, dòng suối kia và những vì sao vẫn thở
Tiếng thở của rừng
Và tôi rớt vào một ngôi nhà nhỏ
Trên lầu, có một ô cửa sổ mở ra những hàng cây
Trên thành cửa sổ có những chậu hoa nhỏ màu vàng pha tím
Tít ở góc phòng bên kia cũng có một khung cửa sổ
Nó trổ ra những mái nhà
Những mái nhà ngói đỏ mềm mềm như sóng
Những mái nhà dẫn lên bầu trời buổi chiều đang chụp xuống lơ thơ những vì sao
Một cô gái đang ngồi chơi trên mái nhà
Tóc cô chấm lưng và có vài chiếc lá khô vướng vít
Đôi chân thon dài, co lại. Hai bàn chân cô để trần
Tôi trèo ra ngoài cửa sổ
Chiều vẫn tiếp tục thả xuống những chùm bóng tối mùi ngọc lan
Cô gái trông quen quen làm tôi ngờ ngợ
Nhưng cô làm như đã biết tôi tự thuở nào

Thỉnh thoảng em thích ngồi chơi như thế này trên mái nhà mỗi khi chiều xuống
Ở đây có nhiều chim
Ở đây có nhiều chim như ở quảng trường San Marco bên Venice, Italia
Có cả những con mèo. Nhưng mèo chẳng đuổi bắt chim
Chúng chỉ ngồi chơi hoặc đi dạo bên nhau
Có khi em còn thấy cả một, hai con chó nhỏ
Đi lang thang trên những nóc nhà
Chúng nó, những con chim con mèo con chó ấy
Hình như cũng biết nhìn sao
Tôi ngồi xuống bên cô gái
Những mái nhà uốn lượn rộn ràng như sóng trôi mãi vào vô biên
Chiều đã mất hút và đêm ập xuống
Đôi mắt cô gái vương màu tím than của những ánh sao xa
Để em lấy cho anh một ngôi sao
Cô gái nói rồi với tay về phía những vì sao
Nhấp nháy, nhấp nháy
Xanh, tím, và hình như có cả ánh vàng
Trong bóng trăng xanh,
dáng em với tay lên cao trông như một cánh chim
Một nốt nhạc
ở phía những *octaves* réo rắt
Tôi nói nhỏ như thế trong lòng mình
Nhưng cô gái chưa kịp lấy được gì cho tôi
thì cô đã bị hút lên cao về phía những vì sao vẫn còn bồi hồi nhấp nhánh
Tôi chẳng thể làm gì
Sự việc xảy ra quá nhanh, sức hút của những vì sao quá lớn
Những vì sao đã quá yêu cô
Và cô đã bay lên cao khỏi những mái nhà
Như một nốt nhạc và một cánh chim
Ở bên kia thời gian. Anh ơi, ở bên kia thời gian
Tiếng cô gái yếu ớt vọng lại
Tôi nhìn mãi cho đến khi cô gái mất hút vào mây

Tại sao những vì sao? Tôi tự hỏi tại sao những vì sao
Trở lại cửa sổ và trèo vào nhà
Một đôi hài tím còn để ở góc phòng...

*

Rồi tôi thấy tôi lang thang ở vùng biển Địa Trung Hải
Saint-Paul-de-Vence, gần Nice, Côte d'Azur
Những con đường nhỏ lát gạch cũ kỹ ngoằn ngoèo dẫn mãi lên cao.
Village d'Èze giữa trời Nice và Monaco.
Những kiến trúc để lại từ thời Trung Cổ
Những bức tranh của Picasso, Klee, Dufy, Utrillo, Derain
treo đầy những bức tường ở Colombe d'Or
trả giá cho những bữa ăn thời các họa sĩ còn đang lang thang đói rét
Và mộ Marc Chagall nằm trên đồi cao gió thổi
Giữa những um tùm cây cối và những tiếng đùa vọng của chim
Ánh sáng ở đây như được lọc qua những tấm kính màu
Ở Chapelle du Rosaire do Matisse làm ra
Ánh sáng thơm và mát
Chagall đã ra đi từ 1985

Tôi gõ tay vào ngôi mộ xi-măng giản dị
nguệch ngoạc hình thiên thần hai cánh tung bay, tay cầm một chân nến Hanukkah
(Ngôi mộ giản dị hơn bất cứ một ngôi mộ nào ở cái nghĩa địa gió này)
Ông cụ mở cửa hỏi tôi cần gì
Tôi bảo tại sao con người lại bay đi như chim
Tại sao con người là một nốt nhạc
Ông cụ bảo rồi anh cũng sẽ bay đi
Anh cũng là một nốt nhạc
Con người ai cũng có khả năng bay
Còn khi rung động thì họ là một nốt nhạc
Con người sẽ bay lên và họ sẽ trở thành những nốt nhạc
Nhất là khi họ yêu thương và muốn với lên những vì sao

Tôi cám ơn ông cụ và đi lang thang về những con đường,
những thành phố khác
Ở Czechoslovakia,
mùa Xuân vẫn còn đang nở tại Praha
Kafka và những giấc mơ
Và những con đường ngoằn ngoèo nguệch ngoạc vẫn chạy mãi vào
những trang lịch sử
Cầu Charles trên dòng Vltava
và nhà thờ Saint George ở Xóm Cũ
Tại Budapest, lịch sử Hung Gia Lợi vẫn trôi
trên dòng Danube
Con người vẫn sống vẫn thở vẫn yêu thương trên hai bờ Buda và
Pest
Ở Yugoslavia,
tôi nằm nghe gió thổi miên man trên cái *kapia*
Cầu trên sông Drina
Ivo Andric
Những cuộc đời lại quày quả trở về
xôn xao trong tim trong mộng
Và chiếc cầu đá cổ ở Mostar
trên dòng Neretva
Bao thế kỷ rồi vẫn nhìn đời sống lướt trôi lướt trôi về vô tận
Tôi đứng trên cầu nhìn những xóm nhà heo hút
dần dần khuất bóng vào sương núi lam chiều
Ở Sarajevo, ở Dubrovnik, và ở biển Adriatic cô liêu
Những con người vẫn bay đi bay về trên dòng thời gian quạnh quẽ
Đó là một dòng chảy xanh lơ
Bây giờ máu đang chảy ra ở những nơi chốn đó
Những mộng mơ tôi nơi ấy chắc cũng hoảng hốt đập cánh tung bay
Tôi lại nhớ đến quê nhà
Những con đường và những bóng cây
Những làn khói xanh lơ và những dòng sông thuở nhỏ...

Tôi vẫn đi trên những con đường của cuộc đời
Gió mưa nắng quái và những sáng bạch chiều rơi

Những ánh sáng và những hương hoa tôi thầm ôm ấp
Có khi là những con chim dịu dàng mềm mại
chúng thổi tiếng vi vu của cuộc đời vào lòng tôi sâu thẳm
Có khi, ừ có khi, chúng biến thành những vệt gai đâm
Hay có khi chúng thành những mảnh kính sắc
Đâm cắt vào lòng rạch nát vào tim
Tại sao những mảnh kính tại sao những mẩu gai?
Tại sao tiếng cười tại sao dòng lệ?
Thế nhưng tôi vẫn yêu mãi cuộc đời
Tôi vẫn chẳng thôi yêu thương những con chim, những dấu gai, và những mảnh kính sắc kia
Chúng dạy cho tôi biết thế nào là cuộc sống
Thế nào là dòng máu thế nào là trái tim
Thế nào là khổ đau thế nào là hạnh phúc
Và bảo rằng tôi vẫn ở giữa muôn thuở con người
Và thế nào là một niềm tin.

*

Cậu bé nhỏ vẫn còn nghe mãi những tiếng mưa rơi
Những tiếng mưa rơi mịt mù trong khu xóm vắng
Tiếng mưa chạy đuổi nhau với những vì sao
rớt về từ triệu năm ánh sáng
Tôi vẫn đứng trong khu rừng kia
Người con gái mắt mềm như lá, cười một nụ trăng hồng, múc tay xuống dòng sông ấy
(Dòng sông lổ đổ tiếng cười của những vì sao)
Cầm lên đưa tôi một con suối nhỏ
Con suối giờ vẫn còn xao động trong tim
và những vì sao trong đó vẫn còn thức giấc

Tôi vẫn ngồi trên một mái nhà
Những con chim con mèo con chó vẫn còn lang thang dạo chơi trên ấy
Và người con gái kia

với đôi mắt vương màu tím than của một ngôi sao chấp chới
Đêm vút lên thành một nốt nhạc
Rồi lặng yên bao phủ cuộc đời...

Tôi vẫn đi trên những con đường
Ánh sáng và bóng tối
những sớm nắng và những chiều sương
Có khi tôi hát ca có khi tôi ngồi quạnh quẽ
Một nửa ánh trăng che mái hiên đời
Những mảnh sắc, những gai đâm, những con chim, những đóa hoa,
những cây
lá...
Xếp lại dần thành vóc hình tôi

*

Rồi một buổi nào thì tôi cũng sẽ bay đi
Một ông cụ già đã bảo cho tôi biết trước
Tôi sẽ bước ra ngoài thời gian
Như trèo ra ngoài cửa sổ trổ ra song sóng những mái nhà
Trổ ra một bầu trời xanh xa sâu thẳm
Có những ngôi sao thơm mùi ngọc lan
Và tôi sẽ bước đi
ở một chiều biên giới khác.

Bùi Vĩnh Phúc
Saint-Paul-de-Vence, VII. 1993
California, VIII. 1993

HK

LUÂN HOÁN

HỘI AN, NƠI CHÔN CUỐNG RÚN THƠ

Lâu năm trở lại Faifo
nghe hồn Phố Hội dạt dào cỏ cây
Chiêm, Hà, Bồ, Pháp, Tàu, Tây...
còn vương trong hạt bụi bay hững hờ
chỉ giùm ta vạt đất nào
đã chôn cuống rún trổ thơ thành chùm
...

Hội An, Hội An, với tôi là một tên gọi đằm thắm, thân quen như tên một người yêu chung tình.

Trong hơn sáu mươi năm tiêu xài cuộc sống, tôi đã trôi giạt đến nhiều nơi trên mặt đất, dòng máu trong tim tôi bây giờ không biết đã hao hụt bao nhiêu, đậm nhạt thế nào. Nhưng có một điều chắc chắn, chúng vẫn đỏ, và vẫn nồng nàn khi nghĩ về những địa danh ở quê nhà, nhất là nơi đã chôn giữ cuống rún bé nhỏ của mình.

Nhớ về Hội An, viết về Hội An, nơi chôn cuống rún, tôi không thể không lấy lòng ra để sờ mó, nhìn ngắm lại một vóc dáng, một nhan sắc của một con đất kỳ diệu thuộc xứ Quảng Nam. Thịt da của đất đá, của cỏ cây, của con người ở chốn trầm hương này đã dần dần trưởng thành từ thế kỷ 16. Khuôn mặt kinh tế, khuôn mặt văn hóa đã có thời phương phi, rạng rỡ, có thể là một vùng sống hợp chủng đầu tiên, được gọi bằng nhiều mỹ danh. Nhưng cho dù là Hải Phố, Hoài Phố, Hoa Phố, Faifoo, hay gọn nhẹ, thân mật chỉ một từ Phố, Hội An vẫn là Hội An, với cốt cách, phong thái vừa đủ để mời gọi, vừa đủ để nhớ tưởng.

Cuối năm 1999, tổ chức UNESCO đã chính thức công bố tại thành phố Marrakech, nước Ma-rốc, tuyển chọn Hội An vào danh sách Những Di Sản Văn Hóa Của Nhân Loại, có phải là một khẳng định giá trị đích thực của Hội An?

Tôi có cái may mắn được chào cuộc sống trong lòng phố cổ nhỏ bé này. Lại càng được may mắn, chỉ có duyên hít thở liên tiếp cái không khí của cõi Hội An trong vòng năm năm đầu đời. Năm năm, một chiều dài quá ngắn nhưng đã vừa đủ để một não óc non nớt, một trái tim trong suốt, chụp bắt, lưu giữ đến trọn đời những hình ảnh ngọc ngà nhất. Tôi ngây ngô tin rằng: thời gian càng dài, kỷ niệm càng đầy thì lòng tưởng nhớ, mến thương càng hao hụt. Và tôi đã bằng lòng, rất bằng lòng với cái gia tài kỷ niệm nghèo nàn, gầy vốn trên vuông đất đã chôn cuống rún của mình. Bởi lẽ, trong cái nghèo đó, tôi thấy giàu mãi ra những nhớ nhung, thương mến.

Đã biết bao nhiêu lần tôi ngồi một mình, nằm một mình, đi một mình và miên man nhớ về Hội An. Một cây vông đồng già đầu ngõ phố, một mái hiên đầy gió, một vuông sân cát vàng, lúc thúc hai chỏm tóc. Ngày theo tháng, tháng theo năm lặng lẽ qua. Một chỏm tóc học đòi đùa chơi với ngôn từ. Còn chỏm kia không biết về đâu. Còn tồn tại hay đã bị hủy diệt? Kẻ đùa chơi với vần điệu là thằng tôi hư hỏng này. Kẻ biệt tăm biệt tích kia là người bạn đầu tiên trong pho danh sách bằng hữu dày cộm của anh chàng mê thơ, tên Châu. Không hình dung nổi khuôn mặt, không gợi nhớ nổi tên gọi. Nhưng rõ ràng bên tôi thỉnh thoảng vẫn phảng phất hình dáng người bạn xưa với cái vỏ nghêu đầy cát cùng cái lông gà mướt hương tay. Người bạn đó không chỉ sống trong tôi bằng tưởng tượng. Anh còn sống trong tôi bằng một vết hằn da thịt thân thương. Ôi, làm sao có thể tin vết răng sữa ngày xưa vẫn hiện diện trên lớp da bụng dày bụi đời của mình. Tôi sờ lên vết cắn, cho tay và lòng cùng thấy lại chiếc răng. Ngậm ngùi thay kỷ niệm. Cái xót xa dịu dàng tình cờ làm tôi ngây ngất vu vơ. Chồi kỷ niệm về bằng hữu đầu đời của tôi chỉ đơn giản như thế.

Trong vòng hơn 4 năm, kể từ ngày được ra đời, tôi đã sống với Hội An trong những tháng năm ấm đẹp. Kinh tế gia đình song thân tôi tương đối khá giả, giúp tôi có một ấu thơ thật trong sáng.

Vào những đêm trăng mùa hạ, tôi thích thú nằm trên chõng tre được đặt trước sân nhà. Ngoài những cơn gió thỉnh thoảng bay ngang, tôi còn được một chị nuôi luôn tay đẩy đưa chiếc quạt giấy, và vui miệng kể những truyện cổ tích thật xa lạ, hoặc khe khẽ giọng ru những câu hát, mà tôi chưa hề biết đó là ca dao.

Nằm trên cái bao la êm dịu ấy, tôi chưa bao giờ thiu thiu ngủ. Mắt tôi đậu lên mặt trăng. Quả thật có một cây đa to ở đó, như lời chị nuôi đã kể. Tôi tìm chưa gặp được chú cuội. Có thể chú đang nằm khoanh bên một nhánh rễ lớn nào dưới gốc đa. Tôi nghiêng đầu, mặt trăng nghiêng theo. Tôi quay ngược cả hướng nằm, mặt trăng vẫn dán ngay trước mặt tôi cái đĩa bàn vàng óng của nó. Một nỗi lâng lâng khó tả xâm ngập cơ thể tôi. Làm sao mà ngủ cho được. Trong miên man chiêm ngưỡng, mắt tôi chợt bám theo một ngôi sao vụt bay. Ánh sáng im lặng kéo dài ra như một sợi chỉ mềm và tức thì đứt đoạn. Ngôi sao bén rễ trên bầu trời, tự dưng bị bứng ra rồi rơi về đâu? Tôi chưa bao giờ thấy được điểm đến của ngôi sao băng. Đường bay thật rõ ràng dù chớp nhoáng, nhưng sau đó chìm khuất hẳn giữa muôn triệu ngôi sao khác đang lấp lánh. Nó trốn khỏi cuộc chơi? Nó đi ngủ? Hay vì một lý do nào khác? Hình như tôi đã biết băn khoăn.

Bầu trời đêm mùa hạ, mỗi lúc như rộng dần ra. Sao và trăng đua nhau tỏa sáng. Trong ánh sáng này, tôi nghiệm ra bao giờ cũng óng ánh nước và chưa hề hay không muốn lấp hết nền trời phơi phới xanh. Những chòm mây cũng hiện diện lặng lẽ, tưởng chừng như chúng đã chết sững từ lâu.

Đêm tinh khiết làm lòng tôi càng thanh thoát. Đâu đã biết gì để ước mơ, nhưng rõ ràng có một chờ đợi. Và không hẹn, nhưng gần như đêm nào tôi cũng gặp một giọng rao, một ánh đèn bị giam trong bốn tấm gương nhỏ, biết di động như một con đom đóm lớn. Con đom đóm đó đã mang lại cho tôi những chén chè đậu váng thơm ngọt, gởi gắm cho tôi cái thú hảo ngọt suốt một đời.

Hội An chỉ mới cho tôi được ngần ấy. Chưa kịp cho tôi già ngày tháng với một cánh cửa lớp, một đoạn đường thơm sách vở trên lưng. Đã vội vã cho tôi những nghi ngại, ngỡ ngàng khi được lặng lẽ cõng xuống một chiếc ghe bầu. Đêm không tối lắm. Và không hiểu sao lâu nay ba tôi đi vắng. Trong lòng ghe tròng trành, má, chị và em trai tôi đều có mặt, đều im lặng. Chúng tôi bỏ Hội An mà đi bằng chính dòng sông thân yêu của nó.

ra đi vào nửa đêm
trăng vừa lặn một bên
trời trải sao lấp lánh
đêm từ từ mông mênh
nằm ngửa giữa khoang ghe
lắng nghe mái dầm tre
chao nghiêng vào sóng nước
trôi lựng chựng e dè
mẹ ngồi ẵm em trai
bỏ lọt tiếng thở dài
rơi qua dòng tóc dính
hương thơm chiếc trâm cài
...

Sau năm 1955, tôi có dịp ghé thăm Hội An thường hơn. Mặc dù mái gia đình của ba má chúng tôi không còn ở phố cổ này. Ông bà tái lập nghiệp tại Đà Nẵng. Mỗi lần vào Hội An, tôi mang cái cảm tưởng, mình là người khách lạ. Càng về thăm, càng lạ dần. Càng lạ dần, tôi càng lo thu giữ cho mình được nhiều kỷ niệm. Cái mâu thuẫn này có vẻ ngớ ngẩn, nhưng riêng tôi, nghiệm rất đúng. Gia tài kỷ niệm về Hội An của tôi giàu hẳn ra theo cái chiều dày của danh sách bằng hữu cư ngụ tại Faifo. Những Thành Tôn, Thái Tú Hạp, Hoàng Quy, Tống Nhạn, Tống Văn Diệu, Hoàng Lộc, Duy Mãnh, Nguyễn Quới... mang đến cho tôi thật nhiều hình ảnh.

Tuy vậy, những đêm ôm Hội An mà ngủ của tôi cũng chưa vượt nổi số lượng ngón trên hai bàn tay. Trong khoảng thời gian hai mươi năm kể từ 1955 đến 1975, tôi chỉ có được hai đêm để chuẩn bị vào làm học sinh trường trung học Trần Quý Cáp. Một đêm thức trắng tán dóc với Thái Tú Hạp ở một góc sân chùa Ông. Một đêm uống nước mía với Nga-Đại Lộc. Một đêm ăn cao lầu với Quyên-Thanh Bình. Một đêm lau nước mắt cho Lý-Phước Ninh. Một đêm hộ tống Dương Phù Sao (Phan Duy Nhân) đến chiêu dụ Ngân Hà. Vỏn vẹn chỉ có thế. Những lần khác chỉ sáng đi chiều về, nhưng đều đều ba bốn tuần một bận.

Tổ ấm của người chị cả tôi ở đường Phan Châu Trinh vẫn xếp tôi vào loại thượng khách, bởi lòng thương em vô biên của chị, bởi sự quý kính ông cậu của các cô cháu gái mặn mà nhan sắc: Quế, Xuân, Quyền, Hòa. Nhưng tất cả những tình thương tuyệt vời ấy đã không giữ được tôi qua đêm ở Hội An.

Cái gì làm cho tôi ngại với bóng tối của cổ phố giàu nghệ thuật này? Không có lý do nào chính đáng. Tôi thèm đi, thèm nhìn, thèm rong chơi. Nhưng rất lười ăn, lười ngủ. Chiều dài của một đêm nằm trong mùng, nghe muỗi than thở xin máu trên một cái giường lạ hơi, quả không hấp dẫn nổi tôi. Tôi cũng rất chán lặp lại những cuộc viếng thăm bất đắc dĩ đàn rệp ở rạp Phi Anh. Đồng thời ngán ngẩm trước những mai phục của bóng tối trong lòng các con đường thanh vắng.

Nhan sắc Hội An chỉ quyến rũ được tôi dưới ánh nắng ấm mặt trời. Ánh sáng mời gọi tôi nhìn ngắm những ngôi nhà cũ kỹ với mái ngói âm dương liền sát nhau, như những cánh tay quàng vai thân mật. Màu nâu thẫm của ngói, màu xám sậm của tường, màu xanh mướt của những tảng rêu, rủ rê nhau vươn lên, níu lấy những bụi cỏ hoang mọc ngất ngưởng trên nóc nhà đã cho tôi cái cảm giác nhẹ tênh, bay bổng. Nhà cửa xúm xít, quây quần bên nhau giữa một không gian thênh thang. Và trong cái bát ngát ấy chứa đựng rất nhiều âm thanh, rất nhiều tiếng nói, tiếng gọi, thoảng vọng từ một thời xa xưa, ngút ngàn. Hội An chợt trở thành một tác phẩm hội họa có sẵn cho những Hồ Thành Đức, Đinh Cường, Cù Nguyễn... Bước đi giữa vẻ đẹp sinh động, một đôi lúc tôi cảm thấy bước chân mình như đang vấp phải những dấu giày, dấu guốc của ai đó, một thời xa xưa. Họ có thể là những người Chàm, người Bồ Đào Nha, người Tây Ban Nha, người Nhật Bản... Hay là người Hòa Lan, người Trung Hoa, người Phi Luật Tân... Cũng có thể là người Xiêm La, người Anh, người Pháp, người Ấn... Tất cả họ đã có một thời hít thở trên con đất này. Một con đất mà vua Gia Long, năm 1815, đã cho đo đạc cụ thể được 17 mẫu, 7 sào, 10 thước.

"Đất lành chim đậu". Chim càng tìm đến, đất càng cần phải vươn vai lớn rộng. Dòng sông Hoài thân yêu đã không quên mang về thêm cho Hội An 1 mẫu 3 sào 9 thước vào thời vua Thiệu Trị, 1841, đúng một trăm năm trước khi tôi có mặt trên cõi đời này. Dĩ nhiên, con đất Hội An không dừng sự bành trướng. Thêm 1 mẫu, 1 sào, 1 thước đủ để cho vua Tự Đức mở thêm con đường mang tên Bạch Đằng ngày nay, vào năm 1872.

Hội An không phải là một đô thị lớn, nhưng là một thành phố đẹp. Nắng nằm từng miếng vàng nhỏ trên mặt đường. Những con đường nằm nghiêng nghiêng, không mấy nơi bằng phẳng, như vẫn đang nghe ngóng, trông đợi và không ngớt thầm thì. Chẳng phải mình tôi từng nắm tay thi ca để được bước đi trên những con đường này. Chẳng phải mình tôi từng dẫn thơ dạo chơi qua những ô cửa, lấp ló những ánh mắt thăm hỏi lặng lẽ, chân tình. Thời nào không có những anh chị lãng mạn dễ thương. Dễ gì kể hết những tài hoa từng vịn vào Hội An mà đứng lên. Hội An luôn luôn có những đôi mắt của lòng người khuyến khích, cổ vũ.

Bên cạnh đó, Hội An không thiếu những đôi mắt cửa. Những đôi mắt được hình thành bằng tập tục tín ngưỡng, lẫn nghệ thuật trang trí. Dù để phơi trần ngoài nắng mưa hoặc được phủ đậy dưới một mặt vải điều, những đôi mắt vô tri ấy vẫn không ngớt nhìn ngắm con người. Trông chừng, che chở, mời gọi... Hội An giàu thêm sự mầu nhiệm, huyền hoặc...

Thượng tuần tháng một năm một ngàn chín trăm tám mươi tư, trước khi rời Việt Nam, tôi và Lý vào giã từ Hội An. Bà con của chúng tôi cư trú tại thành phố này chỉ còn độc một gia đình người em gái của Lý. Hội An vốn đã buồn, lúc bấy giờ càng buồn hơn. Sau ngày 29 tháng 3 năm 1975, cùng với con người, cảnh vật như mắc phải bệnh phiền muộn, tê liệt. Con bệnh không thuốc chữa nên sự tàn phai mỗi lúc một rõ nét. Đây là tình trạng chung của hầu hết các đô thị miền Nam sau ngày đất nước quy về một chính thể. Nên chắc chẳng cần phải vẽ vời tỉ mỉ.

Từ Đà Nẵng vào Hội An, chúng tôi không chạy xe bằng con đường gần, ngang qua Ngũ Hành Sơn, "năm cụm núi quê hương" của Tường Linh, mặc dù lúc này không còn nạn bắn tỉa, hoặc chận bắt bất ngờ của quân "giải phóng". Chúng tôi vẫn quen đường lên ngã ba Huế, rẽ trái về hướng Hòa Cầm, qua cầu Đỏ, qua chợ Miếu Bông, qua cầu Quá Giáng, qua cầu Vĩnh Điện, qua trường trung học Nguyễn

Duy Hiệu, đã vắng ông hiệu trưởng Hoàng Thị Bích Ni, qua chợ Vĩnh Điện, áp sát nhà Hồ Luân và rẽ trái. Chúng tôi không ghé thăm nền đất ngôi nhà thân mẫu tôi ra đời, không ghé thăm nhà cố thi sĩ Nguyễn Nho Sa Mạc. Chúng tôi bỏ lại sau lưng cổ thành Vĩnh Điện, bia mộ cụ Trần Cao Vân, lò gạch Cẩm Hà và những ổ gà trên mặt đường nhựa bạc màu.

Đã đến bến xe đò Hội An. Từ đây vào thành phố bằng hai hướng. Hướng bên trái dẫn xuống Khổng Miếu, Tòa Tỉnh... Hướng bên phải sẽ gặp một cây đa lớn, một quán mộc tồn, nhà ở, hàng quán... trước khi đến Chùa Cầu...

Tôi thường có khuynh hướng đi về phía bên phải. Chẳng phải vì trên đoạn đường này có ngôi nhà cửa xanh của Ỷ Vân, một cô bạn học năm đệ nhị, với mái tóc ngắn ôm sát hai tai, đôi mắt to chứa đầy thơ và đôi cổ tay tròn, đậm đà lông măng phơi phới.

Chùa Cầu cách nhà Ỷ Vân không xa.

Luân Hoán & Lý tại Chùa Cầu

Với chiều dài chừng 18 thước, chùa được người Nhật xây dựng vào đầu thế kỷ XVII. Tổng thể là một công trình nghệ thuật. Móng và trụ là những phiến đá rắn chắc, nâng đỡ một sườn gỗ gồm kèo, cột, rượng, trính... với mái ngói âm dương sậm màu, đỉnh cao từ giữa cong xuôi về hai bên. Kiến trúc này được chia làm hai phần có chung mái. Phần bên ngoài là cầu. Sàn được lót ván. Sàn cũng là mặt đường nối hai đầu giao thông. Trên sàn cầu còn có hai hành lang hẹp dùng cho người đi bộ, nhưng có lẽ chẳng mấy ai thực hiện quy định này. Nét duyên dáng nổi bật nhất của sàn cầu là bệ ngồi của hai hình tượng chó hoặc khỉ ở hai đầu với hai bát hương nghiêm trang, nhưng thường lạnh lẽo.

Phần chùa thường được đóng kín bởi những cánh cửa gỗ, chạm trổ đơn sơ. Trên đầu cửa treo một bức hoành phi gồm ba chữ đại tự, tôi chẳng biết là chữ gì. Liền phía dưới bức hoành phi là hai cửa mắt bằng gỗ hình tròn có chạm trổ. Hai bên cửa vào treo hai câu liễn chữ nho. Bên trong là nơi cư ngụ của vị thần Bắc Đế Trấn Võ. Tôi không rõ vị thần này mặt mũi nhân hậu, uy dũng ra sao, bởi chưa hề được diện kiến, vấn an ngài. Có lẽ ngài mang quốc tịch Nhật Bản? Và đã mang theo một thanh kiếm mầu nhiệm, đang được ghìm dưới móng chùa để ếm một con thủy quái. Nghe nói con vật có cái đầu ở nước Nhật, cái đuôi ở Hội An, ngay chỗ này, có tên gọi là con Cù. Mỗi năm nó vùng vẫy, giỡn chơi một lần, sinh ra động đất, bão lụt. Sự tưởng tượng phong phú của con người quả thật đã giúp cho cuộc sống thêm giàu những truyền thuyết, thần tượng.

Chùa và cầu ngoài cái tên thân mật, dân dã Chùa Cầu, còn mang tên Cầu Nhật Bản hay văn hoa hơn là Lai Viễn Kiều, do chúa Hiền Vương Nguyễn Phúc Chu đặt vào năm Kỷ Hợi, 1719. Mặc dù đã được trùng tu vào các năm 1653, 1763, 1817, 1865, 1915, 1917... Chùa Cầu lúc nào cũng có vẻ mỏi mệt. Vào năm 1984, không khí ảm đạm bên chùa có phần giàu thêm. Lạch nước nằm ngay dưới sàn chùa vơi cạn dần và rỉ rả tìm đường ra dòng sông, trong nhịp chảy như tiếng thở cầm chừng, chen lấn với những cỏ dại, sỏi đá, rác rưởi ngày một vươn cao.

Với riêng tôi, Chùa Cầu là một vị trí tối quan trọng. Bởi nơi đây, cầm giữ bổn mạng tôi, sau khi hai bậc sinh thành ủy thác vì khó nuôi. Chẳng biết thời gian bán khoán là bao lâu, nhưng cho tới nay hình như tôi chưa được chuộc ra. Chưa được tháo khoán. Có thể ba hoa: Chùa Cầu còn thì tôi còn, Chùa Cầu mất thì tôi mất, và biết chừng đâu ngược lại. Xin tha thứ, đùa một chút, để niềm nhớ về cái biểu tượng của Hội An trong tôi đậm đà hơn.

Luân Hoán tại Khổng Miếu

Là một thành phố cổ, được Tổ chức Giáo dục, Khoa học, Văn hóa của Liên Hiệp Quốc công nhận là di sản văn hóa nhân loại, Hội An không chỉ có một Chùa Cầu. Nhà nghiên cứu, du khách đã tìm đến Hội An bởi những lễ hội, tập tục văn hóa cùng những Giếng Cổ, Chùa Miễu và hàng trăm ngôi nhà có tuổi thọ cao nhất thế giới, với các kiểu kiến trúc truyền thống Đông Nam Á, rực rỡ, lộng lẫy từ những chạm trổ tinh vi, giàu nghệ thuật lẫn văn hóa. Ở đây, bên Chùa Cầu, tôi muốn giới thiệu thêm một vóc dáng đã góp phần làm đẹp Hội An, và đã từng cho tôi vài chỗ ngồi tình tự một thời: đó là Khổng Miếu.

Khổng Miếu được xây dựng trong thập niên 60. Đây là một kiến trúc không mấy hùng vĩ, nhưng rất trang nghiêm. Chùa, tháp, hồ sen, tượng đá được dựng trên một mặt bằng rộng rãi, thông thoáng, nằm bên một con đường hình như rộng nhất Hội An. Cá nhân tôi, gần như lúc nào về Hội An cũng ghé đến Khổng Miếu, dù một đôi khi chỉ để đi quanh một vòng. Tôi tìm thấy sự yên tĩnh ngay dưới từng phiến gạch đỡ bàn chân tôi. Chẳng có đóa sen nào nở đúng dịp, nhưng tôi bắt gặp mùi hương. Cũng chẳng cần nghiêng mình đốt nén nhang, nhưng tôi vẫn thấy được làn khói mỏng, cứ bay lên, bay lên và tan loãng.

Đức Khổng Tử không chỉ có mặt ở đây. Đã từ lâu, Ngài hiện diện ở rất nhiều nơi trên đất nước Việt Nam. Nhưng năm 1984, không biết Ngài có được cấp hộ khẩu không, mà trông giang sơn của Ngài vô cùng tiêu điều. Không kể những hoen ố của màu nước vôi trên tường chùa, mặt tháp. Toàn thể diện tích bao trùm vẽ hoang tàn, bừa bãi. Nền gạch ở nhiều nơi được tháo gỡ để "giải phóng" mặt đất dùng vào việc tăng gia sản xuất. Rau muống nằm cạnh bên rau lang, bí bầu thương nhau chung một giàn. Háo hức tiếng heo trần mỡ. Tiếng gà thách thức, thị uy.

Tôi, sau ngày 29 tháng 3 năm 1975, kể ra cũng khá hơn Đức Khổng Phu Tử phần nào. Tuy có hồi hộp tập trung, có chăm chỉ sáng tác lý lịch, rồi băn khoăn học tập. Nhưng một cuộc đổi tiền đã cứu tôi. Thành phần cặn bã của xã hội, nhưng có một chút nghiệp vụ, vẫn nên khai thác. Tôi tạm là công nhân viên, trước khi tự nguyện, không cần viết đơn, để tập làm một gian thương còn rất nhiều lương tâm. Tôi đánh giá tôi như vậy, bởi chỉ một vài lần, vừa run, vừa áy náy làm cò mồi cho bộ đội, cán bộ mua quần áo, phụ tùng xe đạp từ sạp hàng của bà xã tôi. Không thể vì một cuộc đổi đời bất ngờ như một tai nạn mà tôi tự làm hại mình. Tôi buôn bán lương thiện, rồi tôi nuôi chim cảnh, chim hót. Những con chim kỳ diệu ấy đã lập được đầu cầu cho tôi đến một thương lượng, mà đã từ vài năm nắm giấy bảo lãnh xuất ngoại trong tay chưa dám xoay sở.

Tôi ứa nước mắt ra đi vào cuối tháng giêng năm 1985.

Tháng 8 năm 2002, tôi có dịp vội vã về Việt Nam. Một sợi dây gân máu nào đó trong não bộ của ông cha vợ tôi bị đứt, giúp tôi và Lý có hai ngày dành cho Sài Gòn. Mười ba ngày dành cho Đà Nẵng. Tôi trích ra gần 10 giờ trong khoảng thời gian 13 ngày cho Hội An. Tôi và Lý cùng 4 đứa em với một đám cháu, dùng xe gắn máy thực hiện chuyến viếng thăm.

Lần này chúng tôi đến Hội An qua ngã ba Non Nước, Ngũ Hành Sơn. Điểm đến đầu tiên là một nghĩa địa, ngoại vi thành phố Hội An. Chúng tôi thắp hương cho Thái Tùng, em rể của Lý, người đã qua đời vì một tai nạn giao thông cách đó vài năm. Vợ chồng Tùng chính là những người chúng tôi đã từ giã tại Hội An năm 1984.

Sau nghĩa địa, chúng tôi ghé một ngôi chùa. Giờ đến, đúng vào giờ hành lễ của một ngày rằm nên tín hữu của chùa rất đông. Lý quỳ, cúng dường Tam Bảo, rồi rút gọn theo lệnh điều hành của tôi. Mục tiêu khoanh trong bản đồ tưởng tượng vẫn là Chùa Cầu.

Tôi phơi phới đứng bên bệ chó ngồi cho Lý bấm máy. Chợt nhìn thấy cửa của gian thờ Bắc đế Trấn Võ rộng mở từ bao giờ, tôi hí hửng nhưng thận trọng nhẹ bước đến bên cửa. Vừa mới nghiêng chưa được nửa cái đầu, tôi giật mình.

- Anh kia, dòm cái gì đó, đi ra.

Tôi chửng hửng. Không có một giây nào để kịp xấu hổ hay tức giận. Tôi dòm lại tôi. Quần tây dài màu sậm, áo chemise màu kem, cụt tay, bỏ ngoài, nhưng sạch sẽ. Tôi chợt giận mình sao không đóng bộ nghiêm chỉnh hơn, có nét Việt kiều hơn một chút, biết đâu tôi đã có cơ hội thưởng ngoạn mặt mũi các vị thần đã chết hơn là thấy khuôn mặt hách dịch của vị thần còn sống, vừa mới ra oai.

Còn đang hụt hẫng, tôi thấy một đám du khách da trắng, tung tăng bước vào gian thờ trong nụ cười rất tươi của vị thần quen luồn cúi, nịnh bợ. Ngán ngẩm nhưng không buồn, tôi rủ hết đám em, cháu ra đứng trước cửa một phòng vệ sinh để chụp ảnh. Một góc kỷ niệm mới của tôi về Chùa Cầu, tuy vậy, không bị dính mùi gì.

Chúng tôi xuống bờ sông. Trời nắng. Gió nóng. Du khách trốn trong những hàng quán. Hậm hực, những tiếng nhạc chen lấn những tiếng hát không phát âm rõ giọng, giội xuống cả mặt nước, đang đỡ hàng chục chiếc ghe thon dài. Hình như đã qua đi thời Trường Sơn Đông, Trường Sơn Tây, đã qua đi thời Tiếng Đàn Ta Lư, để nhường không gian lại cho những ca khúc nằm dưới loại nhạc từng bị dè bỉu là sến vài ba bực. Chẳng hiểu sao, trong không gian đó, tôi lại tìm gặp một ý thơ không liên quan gì đến ngoại cảnh. Lượm Thơ Trên Phố Hội An, được viết thầm trong đầu ngay trên bờ sông Thu:

rất tình cờ được ghé thăm Hội An
na ná như xưa, vui vẻ một đàn
thế chỗ bạn bè, năm mười đứa cháu
xế nổ thay cho xe đạp tàng tàng

ghé vội thăm qua vài nhà quen cũ
ngói mái âm dương ngái ngủ cả đời
nắng vẫn đỏ au nằm ôm cửa nhớ
gió hát bao năm rả rích một lời

bước khẽ qua đường bụi vây đầu gối
mơ hồ tay lụa vỗ nhẹ bên vai
chẳng hẹn chờ sao mắt tìm quanh quẩn
bằng hữu bà con còn, thiếu những ai

ghé những ổ tình thân thương thuở nọ
xớ rớ mắt sờ, tay đọc bâng quơ
con khỉ Chùa Cầu nhờ đâu trẻ mãi
người đến người đi hương khói ơ thờ

Khổng Miếu thay tên hồ đồ dị hợm
đá không yên tròn phận với người
thế gốc sen vàng xanh dòng rau muống
thảo mộc dường như cũng biết ngậm ngùi

nắng tháng tám trong như dòng sông ngọt
ngồi bệt giữa đường ăn chén xu xoa
nhớ câu hát xưa, che tay tủm tỉm
cũng mê cái tình như thuở ông, cha

chẳng gặp được ai dân Trần Quý Cáp
để bắt tay xưng đây bậc đàn anh
tán dóc một hồi loanh quanh đỡ nhớ
truy niệm cái thời có chút tinh ranh

chờ mãi không nghe chuông chùa Phước Kiến
không buồn, cũng thả bước bờ sông
ghe gối đầu nhau lơ lơ canh mộng
lượm được câu thơ ai rớt giữa dòng

biết cất vào đâu câu thơ nóng hổi
chẳng thấy ai tìm của lạc, đành thôi
sông Thu mấy nhánh tôi không biết
xin giữ trong lòng chỗ nằm nôi

Thơ chưa viết ra giấy mà bụng đã đói, chúng tôi vào một quán ăn nằm trên đường Trần Phú. Thực khách khá đông, đa số là du khách, phần đông mang màu da trắng. Họ cười nói vui vẻ. Trong khi chờ những món ăn, họ nghịch với từng đôi đũa, hoặc săm soi lại những vật kỷ niệm vừa mua được. Phụ nữ đa số đều sắm cho mình một chiếc nón lá, chẳng biết có bài thơ nào bên trong không. Cánh đàn ông ít thấy ai hút thuốc. Họ trang bị đầy đủ máy ảnh, máy quay phim. Có người mang cả ống nhòm. Du khách thuộc loại Tây ba lô không có nhiều. Nhưng không ít những người thong dong không có hành trang gì cả, chừng như họ đã cư ngụ ở đây một thời gian lâu. Quán chúng tôi chọn thuộc loại bình dân nhưng rộng rãi khang trang. Những chiếc bàn ăn bằng gỗ, phần nhiều có hình chữ nhật, được bày làm nhiều dãy trong ba khu, phân biệt bởi những cột nhà bóng nhẫn màu gỗ nâu. Có nhiều tên món ăn được in chỉnh tề trên thực đơn sạch sẽ. Tôi định chọn món Cao Lầu, nhưng trực nhớ người bạn chưa bao giờ gặp mặt, Tưởng Năng Tiến, tôi gọi Mì Quảng.

Cùng với hai nhà thơ Hoàng Lộc, Phan Ni Tấn, Tưởng Năng Tiến từng viết về món ăn độc đáo này của Quảng Nam. Duyên chữ nghĩa của anh hình như đã làm cho những sợi mì bột gạo vàng óng, những cọng giá trắng tươi, những con tôm mập hồng kết hợp một cách hài hòa với những cọng rau xanh, sợi bắp chuối... Bài viết của Tiến đã trở thành một gia vị mới, giúp tô Mì Quảng càng thêm ngon. Tôi xin nhắc, chúng ta không nên dùng chữ "ngon" trống trơn để khẳng định, tán thưởng giá trị tuyệt vời của Mì Quảng, bởi như vậy anh bạn Tiến của tôi sẽ không mấy vừa lòng. Mời đọc vài dòng anh Tiến viết:

- Dạ... ngon

Trả lời như vậy là không được. "Ngon" là một hình dung từ mơ hồ,

nếu không muốn nói là hàm hồ, không thể diễn tả được cái đặc sắc tuyệt vời của tô Mì Quảng. Có vụng về lắm thì người ta cũng phải đưa ra vài ba nhận xét "bâng quơ" như sau:
Dạ thưa bác mì ngon lắm. Tôm giã vừa nhỏ và nấu vừa nhừ. Rau chuối tươi mà không chát. Nước đậm đà vừa miệng
(Tưởng Năng Tiến).

Để có được sự thưởng thức trên, Tưởng Năng Tiến đã không quên làm một cuộc so sánh giữa Mì Quảng cùng một vài món ăn khác như Bún Bò Huế, Bún Riêu, Hủ Tiếu, Mì Sợi, Hoành Thánh, Sủi Cảo... Tiến nhận xét, phân tích tỉ mỉ vô cùng thú vị, dù hình như, anh chẳng phải là người Quảng Nam.

Dù vừa nhai, vừa nghĩ ngợi bâng quơ, tôi cũng liếc mắt thăm hỏi chung quanh. Tôi bắt gặp mấy lồng nuôi chim. Một con khướu bạc má không được thon gọn, đang nhảy liên tục từ cầu đứng xuống sàn lồng và ngược lại. Một lồng cà cưỡng, không treo mà để gần sát vách, ngay cửa xuống gian nhà sau. Khác với con khướu, con cà cưỡng đứng im lặng, thỉnh thoảng đầu nó nghiêng nhìn đám thực khách phía trên, cùng những người đang bận rộn làm thức ăn bên dưới. Tôi nghĩ thầm con cà cưỡng này đã có thể nói được một vài tiếng người. Tôi có lòng chờ nghe một câu nói của nó, đại khái như: *Hội An **ấn tượng** quá. Bạn cứ **vô tư** thăm viếng nhé...*

Sau khi rời quán ăn, chúng tôi ghé vào thăm chùa Phước Kiến. Muốn vào nghe kinh ngắm Phật, chúng tôi phải mua vé vào chùa. Không sao, tôi đã có cơ hội tiến sát đến bên bệ thờ Phật mà không phải cởi giày. Tin bạn biết tôi gặp nhiều bất tiện khi phải cởi giày ở bất cứ nơi đâu, trừ khi phải lên giường ngủ. Nguyên do: chiếc giày không ôm giữ bàn chân, mà dính liền với một đoạn gỗ có hình dáng ống chân, may mà chỉ có một bên trái.

Chùa Phước Kiến do người Trung Hoa cư ngụ lâu đời tại Hội An xây dựng. Vào thời điểm này (2002), ngôi chùa không có nhiều thay đổi về hình thức, ngoài màu sơn có vẻ tươi sáng, lóe chói hơn. Trước đây, tôi rất thích thú với cảnh sắc trong sân chùa. Chậu kiểng, hồ cá, mặt gạch... luôn luôn là những điểm chú rũ dòng nhìn của tôi. Những hình khắc nổi trên mặt tường được gắn với những mảnh sành với nhiều màu sắc cũng là một nguồn chất liệu lãng mạn tôi tìm thấy. Sân chùa Phước Kiến còn có một bức vách trên đó lưu giữ hình ảnh mặt trăng, cá chép, nhánh lá, lọn sóng... tất cả đều giản dị, đơn thuần như những tranh vẽ trong các sách giáo khoa, nhưng đã mang lại cho tôi cả thời thơ ấu cũ, thời từng biết mê thích những tranh vẽ màu mè trên nền giấy thô. Con cá chép, mặt trăng vẫn còn ở nguyên vị trí cũ, tôi không thấy chúng già đi chút nào, ngay những chiếc lá đã bao năm muốn rơi vẫn chưa lìa cành. Còn tôi đã như thế nào? Gót bước của thời gian, khó nghe ra, khó nhận ra sự thay đổi. Nhưng nhịp chuyển hóa trong từng giây là có thật. Tóc tôi chưa bạc, nhưng hàng râu mép-có-vẻ-như-chưa-bao-giờ-trưởng-thành của tôi đã có vài sợi trắng ra. Râu mau già hơn tóc, lạ thật.

Ngồi ăn xu xoa bên ngoài Khổng Miếu

Tôi lại nhìn quanh và không khó lắm để nhận ra chùa Phước Kiến đang thu hút nhiều khách du lịch hơn là tín hữu đến cúng lễ. Cũng phải thôi. Thời kỳ kinh tế thị trường, thời mở cửa mà. Giá như những cánh cửa nhân quyền, báo chí, tín ngưỡng thông thoáng hơn chút nữa, ngành du lịch chắc chắn sẽ càng nở rộ thêm.

Tôi chợt nhớ quán cà phê Đạo ngày xưa ở đâu đây, không ghiền cà phê nhưng chợt thấy thèm. Bóng nắng không còn cho phép tôi cái thong dong, ngồi nhìn từng giọt nước thơm đen rơi vào một cõi mơ mộng.

Chúng tôi chạy chầm chậm qua một số đường phố của Hội An. Thành phố có nhiều cửa hàng buôn bán hơn thời sát phía sau 1975. Phần lớn là những cửa tiệm nhỏ bán vật lưu niệm cho du khách. Mặt hàng thủ công nghiệp được giới thiệu khá nhiều, sặc sỡ nhất là những chiếc lồng đèn với nhiều kích thước. Những gallery trưng bày tranh sơn dầu, tranh lụa, tranh sơn mài... cũng nhộn nhịp với du khách vào ra. Hội An đang có thêm một số họa sĩ tài hoa. Rất tiếc, tôi không có dịp được bắt tay họ một cái để những dòng này thêm thơm tình nghĩa văn học nghệ thuật.

Điểm cuối cùng chúng tôi ghé thăm là Khổng Miếu. Vừa rời yên xe, tôi đã hết hồn. Khổng Miếu đã đổi tên? Tôi dụi mắt liên tiếp vài lần: Đài Tử Sĩ. Hóa ra nơi đây đã trở thành một mộ bia. Dù sao cũng còn đó cái hàng rào chạy quanh, được xây bằng xi măng, thấp, rất nghệ thuật. Bên trong lòng hàng rào vẫn cái hồ vuông, nửa chìm nửa nổi. Ngay trong lòng mặt nước hồ được xây những trụ cột để đỡ một mặt phẳng bê tông khá lớn, đủ để dựng lên đó một tượng đài hình tháp, thẳng đứng, bốn mặt có khắc chữ Hán. Ngay dưới chân tháp có tượng 4 con rồng lớn, nằm đưa đầu ra ngoài, như sẵn sàng bảo vệ ngọn tháp, nhưng trông rất hiền lành nhờ sự tài hoa của bàn tay nghệ nhân, không biết đã về đâu. Một lối đi lên tháp bằng những bậc tam cấp thấp, vững chắc, an toàn. Tôi đã từng có nhiều lần đặt bàn chân mình lên đó, không hiểu trong lòng xi măng của từng bậc bước, có giữ được chút hơi hám gì của tôi không?

Những đám rau muống nở rộ theo thời ao cá bác Hồ hình như đã được di chuyển đi nơi khác một ít. Tôi bấm máy thu một đoạn phim, dù gì cũng đang có mặt ở nơi này sau 28 năm xa cách. Một gánh xu xoa lững thững đi ngang. Lý gọi. Chúng tôi ngồi quanh cô hàng, và tôi không thể không nhớ đại khái câu ca: xu xoa mụ bán mấy đồng, mụ ngồi mụ để cái mồng mụ ra... xu xoa tau bán đồng ba, tau ngồi tau để cái... đầu cha mi ra ngoài.

Tiếng hót của một con khướu, từ vườn cây của ngôi nhà bên kia đường, vang rộng trong buổi xế chiều kéo tôi lùi về một quá khứ không mấy vui. Đã quá trễ, để có thể ghé thăm cửa Đại, vốc lên tay một nắm cát trắng và nhìn những ngọn sóng uyển chuyển, mềm mại.

Chẳng có hy vọng gì những con còng nhỏ còn líu quíu trên bãi cát một cách dễ thương...

Nhớ về Hội An, viết về Hội An, thưa thật, tôi vừa thích vừa sợ. Kỷ niệm về một con đất đã chôn cuống rún của mình, chẳng phải quá nghèo nàn, mà đúng ra tôi chưa đủ tài sức. Một vài bài thơ linh tinh không gói hết những tình cảm chân thành. Chẳng qua như vài tấm ảnh, để nằm chết trong cái nghĩa địa album. Chính mình chẳng mấy khi ghé thăm!

...

cây nghiêng bóng cho lá cùng đi dạo
cùng ta qua, qua mấy nẻo u buồn
lòng nhẹ nhàng vướng trong sợi nắng vươn
Phố trầm lặng, phố của ta thuở trước

....

Nhớ một thuở mê cháu Trần Quý Cáp
May chưa yêu nên chưa được thất tình
Thơ chưa sầu, đời chưa biết lênh đênh
giờ người đẹp chắc đã đầy bổn phận
Còn riêng ta vẫn cuối trời lận đận
cõng câu thơ theo nhịp bước so le
tưởng thành danh, ngó lại, có ai dè
trống hốc cả khoảng đời không dừng lại...

Biết rõ cái vụng về của mình, nhưng nhiều lúc thật tình không cưỡng lại nổi, bàn tay do đó càng sinh tật, vô tội vạ như trong một lần trải tình trong 84 câu lục bát:

Lâu năm trở lại Hội An
chân hôn lòng phố ngổn ngang ổ gà
mắt theo lòng tột nóc nhà
ngói âm dương nở cỏ hoa ngóng trời
hình như ai mới gọi tôi
cả thành phố biết có người về thăm

.....

Lâu năm trở lại thăm mình

cái hồn sắp vữa cái hình chực cong
bao nhiêu bèo bọt trong lòng
thở vào chữ nghĩa mặn nồng chua ngoa
gởi hoang vu lại quê nhà
xin cho thương nhớ lột da sống đời

Hội An ơi, con đất chôn cuống rún của tôi ơi, gần đây, tôi thỉnh thoảng được gặp lại người trên nhiều chương trình phát hình từ VTV4. Thật chưa biết vui cũng chẳng có chi buồn. Những đêm rằm hàng tháng, phố mở hội dưới ánh đèn lồng... Tôi nghe cả tiếng ngâm nga của một hội thơ. Tôi nhìn được những bức thư họa đang vượt lên từ những nhọc nhằn. Mọi nơi, mọi góc cạnh, tôi vẫn là một khán thính giả không thiếu tấm lòng. Nhưng như một định mệnh, tôi được ra đời ở đấy để làm một người khách, lim dim mắt, chống lòng nhìn phố cũ... Cuống rún của tôi chẳng lẽ chưa thành đất? Bổn mạng của tôi vẫn ở Chùa Cầu. Tôi chưa có giờ chuộc lại. Cũng không định chuộc lại đâu.

Luân Hoán

KIM HÀI

NGOẠI

Với hai bầu thúng cao gần cả thước, cùng cái đòn gánh có mũi cong vác ngược, những người bán cốm miệt mài suốt ngày. Họ len lỏi khắp các xóm. Từ những con hẻm nhỏ lầy lội đến phố chợ đông đúc, giọng rao của họ vẫn gọn gàng một tiếng "Cốm", chẳng ngọt ngào, dịu nhiễu như các gánh hàng khác mà trái lại còn có vẻ cộc cằn. Ấy vậy mà những ngày còn nhỏ, gánh cốm là món quà vặt yêu thích của tôi. Tiếng rao đó giật tôi dậy vào giấc ngủ trưa, kêu mời khi tôi đang mải mê với đống đồ chơi. Tất nhiên người bán cốm không rao quá hai lần ở cùng một con đường ngắn. Vì vậy, dù đang làm gì tôi cũng vứt bỏ mọi thứ, chạy ào vào kêu Ngoại:

- Ngoại ơi, cốm.

Ba mẹ đi làm suốt ngày. Sau giờ học, tôi được Ngoại chăm sóc từ miếng ăn cho đến cái mặc. Ngoại chiều chuộng tôi cũng vừa phải, nhưng có mục "cốm" là Ngoại chưa bao giờ từ chối. Bận việc, Ngoại cũng bỏ qua một bên, rửa tay, và kêu với ra, cũng bằng một tiếng chắc nịch:

- Cốm.

Người bán cốm nhanh nhẹn quay trở đòn gánh. Hai cái bầu thúng bí mật mở ra trước tôi cơ man cốm, mùi ngọt ngào thơm ngát. Hai miếng cốm nhẹ tênh trên tay tôi. Trong lúc tôi đang bốc ăn ngon lành thì Ngoại ngồi xổm bên cái bầu thúng trò chuyện với người bán hàng.

- Sao dạo ni không làm cốm bắp cho chút gừng?

- Năm ni bắp thua. Mắc hơn. Với lại trong ni chẳng biết ăn cốm bắp trộn gừng như ngoài mình mô.

- Rứa bán đủ sống không?

- Thì đắp đổi qua ngày. Ráng dành dụm chút để Tết về quê.

Ngoại thở dài:

- Ừ, lang thang kiếm ăn xứ người thì buồn lắm, cực lắm.

Có những hôm bà hàng Cốm hỏi trước:

- Mệ ni nói tiếng Quảng chắc vô ở với con?

Ngoại gật đầu:

- Ừ, già rồi thì tựa con cái mà.

- Bà có phước, tui cũng hai thứ tóc mà còn bôn ba thế ni, có cực lòng chưa?

- Rứa mụ vô đây làm ăn, ở nhờ nhà bà con?

Người bán cốm nhìn ra xa, mặt dàu dàu:

- Bà con chi nờ. Dân bán cốm nghe đồn trong Sài Gòn có người cùng quê giàu có lắm làm nghề bánh cốm. Cốm bỏ mối không lấy tiền thế chưn còn thuê nhà cho ở chung. Sáu giờ sáng, xe cốm chạy tới, phân hàng cho mình bán, chiều tối họ tới lấy tiền. Bán không hết trả lại, chờ mai lấy cốm mới. Nhờ vậy tụi tui mới sống được. Gia tài chỉ có đôi bầu gánh này.

Hoặc giả đó là câu chuyện về làng xóm, ruộng vườn.

Riết rồi tôi quen ăn cốm, còn Ngoại nghiện chuyện trò với người cùng quê bán cốm. Một già, một trẻ, mỗi trưa lại ngóng gánh hàng cốm.

Rồi năm tháng qua. Tôi lớn lên, được Mẹ cho tiền ăn quà. Tôi có thể tự mua những món quà vặt mình thích ở nhan nhản các hàng quán ven đường từ nhà đến trường. Món cốm nếp, cốm gạo trở nên khô khan khó nuốt so với cà rem, cóc, ổi tươi mát. Tôi không còn thích cốm, và tôi cũng quên mất những gánh cốm có tiếng rao cụt ngủn ban trưa.

Ngoại thì già thêm, da nhăn, răng rụng dần, móm mém. Chỉ mình Ngoại không quên được gánh cốm quen thuộc. Ngoại vẫn xem tôi như đứa trẻ ngày nào. Những trưa Chủ Nhật, thứ Năm, Ngoại lại dắt tay tôi xuống đường đón gánh cốm. Nhưng tôi đâu màng đến. Khi Ngoại bận đếm tiền trả thì tôi đã chạy đến chỗ tụi bạn đang đánh bi đánh đáo mặc cho Ngoại kêu khan cả cổ. Ngoại đành chịu thua, bỏ bà hàng cốm, đến chỗ tôi, nhét vào tay tôi mấy cái bánh cốm nhẹ tênh. Ban đầu, tôi còn cầm lấy để Ngoại khỏi đứng cạnh nằn nì tôi mãi. Nhưng món cốm sao hết cả vị ngon, tôi chỉ cắn vài miếng rồi bỏ quên trong túi áo. Dần dà, tôi không muốn lấy cốm và cằn nhằn Ngoại:

- Con chưa muốn ăn đâu. Ngoại ăn đi.

Ngoại dỗ dành:

- Ăn đi cháu, ngon, lành bụng... Thôi, để Ngoại đem lên cất, chút nữa chơi xong cháu ăn nghe.

Thoát nạn, tôi gật đầu lia lịa:

- Được được, Ngoại đem lên nhà đi.

Những ngày phải đi học, Ngoại cũng không quên. Hôm nào về đến nhà, vừa cất cặp sách, Ngoại lại chìa cho tôi miếng cốm trắng tươi:

- Cốm đây, con ăn đi. Đi học về chắc đói lắm.

Tôi hờ hững nhìn tấm cốm lắc đầu:

- Khô lắm, con không ăn đâu.

Ngoại ngần ngừ rồi cố nói thêm lần nữa:

- Ăn rồi uống nước cho lành bụng con.

Tôi vẫn bướng bỉnh:

- Không. Ngoại đừng mua nữa, con không ăn đâu!

Ngoại móc gói cốm lên cái đinh ở cánh cửa bếp. Cái cốm vẫn nằm nguyên đó. Và một chiều đi học về, tôi thấy Ngoại đang móm mém nhai từng miếng cốm khô. Thấy tôi, Ngoại chìa miếng còn lại:

- Ăn không cháu? Cái này mới nè.

Tôi định cầm cho Ngoại vui, nhưng vì không thích và vì sợ thấy tôi ăn Ngoại lại tiếp tục mua nữa nên tôi lẩn đi.

Nhưng gánh hàng cốm với Ngoại như có sợi dây thân tình nào đó ràng buộc. Ngoại vẫn tiếp tục mua cốm, vì trên chiếc đinh ở cửa lúc nào cũng lủng lẳng một hai cái cốm mới. Và thỉnh thoảng tôi vẫn bắt gặp Ngoại móm mém gặm những mẩu cốm cũ.

Dạo sau này mẹ tôi thường cằn nhằn với ba tôi:

- Má lẩm cẩm thiệt, cứ mua cốm miết cho thằng Dương. Khô quá, nó đâu có ăn, má tiếc của cứ gặm, đau cả lợi. Nói má hoài, thằng Dương không ăn thì vứt đi hoặc cho mấy đứa nhỏ hàng xóm. Nhưng má chẳng chịu ghe.

Tuổi nhỏ vô tình, tôi vẫn tiếp tục từ chối những cái cốm từ tay Ngoại, mặc cho Ngoại móm mém nhai từng chút cốm khô.

Đến một ngày. Ngoại nằm xuống vĩnh viễn.

Lúc đưa Ngoại lên xe tang, tôi thoáng thấy một gánh cốm tần ngần đầu xa.

Ngoại không còn nữa. Gánh cốm quen cũng không ngang qua ngõ nhà. Tôi mỗi lần đi học về không còn thấy bóng Ngoại đón ở đầu ngõ với cái cốm nhẹ tênh trên tay.

Qua những giờ vui chơi thỏa thích, khi các món quà vặt đã tiêu hóa mạnh mẽ vì phí sức chạy nhảy, tôi chợt thấy thèm miếng bánh cốm gạo khô, thèm bàn tay thương yêu của Ngoại che đầu tôi đỡ nắng. Tôi đã đến quán quà vặt mua một cái cốm. Cốm vẫn nhẹ tênh, nhưng sao không có cái cốm nào giống như cốm Ngoại đã cho tôi. Cái cốm mà mùi thơm dịu nhẹ và vị ngọt của nó bao trùm lên cả người tôi để càng ngày tôi càng có cảm giác khao khát mãi không thôi.

Giá như Ngoại vẫn còn đây, hẳn tôi chẳng còn từ chối những cái cốm yêu thương. Tôi sẽ ăn cốm để Ngoại vui trong những ngày cuối đời. Tôi sẽ không để Ngoại phải móm mém gặm dần từng chút một. Tôi cứ tự nhủ lòng như vậy mỗi khi nhớ về Ngoại. Nhưng chẳng bao giờ Ngoại còn trở lại dù nắng trưa vẫn rải đều ngõ nhỏ, và thỉnh thoảng đâu đó ở một con đường lạ, tôi vẫn còn thấy bóng dáng những gánh cốm với hai bầu thúng màu nâu đen và tiếng rao lạ lùng gợi trong tôi bóng mát tấm lòng Ngoại của suốt một thời thơ ấu.

Kim Hài

TRIỀU HOA ĐẠI

TRÒ CHUYỆN VỚI NHÀ VĂN KIM HÀI, NGƯỜI GIEO TRỒNG NHỮNG HẠT MẦM THIỆN LƯƠNG, NHÂN ÁI VÀ YÊU THƯƠNG.

Triều Hoa Đại

Kim Hài

(đối thoại văn học do Triều Hoa Đại thực hiện)

Giới thiệu nhà văn Kim Hài qua buổi trò chuyện này là chúng tôi muốn cùng với quý độc giả quay tìm về một thuở xa xưa, nhìn lại những năm tháng cũ của cái thuở "em tan trường về" với những tiếng cười ríu rít, những lá thư tình ngập ngừng cất giấu, những thẹn thùng, e lệ yêu đó mà chẳng dám trao đi.

Kim Hài là một nhà văn của tuổi thơ , những dòng chữ mà chị đã trao đi, gửi đến cho tuổi hồng, tuổi ngọc theo tôi đấy là từ máu, từ tim của một nhà văn yêu mến tuổi thơ. Chị viết cho tiếng ve kêu để gọi hè về, viết cho ngày mưa, tháng nắng cái ngày mà trong chiếc cặp xinh xinh luôn có me chua, khế ngọt, có ngót dầm với những ô mai mơn trớn môi hồng.

Triều Hoa Đại: *Trước khi chúng ta cùng nghe nhà văn kể chuyện sau, trước đây tôi nghĩ không gì bằng được chị giới thiệu đôi chút về mình. Vậy thì bây giờ xin mời chị.*

Kim Hài: Vâng, cảm ơn anh, người bạn học lâu năm giờ mới gặp lại. Sự gặp gỡ bất ngờ này gợi trong tôi một chặng đường rất dài, hơn nửa thế kỷ, và hôm nay với người đọc, tôi lại có dịp kể về mình như một lời tâm tình hơn là giới thiệu.

Tôi sinh năm 1946 tại Hội An. Ba tôi, người Hưng Yên, vào Nam vì công việc và ở lại Đà Nẵng như một quê hương thứ hai. Cả gia đình sinh sống tại Đà Nẵng. Thời trung học, tôi theo học trường trung học Phan Châu Trinh. Đỗ Tú tài, tôi ra Huế học ở Đại học Khoa học Huế, chuyên ngành Địa chất. Vì lý do khách quan, tôi vào Sài Gòn, học nốt năm cuối và tốt nghiệp Cử nhân ngành này. Tại Sài Gòn, tôi có cơ hội cộng tác với báo Tuổi Hoa do Linh Mục Chân Tín quản lý, và tủ sách Tuổi Hoa của ông Nguyễn Trường Sơn, báo Thằng Bờm của nhà văn Nguyễn Vỹ, từ đó định hướng sáng tác hoàn toàn dành cho thiếu nhi và tuổi mới lớn. Sau năm 1975, tôi không thể viết gì vì phải quần quật với cơm áo. Mãi mười năm sau, khi môi trường viết dễ chịu hơn, cởi mở hơn, các nhà xuất bản chú ý nhiều hơn đến mảng văn học thiếu nhi, tuổi mới lớn, thành lập các tủ sách Áo Trắng, Tuổi Hồng, Tuổi Hoa Niên, tôi và Thùy An được mời tham gia. Từ đó, tôi và Thùy An chuyên tâm viết cho thiếu nhi và cùng thực hiện các tập san Tuổi Ngọc, Bạn Ngọc dành cho tuổi mới lớn...

Các tác phẩm của tôi viết cho Tuổi Hoa gồm: *Trông về quê mẹ, Khúc Nam Ai, Người dưng khác họ, Cao như đỉnh Thái, Cánh gió, Gợn sóng, Sắc lá xanh, Phương nào bình yên, Đời mù sương.*

Sau năm 75: *Mặt trời rực rỡ, Bình minh màu mực tím, Cánh diều mơ ước* (giải thưởng"Thiếu nhi vì tương lai đất nước lần 1),

Giọt sương hèn mọn (giải thưởng kịch bản phim thiếu nhi của Hãng Phim Trẻ), *Cò trắng vườn chim* (giải thưởng "Văn học thiếu nhi vì tương lai đất nước lần 2"), *Giã từ tuổi nhỏ, Vừng ơi mở ra, Ông bán Tết, Ngày khai trường trong mơ* (giải thưởng viết cho thiếu nhi do UNICEF phối hợp với Hội nhà văn VN), *Những ô cửa sáng đèn, Ngôi sao tai họa* (giải thưởng kịch bản truyện tranh báo Khăn Quàng Đỏ), *Những góc nhà hạnh phúc* (giải thưởng viết cho tuổi mầm non do Bộ Giáo dục tổ chức), v.v... cùng hơn 20 tác phẩm khác...

Hiện tại, tôi vẫn tiếp tục nhẩn nha viết, không vì cái gì cả mà như một thói quen, một đam mê không thể từ bỏ được.

Thđại: *Trong một lần trò chuyện với chị tôi được biết rằng ngay từ thuở còn cắp sách đến trường chị đã say mê chữ nghĩa vì cứ mỗi lần đi ngang qua một quán sách bên đường Ông Ích Khiêm và Hùng Vương là chị hay trốn vào một góc kín để đọc sách, báo "cọp", chị đọc một cách say sưa, đọc đủ thứ, đọc "tất tần tật những quyển sách ở trong tầm tay". Và, cũng chính chị "thú tội" có lẽ chính những năm tháng ấy đã hình thành "những mầm mống để chờ ngày có điều kiện đơm hoa". Vâng, những ngày "đơm hoa kết trái ấy" chắc hẳn rằng đã ở tuần báo Tuổi Hoa cùng với nhà văn Thùy An mà cho đến mãi tận bây giờ những lứa tuổi "thích ô mai" ngày nọ và dù rằng hôm nay không còn thích ô mai như những ngày tháng cũ thay vào đó chỉ còn thích ô tô nhưng vẫn ghi nhớ những gì được chị viết ra. Vậy thì giờ đây là giờ của nhà văn trải lòng với người đọc, chị có thể nhắc lại những kỷ niệm mà chị đã một thời gắn bó.*

KH: Có lẽ, kỷ niệm mà tôi cho là bước ngoặt quan trọng khiến mình tự khám phá chính mình, tự tin cầm bút, là năm bước vào cấp 2 trung học, lớp đệ tam (bây giờ là lớp 10 hệ 12/12).

Thời gian trước, suốt bốn năm cấp một, quả thật tôi không hề biết mình yêu thích gì nhất và có năng khiếu gì. Tôi thích vẽ, thích đọc sách, thích thể thao, yêu thiên nhiên. Tôi nghĩ mình thứ gì cũng làng nhàng, mỗi thứ một chút để tô vẽ cho cuộc sống thanh xuân bớt đơn điệu. Tôi cũng cô đơn, ít bạn, ít giao tiếp vì nhà ở vùng ven, không có điều kiện gặp gỡ bạn bè.

Tôi lên cấp 2, thầy Trần Đình Quân là giáo sư môn Việt văn (xin ghi chú thêm, thầy là tác giả của bài "Khúc tình ca xứ Huế" nổi tiếng). Cũng như tất cả các giáo sư vừa ra trường, thầy TĐ Quân còn rất trẻ nhưng thầy khá nghiêm khắc và khó tính. Tôi vốn nhát gan nên sợ lắm, không dám lơ là bài vở chút nào. Sau học kỳ 1, tôi nghe các bạn ban B và C kháo nhau thầy khen tôi dữ lắm, bài luận hay, nếu có thể, thầy đã cho điểm 10. Tôi bán tin bán nghi, nhưng đến khi trả bài thi, tôi đứng đầu môn Việt văn thật. Cuối năm, thầy trao cho tôi phần thưởng Việt Văn.

Phần thưởng Việt văn năm đó là động lực rất lớn khiến tôi tự tin nghiêng hẳn niềm yêu thích của mình sang văn chương. Cái hạt giống ngày tiểu học ở quán sách bên đường bắt đầu nảy mầm tươi tốt trong môi trường của sự công nhận và khích lệ từ người thầy tôi kính mến.

Kỷ niệm thứ hai không thể không nhắc đến là cuộc gặp gỡ duyên phận ở tòa báo Tuổi Hoa. Trước đó, tôi đã có truyện viết từng kỳ cho báo Thằng Bờm của nhà văn Nguyễn Vỹ rồi. Nhưng tôi vẫn chưa định hình được con đường mình chọn. Đến một ngày năm 1969, tôi gửi cho báo Tuổi Hoa, lúc đó là bán nguyệt san Tuổi Hoa, một bài ký viết về làng cô nhi Long Thành (tựa đề Dấu Ngọc). Bài ký được đăng và nhà văn Hoàng Đăng Cấp là một người trong Ban Biên tập đã gửi lời mời đến Tòa soạn Tuổi Hoa gặp mặt. Trong dịp đó, anh Hoàng Đăng Cấp đưa cho tôi bức thư của một độc giả ở Cà Mau viết khen bài ký, bức thư rất dài với đoạn kết như một lời tiên đoán chắc nịch rằng tôi sẽ là một nhà văn viết cho thiếu nhi, và rất mong sẽ được đọc các tác phẩm thiếu nhi của tôi trong tương lai. Rất tiếc, anh Cấp lưu giữ bức thư và tôi lại không nhớ tên độc giả đó. Các bạn thử nghĩ xem, với một người mới tập tễnh bước vào làng văn, những lời viết trong thư tất nhiên sẽ là động lực thôi thúc tôi mạnh dạn bước vào con đường văn chương, mặc dù tôi cũng chưa thể hình dung là mình sẽ làm được gì.

Thđại: *Chị còn nhớ truyện đầu tay của chị được đăng ở báo nào, năm nào không?*

KH: Tác phẩm được đăng báo lần đầu lại là một bài thơ tình đăng trên tập san Phổ Thông do nhà văn Nguyễn Vỹ làm chủ bút và thực hiện, hình như là năm 1966. Và như là một duyên nợ, truyện dài thiếu nhi đầu tiên đăng nhiều kỳ trên báo thiếu nhi Thằng Bờm cũng do nhà văn Nguyễn Vỹ chủ biên,và sau khi truyện đăng xong, Nhà xuất bản Hoa Niên mua bản quyền xuất bản, tựa đề: *Trông về quê mẹ*, năm 1970.

Thđại: *Chị và nhà văn Thùy An cùng học một trường và có lẽ cùng chung một lớp ở Phan Châu Trinh (Đà Nẵng) và lại cùng viết ở Tuổi Hoa. Tôi chắc là giữa hai chị thế nào mà chẳng ít, nhiều kỷ niệm vậy. Chị có thể chia sẻ những kỷ niệm ấy với độc giả?*

KH: Vâng, như anh đã biết, Thùy An với tôi là bạn cùng lớp. Chúng tôi ban đầu chỉ là bạn chung lớp, không có điều kiện kết thân hoặc những kỷ niệm đặc biệt nào. Thời đi học, tôi chỉ biết Thùy An là một cây văn nghệ mà không biết bạn ấy cũng yêu thích thơ văn.

Nhưng khi chúng tôi rời mái trường Phan Châu Trinh để ra Huế học đại học, thì giữa hàng trăm bạn bè khắp các trường tỉnh miền Trung, học trò trường Phan Châu Trinh quả quá ít ỏi, nhất là khi phân bố ngành học, còn lại vỏn vẹn có tôi, Thùy An và bạn nữ Như Hảo chung ngành Lý Hóa Nhiên (SPCN). Lúc đó ba đứa bíu lấy nhau và trở nên thân thiết, cùng nhau học hành vui chơi. Tuổi mới lớn nhiều mơ mộng, hoài bão, cùng chung kỷ niệm trong ngôi trường Phan Châu Trinh Đà Nẵng, dần dà chung cả giấc mộng xuân thì. Ba đứa thi nhau làm thơ ca tụng thiên nhiên, tình yêu đôi lứa, cho đến một hôm, trong khu vườn nhỏ bên trường, chúng tôi cùng có ý muốn lập một nhóm thi văn. Ba người hơi ít, Như Hảo đề nghị một sinh viên nam ngành toán đang dạy tại gia cho cháu của Hảo là anh Nguyễn Diên, biết làm thơ, viết nhạc, gia nhập nhóm. Bốn người, vừa đủ, và nhóm thi văn Sóng Vàng ra đời, trưởng nhóm là tiền bối Nguyễn Diên đã sáng tác một ca khúc cho nhóm với lời hát rất chi lãng mạn: "Từ miền xa ước mơ, một làn sóng vô bờ, một làn sóng trăng vàng, một làn sóng sông thu... Dòng sông xanh lấp lánh, tóc mây mơ hồ, chờ trăng lên thấp thoáng gió gieo lời thơ..." Tuyển tập thơ đầu tiên của nhóm quay ronéo, ra đời ngay sau đó, mở đầu cho một giai đoạn sáng tác hăng say... Kỷ niệm này không thể phai mờ trong hành trình viết của tôi, nó na ná như mối tình đầu ngây thơ trong sáng của tuổi hoa niên.

Thđại: *"Văn chương không thay đổi được đời sống. Nhưng văn chương bổ sung cho đời sống là gia vị của cuộc đời, như gừng cay muối mặn." Chị nghĩ thế nào về lời phát biểu này?*

KH: Theo tôi, tùy theo cảm nhận, tùy theo kết quả đạt được của người viết mà văn chương có linh hồn như thế nào.

Một cuốn sách đâu thể nào mang kỳ vọng thay đổi xã hội, thay đổi đời sống, thay đổi thế giới. Nhưng điều kỳ diệu ấy không hiếm gặp. Vì tôi là một người viết cho thiếu nhi nên tôi luôn tin rằng văn chương phải có trách nhiệm khiến cho tâm hồn các em nảy sinh những điều tốt đẹp, thiện lương. Muốn thế, một tác phẩm viết cho thiếu nhi phải hội đủ các yếu tố: lòng yêu thương, tình nhân ái, ước mơ và hy vọng. Dù bối cảnh câu chuyện thế nào đi nữa, nếu tác phẩm được xây dựng bằng những yếu tố như vậy, chắc chắn sẽ làm nảy sinh trong tâm hồn các em những điều tốt đẹp. Như thế, văn chương chí ít cũng đem lại những thay đổi tích cực cho tuổi trẻ, hình thành nhân cách của người lớn trong tương lai. Vì vậy, nếu nói văn chương bổ sung cho đời sống cũng không sai, còn gia vị thì tùy người viết chọn loại nào và có mục đích nào.

Thđại: *Viết văn làm thơ hay nói chung chung là một cái nghiệp bởi vì: "Chúng ta không chọn và theo đuổi nó, nó chọn chúng ta, nói cách khác như một định mệnh". Vậy thì trường hợp viết văn của chị có phải là một chọn lựa, một định mệnh từ chị hay từ văn chương?*

KH: Anh nói đúng, chí ít là trong trường hợp của tôi. Nếu tôi chỉ là một cô gái yêu văn thời học sinh sinh viên thì chắc chắn tôi sẽ là một nhà khoa học hoặc một cô giáo Vạn Vật ở miền Trung, thỉnh thoảng viết vài truyện, vài bài thơ đăng báo cho vui. Nhưng số mệnh đưa đẩy rất lạ. Khi tôi học xong năm thứ ba, không biết vì lý do gì, các thầy thỉnh giảng từ SG không ra Huế nữa. Trường khuyến cáo sinh viên nào muốn hoàn tất chương trình cử nhân khoa học phải vào SG tiếp tục. Vì nhà nghèo, tôi đã nộp đơn xin đi dạy học, nhưng nhiệm sở ở tận Quảng Ngãi. Lúc đó, chiến tranh bắt đầu lan rộng. Cả nhà ngăn cản. Tôi đã định trở về Đà Nẵng. Thế nhưng ba của một người bạn thương tình cho tôi một vé máy bay và nói rằng tôi phải trả lại tiền sau khi tốt nghiệp và có việc làm. Vậy là tôi khăn gói vào SG. Nhưng vì chưa tìm được nhà người quen của ba tôi, nên ba của Thùy An đề nghị tôi trú tạm tại nhà anh họ của Thùy An và cũng là nơi Thùy An sẽ ở đó. Duyên may, tôi trở thành gia sư của cháu Thùy An. Nhờ thế, tôi và Thùy An trở thành cặp bài trùng sống tại SG, cái nôi của giới văn chương miền Nam. Chúng tôi lại làm thơ, viết truyện, đăng báo đều đặn, cho đến khi tôi gặp gỡ Tuổi Hoa, phát triển nghiệp viết của mình.

Thđại: *"Được viết, được nói những điều mình suy nghĩ. Được nghe phản hồi những điều mình viết, được trân trọng những gì mình viết ra, được nhìn nhận bằng quan niệm thuần văn học đó là điều cần thiết cho bất kỳ người cầm bút nào và ở bất kỳ nơi đâu, điều đó làm nền văn hóa đa dạng, không làm thui chột hứng khởi người sáng tác." Trên đây là trích dẫn lời một bạn văn trong một lần trò chuyện, chị nghĩ thế nào về lời phát biểu này?*

KH: Như anh biết đó, sau 75, mọi thứ trở nên rất khó khăn với tất cả những người dân miền Nam. Tôi đã không động đến văn chương trong 10 năm ròng. Tôi làm những công việc tay chân như những lao động thật sự. Văn chương chữ nghĩa hầu như rơi vào quên lãng. Cho đến một ngày, Thùy An nói với tôi rằng đã gặp nhà văn Lệ Hằng (anh biết Lệ Hằng, lớp mình chứ? Một nhà văn nổi tiếng thời đó và cũng từng có thời gian là thư ký tòa soạn Tuổi Hoa). Lệ Hằng là biên tập viên tại một xưởng phim và có ý định tìm kiếm các kịch bản mới, cập nhật những vấn đề xã hội đang thay đổi cũng như những trăn trở của người dân thành phố. Hai đứa đến thăm nhà Lệ Hằng, nhưng viết kịch bản phim lại là một vấn đề khác, cần chuyên môn, mà hai đứa mờ mịt. Kịch bản văn học là một lối thoát. Đấy là bước dạo đầu cho việc trở lại với việc viết lách.

Nói vậy để anh thấy không dễ cho những nhà văn trước năm 75. Rất may, tôi vẫn trung thành với văn học thiếu nhi, trung thành với tiêu chí tự đặt ra như đã trình bày với anh: không làm vẩn đục tâm hồn các em bởi các yếu tố chính trị. Sở dĩ được vậy vì tôi đã được hưởng một nền giáo dục nhân văn, nhân hậu, nhân ái trong suốt thời đi học, và cũng vì tôi có cơ may không tìm kiếm tiền bạc từ văn chương. Tôi viết vì yêu, vì các độc giả thời Tuổi Hoa còn nhớ dù trải qua bao năm tháng, và vì tâm nguyện muốn đem đến những điều tốt đẹp mà tôi đã được hưởng trong suốt thời thơ ấu cho các độc giả nhỏ tuổi của mình hôm nay. Tôi nghĩ đó cũng là một quan niệm thuần văn học và chắc chắn người đọc nào cũng biết cách phân biệt và người viết nào cũng mong mỏi được sống trong môi trường mà ở đó, người viết được tự do thể hiện, như nhà văn Leo Tolstoy đã nói đại để rằng:" Tôi thích tự do, dù tự do thể hiện bằng bất cứ hình thức nào."

Thđại: *Tôi có một vài người bạn ở trong nước có cho biết điều kiện in ấn sách báo vẫn chưa được thong dong, chưa được cởi mở, vậy thì thực hư nó như thế nào?*

KH: Anh muốn nói đến chế độ kiểm duyệt? Tôi nghĩ là có, nhưng vẫn có những tác phẩm lọt rào, nhất là những tác phẩm tự in, xin giấy phép xuất bản của một nhà xuất bản nào đó, hình như gọi là kế hoạch B thì phải. Chỉ khi in ra rồi, nếu có vấn đề mới bị thu hồi... Và cũng có thể quyển sách theo suy nghĩ riêng của nhà xuất bản là có nhiều đột phá táo bạo cần thiết để đổi mới, cũng có thể ra mắt bạn đọc trước khi ai đó can thiệp vào.

Thđại: *Theo chị vậy chúng ta phải làm sao để chính quyền có một cái nhìn độ lượng và bao dung với văn học?*

KH: Chờ dòng chảy của thời gian, anh ạ.

Thđại: *Nếu bảo văn chương là những kết nối giữa những người viết thì theo chị, văn học trong nước và hải ngoại, văn giới chúng ta có cần phải gắn kết, gần gũi và trao đổi để rồi từ đó giúp cho nhau làm phong phú thêm cho công việc sáng tác?*

KH: Người cầm bút chân chính luôn mong ước điều đó. Lịch sử văn hoá xã hội của chúng ta cho thấy Việt Nam luôn mở lòng dung nạp tất cả các nền văn hóa, không kỳ thị so với nhiều nước khác trên thế giới. Vậy thì chúng ta, cùng tiếng nói, cùng chữ viết, cùng văn hóa sao không gắn kết được? Ý thức hệ đâu có làm cho nền văn hóa dân tộc lớn mạnh, mà chính bản sắc gốc rễ của chúng ta mới là cốt lõi. Những ai không biết cách dung nạp, trao đổi. Vì lý do nào đó chỉ khiến cho văn học Việt Nam tụt hậu mà thôi.

Thđại: *Chị thường hay đọc những tác giả nào trong nước. Và những tác giả nào ở bên ngoài Tổ quốc ?*

KH: Thật ra, với các tác giả bên ngoài Tổ quốc, tôi không đọc nhiều vì không mua được sách, chỉ đọc một số truyện của họ đăng rải rác trên các trang web tôi quen, không chủ tâm cho một tác giả nào. Đó cũng là cái thiếu của tôi, nhưng lực bất tòng tâm. Còn ở trong nước, tôi thích Nguyễn Huy Thiệp, Nguyễn Ngọc Tư, Ngô Phan Lưu, Nguyễn Thu Trân, v.v... và một số tác giả trẻ có lối viết hiện đại, ý tưởng thoáng.

Không biết các bạn cùng trang lứa thế nào, nhưng việc đọc của tôi thay đổi xoành xoạch. Bây giờ, khi tuổi cao, tôi dành nhiều thời gian để đọc các truyện viễn tưởng và rất say mê...

Thđại: *Chị vừa đề cập đến nhà văn Nguyễn Huy Thiệp, vậy chị nghĩ sao khi ông Thiệp phát biểu: "Ở Việt Nam, người đánh cá khi gặp nhau không bao giờ bàn về chuyện đánh cá"? Chuyện giao tình giữa chị và bạn văn?*

KH: Tôi được cái may mắn là đã chọn văn học thiếu nhi để viết nên không giao tiếp nhiều với các nhà văn "lớn". Trong thời buổi này, chúng tôi, những người viết cho thiếu nhi, thường nói đùa là mình chỉ là nhà văn hạng hai, chiếu dưới, nên muốn bàn chuyện đánh cá cũng chẳng có cơ hội. Viết cho thiếu nhi khá cô đơn hơn các nhà văn khác vì người chuyên viết thiếu nhi chỉ đếm trên đầu ngón tay. Thời sôi động nhất, tỷ lệ các nhà văn viết cho tuổi trẻ phân bổ khoảng 50-50, nghĩa là một nửa những nhà văn trước 75 ở miền Nam, nên chúng tôi nói chuyện với nhau thoải mái hơn.

Thđại: *Những tác giả ngoại quốc chị có thích ai không?*

KH: Tôi rất thích Kafka, Haruki Murakami và dành ưu ái cho Lưu Từ Hân và Pierce Brown.

Thđại: *Nếu được yêu cầu giúp đỡ để tìm đọc những nhà văn trong nước về tất cả các bộ môn văn chương nghệ thuật từ: thơ, văn, biên khảo và phê bình, v.v..., chị có sẵn lòng giúp đỡ; và vậy thì những tác giả nào ở các bộ môn vừa kể mà chị sẽ giới thiệu với họ?*

KH: Như anh đã biết, tôi viết cho thiếu nhi, và sự giao tiếp hạn chế, không bác học đến độ gì cũng biết, gì cũng thông và có thể làm mọi việc. Hơn nữa, trong thời đại công nghệ này, sự quảng bá đôi khi bị thổi phồng gian dối và những ý kiến có thể bị bóp méo vì mục đích riêng. Hôm nay, tác phẩm này, nhà văn này được tâng bốc lên tận mây xanh, nhưng sau đó lại khác. Hôm nay, tác phẩm biên khảo này được đánh giá xuất sắc, nhưng sau đó bị vạch trần là do AI hoặc được copy từ một luận văn nào đó. Thật hư lẫn lộn... Phải đãi cát tìm vàng... Khó.

Thđại: *Theo chỗ tôi được biết thì hiện nay dân số nước ta vào khoảng trên dưới một trăm (100) triệu người, vậy chuyện đọc và viết cũng như số lượng sách xuất bản và phát hành cũng như tiêu thụ ra sao?*

KH: Thật đau đầu, anh ạ. Tôi chỉ nói về sách thiếu nhi để anh và các bạn có thể hình dung.

Cách đây 15 năm, mỗi lần xuất bản nhiều nhất là 5 ngàn bản, ít nhất là 3 ngàn bản, rồi sau đó in nối, đến lần thứ tư, thứ năm. Có những trường hợp đặc biệt như truyện tranh *Doraemon*, in từ 50 ngàn bản trở lên, hoặc bộ sách *Kính Vạn Hoa* của nhà văn Nguyễn Nhật Ánh in từ 20 ngàn bản. Đó là giai đoạn hưng thịnh. Nhưng bây giờ mỗi cuốn, nhà xuất bản chỉ in dè dặt 2 ngàn bản là tối đa. Đối với tác phẩm tự in còn tệ hơn, các tác giả chỉ in khoảng 500 bản là nhiều, đủ để trả chi phí in ấn và tặng bạn bè là chính. Vậy các độc giả đã đi đâu về đâu? Xin thưa, giờ các em suốt ngày xem điện thoại, truyền hình, youtube, không màng đọc sách bởi muốn xem gì có ngay và ngôn ngữ CNTT không những đơn giản, dễ hiểu mà còn hấp dẫn. Cũng xin thưa rằng văn học không còn quyến rũ các em vì từ những năm học đầu đời, các chương trình văn, tiếng Việt khô cứng, giáo điều, khiến các em không tìm thấy niềm vui trong văn chương thì làm sao nuôi dưỡng thói quen đọc sách của các em. Không đọc thì không mua. Hệ lụy này kéo dài qua nhiều thế hệ. Bây giờ, ai cũng thấy được hậu quả này và cố tìm cách thay đổi,khuyến khích các em đọc sách, nhưng rất khó...

Thđại: *Nói về chuyện đọc sách báo ở nước ngoài để tôi kể chị nghe câu chuyện giữa nhà phê bình văn học Đoàn Nhã Văn và chúng tôi. Cũng nhân một buổi trò chuyện văn chương như thế này, ông ấy bảo: "Văn chương Việt Nam không đi cùng, mà đi sau một khoảng cách xa lắm, đi sau không phải chỉ tài năng của người cầm bút, mà một phần không nhỏ còn ở người đọc". Chị có ý kiến gì không về chuyện ĐỌC và VIẾT của dân tộc chúng ta?*

KH: Quá đúng. Không nuôi thì làm sao lớn được. Không dưỡng làm sao khỏe mãi.

Thđại: *Thưa chị, tôi nghĩ mình đã làm phiền rất nhiều những giờ phút quý báu của chị, vậy có lẽ xin phép được dừng buổi chuyện trò này nơi đây. Trước khi chào từ giã nhà văn, chị có điều gì cần bổ túc và cần nói với độc giả đã cùng chúng ta tham dự buổi trò chuyện này?*

KH: Rất cảm ơn anh Triều Hoa Đại đã kết nối. Cảm ơn tạp chí Ngôn Ngữ đã dành đất cho tôi được nói lên tiếng lòng mình và vô cùng cảm ơn các bạn đọc đã lắng nghe.

Thđại: *Cảm ơn nhà văn Kim Hài, quý độc giả và quý văn hữu đã theo dõi buổi nói chuyện này. Mong bình an, hạnh phúc mãi mãi ở cùng chúng ta.*

Triều Hoa Đại

thực hiện

UYÊN NGUYÊN

GIỮA CẢM NHẬN VÀ PHÊ BÌNH: KHOẢNG TRỐNG CỦA MỸ HỌC VĂN CHƯƠNG

Mọi bài viết về một tác phẩm đều nhằm đi vào chính tác phẩm? Không. Đôi khi, những bài viết xuất hiện không phải để nói về một tác phẩm, mà để vô tình soi rọi một tập quán đọc. Và cũng có những tập quán, vì đã kéo dài quá lâu trong một cộng đồng, trở thành điều hiển nhiên đến mức không còn ai tự hỏi ta đang đọc như thế nào, và đang viết về văn chương bằng tâm thế nào.

Trong không gian văn học hải ngoại những năm gần đây, **có thể nhận thấy một xu hướng rằng** *những bài giới thiệu tác phẩm thường mang một vẻ đẹp riêng, vừa nhẹ, tình, vừa đầy thiện ý. Người viết đọc một cuốn sách của bằng hữu, của người quen, của một tiếng nói cùng thế hệ hay cùng ký ức, rồi ghi lại những rung động của mình. Những trang viết như vậy không thiếu sự chân thành hay những khoảnh khắc tinh tế. Nhưng chính ở đó, một khoảng trống âm thầm hình thành giữa cảm nhận và phê bình.*

Cảm nhận, tự nó, là một quyền năng. Nó là điểm khởi đầu của mọi tiếp xúc văn học. Không có cảm nhận, không có rung động, thì mọi hệ thống lý thuyết chỉ là một bộ khung khô cứng. Nhưng khi cảm nhận trở thành điểm kết thúc, thay vì là điểm khởi hành, thì văn chương bị giữ lại trong một vòng tròn thân tình, nơi người viết không còn đứng trước tác phẩm như một đối tượng cần được khai mở, mà như một kỷ niệm cần được gìn giữ.

Vì thế, **nói một cách khái quát,** *những bài giới thiệu, dù đẹp, vẫn dừng lại ở một dạng đồng cảm nối dài. Tác phẩm được đọc qua lăng kính của ký ức chung, của tình bạn, của sự trân trọng cá nhân. Những liên tưởng được mở rộng, những triết lý được gợi ra.* **Tuy nhiên,** *chính văn bản với cấu trúc, kỹ thuật, giới hạn và khả năng tự thân của nó, lại ít khi được đặt vào trung tâm. Người đọc nếu không quen biết tác giả, nhiều khi vẫn đứng ngoài, không biết phải bước vào tác phẩm từ đâu, hay phải đọc nó bằng chìa khóa nào.*

Không phải vì thiếu tri thức. Cũng không phải vì thiếu năng lực cảm thụ. Mà bởi vì một thói quen đã định hình—**một thói quen có thể nhận ra trong không ít trường hợp**—*ngại chạm vào giới hạn của tác phẩm. Trong một cộng đồng mà văn chương gắn liền với ký ức lưu vong, với những mảnh đời đã trải qua đổ vỡ, việc viết về nhau thường mang theo một khung đạo lý hầu giữ gìn, nâng đỡ và tránh làm tổn thương.* **Chính sự đan xen giữa văn chương và quan hệ nhân sinh này** *khiến ranh giới giữa cảm nhận và phê bình dễ bị làm mờ. Điều đó là đáng quý ở bình diện nhân sinh. Nhưng khi đi vào văn học, nó vô tình làm suy yếu một chức năng căn bản của phê bình, nghĩa là khai mở sự thật thẩm mỹ của tác phẩm, bao gồm cả những gì chưa trọn vẹn.*

Phê bình không phải là phản bác. Càng không phải là phán xét. Phê bình, ở tầng sâu, là một hành vi đồng hành trí tuệ, nơi người viết bước vào tác phẩm không đơn thuần để chia sẻ cảm xúc mà để nhận diện cấu trúc của cái đẹp, cơ chế của ngôn ngữ và cả những giới hạn mà tác phẩm tự mang theo. **Nói cách khác, phê bình không phủ định cảm nhận, mà đặt cảm nhận vào trong một hệ nhận thức có ý thức.** *Một bài phê bình đúng nghĩa không làm giảm giá trị của tác phẩm, trái lại, nó làm cho giá trị ấy trở nên khả tín hơn vì đã được đặt trong ánh sáng của nhận thức.*

Khi thiếu vắng thái độ này, văn học dễ rơi vào một trạng thái mơ hồ đó là tác phẩm nào cũng "hay", cũng "đáng đọc", cũng "tinh tế" nhưng những từ ấy dần mất đi trọng lượng, vì không còn gắn với một tiêu chuẩn cụ thể. **Khi đó,** *người viết và người đọc cùng chia sẻ một không gian dễ chịu, nhưng chính sự dễ chịu đó lại làm giảm khả năng phân biệt, là điều tối cần thiết cho sự trưởng thành của một nền văn học.*

Điều đáng nói là, trong nhiều bài viết, những dấu hiệu của phê bình không phải không có. Có những liên tưởng sâu sắc, chạm tới triết học, hay những trực giác rất gần với bản chất của văn chương. Nhưng chúng thường được triển khai theo chiều rộng của cảm xúc hơn là chiều sâu của phân tích. Ý tưởng được mở ra rồi lại tan vào dòng văn, như một mùi hương—gợi cảm nhưng khó nắm bắt. Chính ở đó, phê bình dừng lại nửa chừng, chưa kịp định hình thành một hệ nhận thức rõ ràng.

Một nền văn học không thể lớn lên chỉ bằng tác phẩm. Nó cần một hệ sinh thái, trong đó phê bình đóng vai trò như một tầng ý thức. Không phải để kiểm soát, để phân định hơn thua mà để làm sáng tỏ, giúp mỗi tác phẩm nhận ra vị trí của mình trong một dòng chảy rộng hơn.

Có lẽ đã đến lúc cần một sự **chuyển dịch** *nhẹ nhưng cần thiết là từ việc viết về tác phẩm như một kỷ niệm chung, sang việc đọc tác phẩm như một thực thể độc lập. Từ việc dừng lại ở rung động, sang việc đi tiếp vào cấu trúc của rung động ấy. Từ việc né tránh giới hạn, sang việc nhìn thẳng vào nó như một phần của chân lý thẩm mỹ.*

Bởi, chỉ khi một tác phẩm được đọc trong tính toàn thể của nó—cả ánh sáng lẫn vùng khuất—thì nó mới thực sự được tôn trọng.

Và chỉ khi phê bình đủ can đảm để bước ra khỏi vùng an toàn của tình cảm, văn học mới có thể bước vào một giai đoạn trưởng thành hơn—nơi cái đẹp không những được cảm nhận, mà còn được hiểu.

Uyên Nguyên

Yuma, AZ 11.04.2026

LÊ ĐỨC LUẬN

SỐ Ở NHÀ "CÔNG THỰ"

Hai Búng vào nhà dưỡng lão hơn bốn tháng nay, thường xuyên gọi điện thoại cho tôi - cà kê đủ thứ chuyện ở viện dưỡng lão và bao giờ cũng kết thúc bằng một câu rất thuyết phục: "Mày lên xem cơ ngơi mới của tao – Thiên đàng nếu có, cũng đến thế là cùng." Tôi nghe mê tơi, cũng muốn xin vào viện dưỡng lão...

Với Hai Búng thì có nhiều chuyện để nói. Tên trên giấy tờ là Phạm Bình Nhâm, nhưng từ khi vào quân đội, bạn bè cùng khóa đặt cho hắn cái tên mới là Búng - Hai Búng. Sở dĩ hắn mang cái biệt danh (nickname) này vì nhà hắn gần chợ Búng mà khi nhắc đến chợ Búng, hắn say sưa nói miết - quên thôi! Hắn tả cảnh, tả tình về quê hương của hắn với những vườn cây ăn trái ở Lái Thiêu, An Sơn, Bình Nhâm (nơi sinh quán của hắn) hấp dẫn đến mức mà người nghe thấy mát rượi với những cây chôm chôm, măng cụt, sầu riêng... ngát hương vườn lài, thơm phức mùi sầu riêng và ngọt lịm mùi lò đường, ruộng mía ven sông... Và bao giờ kết thúc câu chuyện cũng là lời mời rất chân tình: "Khi nào đi qua Chợ Búng, nhớ ghé nhà tao, tao sẽ đưa tụi mày đi ăn bánh bèo bì Mỹ Liên, hay Ngọc Hương - hai tiệm bánh bèo bì nổi tiếng không những ở chợ Búng mà khắp nước đấy. Rồi về nhà tao, mẹ tao sẽ đãi một bữa cháo vịt – thịt vịt bầu mà chấm nước mắm gừng do mẹ tao pha chế thì hết sẩy! Tụi mày sẽ nhớ đời..."

Hắn căn dặn thêm: "Đến Búng, hỏi tên tao thì ít người biết mà hỏi "Cậu Hai Phạm" thì ai cũng biết. Muốn tìm đến nhà thì hỏi "nhà ông Thầy Năm Tử Vi" thì sẽ ra ngay."

Có lần tôi hỏi hắn: - Tại sao mày lớn lên ở đây mà ít người biết tên thật Phạm Bình Nhâm, chắc mày muốn giấu tên để người ta gọi "Cậu Hai Phạm" cho oai?

Hắn giải thích: – Không phải vậy mà do phong tục miền Nam - người ta thường xem cá tính, hình dạng, rồi lấy thứ bậc trong gia đình ghép vào thành tên gọi như: Hai Lúa, Ba Cao... một cách gọi cho gần gũi thân thương. Còn tao, vì hay ăn nói bỗ bã, đôi khi làm thơ, đặt vè tố cáo, châm biếm mấy thằng bê bối, ức hiếp dân lành, nên chúng ghét, tìm cách vu cáo: phạm lỗi này, tội kia... Nhưng chúng chẳng làm gì được tao, chỉ gọi "thằng Hai Phạm"- tức là hay phạm lỗi cho bõ ghét - riết rồi dân trong làng nghe quen tai, họ gọi tao "cậu Hai Phạm".

Hôm tôi đến thăm Hai Búng – xem căn phòng rộng khoảng mười mấy mét vuông, kê một chiếc giường đơn và một cái tủ nhỏ đã thấy chật – "cơ ngơi" ấy làm sao so sánh được với ngôi nhà ngói cổ ba gian, hai chái, rộng thênh thang, lúc nào cũng mát rượi... nằm giữa một vườn cây ăn trái hơn năm mẫu của cha ông bao đời vun đắp ở gần chợ Búng mà Hai Búng sẽ là người thừa kế. Vậy mà bây giờ Hai Búng kêu tôi tới xem cái "cơ ngơi" này với lời ca tụng: "Thiên đàng nếu có, cũng đến thế là cùng." Có lẽ Hai Búng đã "ngộ" được lẽ sống ở đời rồi chăng?

Nhớ lần đầu tiên Hai Búng đưa tôi về nhà ở chơi mấy ngày trong dịp nghỉ phép sau khi diễn hành ngày Quân Lực 19-6 năm 1967 ở Saigon. Khi trở lại Đà Lạt học năm chót, vùng đất trù phú này với những vườn cây trái êm đềm và sự nhân hậu, chân tình của cha mẹ Hai Búng, biểu lộ đức tính hiền hòa, mộc mạc của người miền Nam, đã làm tôi lưu luyến. Vì vậy, khi ra trường tôi chọn Sư Đoàn 5 BB, vùng hoạt động gồm ba tỉnh Bình Dương, Bình Long, Phước Long (danh từ quân sự gọi là Khu 32 Chiến thuật) – Bộ Tư Lệnh đóng ở Lai Khê, chỉ cách Búng hơn 15 cây số. Còn Hai Búng chọn Biệt Động Quân – rày đây mai đó, rất ít khi được về thăm nhà.

Khi đơn vị nghỉ dưỡng quân hay được nghỉ phép vài ba ngày, tôi thường ghé thăm ông bà thân sinh của Hai Búng, ông bà rất mừng... Sự hiện diện của tôi, mẹ Hai Búng hình dung ra bóng dáng đứa con trai yêu dấu - thằng Nhâm. Còn tôi, qua hình dáng của bà gợi cho tôi nhớ về người mẹ thân yêu ở tận ngoài Trung - xa lắc. Sự tương giao đó đã tạo nên mối thâm tình và tôi được xem như một thành viên trong gia đình Hai Búng.

Mỗi lần Hai Búng về phép, tôi cũng xin nghỉ phép vài ngày về chơi với Hai Búng, nếu đơn vị không bận hành quân. Gặp nhau, hai đứa tán đủ thứ chuyện: Ngoài chuyện gian nguy ở chiến trường, chuyện tình yêu, chúng tôi hay nói đến sự phi lý của một cuộc chiến tranh không cần thiết, về nỗi buồn và bất hạnh trong chiến tranh. Đôi khi hai đứa ngồi im lặng hằng giờ, nhâm nhi ly rượu nếp than (do mẹ Hai Búng nấu) nơi chiếc bàn đá sau vườn; nhìn những đàn chim bay về tổ, ríu rít tiếng kêu gọi đàn khi nắng chiều sắp tắt mà mơ về một ngày thanh bình - một ngày giã từ vũ khí!

Có lần tôi nói với Hai Búng: - Một mai hết chiến tranh, mày về đây vui hưởng thú điền viên như Cụ Nguyễn Công Trứ ngày xưa: "Thảnh thơi thơ túi rượu bầu" và sẽ sống: " Ngoài vòng cương tỏa chân cao thấp / Trong thú yên hà mặc tỉnh say."

Hai Búng thẫn thờ:

- Số tao không được như vậy. Ông già tao xem số tử vi, bảo rằng: "Cung Điền Trạch của tao có chính tinh miếu vượng mà gặp tuần triệt nên khó được thừa kế tài sản của tổ tiên, nhưng lại có các sao Thiên Khôi, Thiên Việt, Hóa Lộc, Hóa Quyền chiếu mạng nên sẽ sống ở khu vực có nhiều cơ quan, nhiều bạn bè, người phú quý lui tới ..." Vậy là chỉ ở trong "công thự"chớ gì?

- Công thự là nơi ăn ở, làm việc của mấy quan to, cấp cho những người có danh phận, làm gì đến phiên mày?

Hai Búng giải thích:

- Sang thì công thự mà hèn thì chung cư, trại gia binh, nghĩa là lá số cho thấy: tao sẽ không có nhà riêng.

Tôi không hiểu nhiều về khoa tử vi và cũng không mấy tin vào lá số, nhưng khi nghe Hai Búng nói vậy, tôi không có ý kiến, vì ông già Hai Búng giỏi về khoa tử vi và rất nổi tiếng – trong nhà lúc nào cũng đông khách đến nhờ xem tử vi, đa số là người Sài Gòn. Bởi vậy tôi chỉ ậm ừ cho qua chuyện:

- Chờ xem!

Ngày tháng trôi qua, cuộc chiến mỗi ngày thêm ác liệt, chúng tôi ít có dịp gặp nhau. Khi cuộc chiến sắp tàn, tôi được tin Hai Búng bị thương nặng trong trận đánh ở Xuân Lộc, đang điều trị ở Tổng y viện Cộng Hòa, nhưng không thể rời đơn vị để về thăm.

Sau đó bao nhiêu biến cố dồn dập, tôi không liên lạc được với Hai Búng trong một thời gian dài. Rồi một hôm vào khoảng tháng Giêng năm 1979, hai đứa gặp nhau ở một nơi cách xa chợ Búng cả ngàn cây số - Trại tù K5, Tân Lập Vĩnh Phú, trên vùng Trung du Việt Bắc.

Tôi nhớ mãi lần gặp gỡ buổi trưa hôm ấy: mừng mừng... tủi tủi... Hai Búng đặt bàn tay gầy guộc lên bờ vai xương xẩu của tôi, run run khẽ nói: - Mày vẫn còn sống?

Lẽ ra tôi phải nói những lời ân cần, hỏi han sức khỏe tôi lại buông một câu lãng xẹt: "Trại mày ở đẹp à nghen: tường gạch, mái ngói, giống như...

Tôi chưa nói hết câu, Hai Búng cười ngất ngưởng, ngắt lời:

- Giống như "công thự"? Số tao ở nhà "công thự" mà mày.

Tôi định chen vào để chữa lời nói lãng xẹt vừa rồi: "Tường cao, cửa sắt kiên cố thế kia thì đám tù hết phương trốn thoát, chứ đẹp cái nỗi gì?" Nhưng Hai búng cứ nói miết:

- Có cổng tam quan, có thằng đứng gác ngày đêm cho mình ngủ (Hai Búng hạ giọng nhìn quanh, sợ bọn ăng-ten nghe lén) - chỉ khác thời trước là mình ra, vào cổng hắn không bắt súng chào.
Hai Búng cười khùng khục, rồi tiếp:

- Nhưng "công thự" này không đồ sộ bằng cái "công thự" đầu tiên tao được ở.

- Ở đâu? Tôi hỏi.

- Khám Chí Hòa. Hai Búng trả lời.

Tôi thắc mắc hỏi tiếp:

- Làm sao mày lại vô khám Chí Hòa?

Hai Búng vừa nói vừa kéo tôi vào chỗ bóng mát dưới gốc cây bàng:

- Chuyện dài như tiểu thuyết - Trận Xuân Lôc bắt đầu ngày 9-4-1975, Liên Đoàn 7 BĐQ của tao phối hợp với Trung đoàn 48 của SĐ18 BB phòng thủ từ núi Chứa Chan, Giá Rai đến Xuân Lộc. Bốn ngày sau, ngày 13-4-1975 tao bị thương khá nặng, được trực thăng bốc về Tổng y viện Cộng Hòa. Đang nằm điều trị trong bệnh viện, nghe bản tin buổi sáng ngày 30-4 trên radio: Dương Văn Minh ra lịnh Quân đội VNCH buông súng- chờ bàn giao" – Tao khóc!

- Tao không thể nào quên được nỗi thê thảm của những thương binh VNCH bị đuổi ra khỏi nơi điều trị ở Tổng y viện Cộng Hòa vào ngày 1-5 – trong đó có tao. Đau thương, uất hận lắng vào tiềm thức, có lúc trỗi dậy, khiến thơ, vè trong tao trào ra. Thế là chúng gán cho cái tội "biệt kích văn nghệ", tống tao vào khám Chí Hòa.

- Hơn 5 tháng nằm trong cái "công thự" này, chúng điều tra tới, điều tra lui, nhưng thơ, vè của tao chỉ truyền khẩu, không có bằng chứng cụ thể. Môt hôm chúng đưa tao lên văn phòng gặp Vũ Hạnh, chắc là để tên này nhận diện. Tao biết hắn, nhưng hắn đâu biết tao là ai. Hắn hỏi mấy câu: "Bút hiệu của anh là gì? – Anh đã có bao nhiêu tác phẩm đã xuất bản?" Tao trả lời: "Tôi làm gì có bút hiệu, có tác phẩm – Anh hỏi thế là cho tôi lên mây rồi." Chúng thấy tao chẳng có tên tuổi gì trong giới nhà văn, nhà báo mà chỉ là thằng "phất phơ miệt vườn", nên chúng chuyển tao vào trại Suối Máu (Biên Hòa). Tháng 7 năm 1977 chúng tống tao xuống tàu đưa ra đây.

- Thôi chuyện còn dài, sắp tới giờ lao động rồi, mày ở đây chờ tao, tao có chút quà cho mày, tao mới được thăm nuôi.

- Ông bà cụ ra đây thăm mày?

- Không - "người ơn" - Ông bà già yếu lắm rồi.

- "Người ơn" hay người yêu?

- Chuyện dài như tiểu thuyết. Có dịp tao sẽ kể cho nghe.

Cuối năm 1981, Hai Búng và tôi được thả cùng ngày từ trại tù Tân Lập – Vĩnh Phú. Trên chuyến tàu xuôi Nam, Hai Búng kể cho tôi nghe về "người ơn" của hắn. Hắn thẫn thờ nhìn qua khung cửa toa tàu, và với một giọng trầm buồn, hắn bắt đầu câu chuyện:

- Khi nghe loa phóng thanh phát ra, cứ khoảng nửa giờ một lần: "Tất cả thương bệnh binh phải rời khỏi nơi đây trong ngày hôm nay" (ngày 1-5-1975). Lúc bấy giờ người cụt tay dìu kẻ què chân, khập khiễng với đôi nạng gỗ, xiêu vẹo từng bước đi về hướng cổng bệnh viện, nước mắt lưng tròng... Còn những người cụt cả hai chân hay hai chân bó bột ngay đơ không thể lê bước như tao thì anh em đỡ ra khỏi giường, đặt xuống sàn nhà và nói vài câu an ủi: "Ráng lết ra ngoài rồi sẽ có người giúp đỡ, tụi tôi không biết làm sao hơn được"- Họ tiếp tục ra đi...

"Những anh em cụt cả hai chân, họ chống hai bàn tay xuống đất lấy thế nhấc người lết tới, mỗi lần cũng được vài ba gang tay; máu mủ, cát bụi bầy nhầy dính trên bông băng tơi tả - không có ngôn từ nào diễn tả hết nỗi thương đau. Còn tao, hai chân bó bột, không đứng lên được, cũng bắt chước làm theo thao tác ấy để ra khỏi khu nhà hồi sức.

"Con người khi đứng trước lằn ranh sinh tử, bản năng sinh tồn được vực dậy và khi sự khổ đau đến tột cùng, con người hướng về ân sủng thiêng liêng – Tao cầu xin Đức Mẹ Maria và tiếp tục lết ra cổng. Bỗng từ xa có tiếng gọi, rồi một người con gái chạy đến ôm tao. Nàng khóc nức nở: - 'Làm sao ra nông nỗi thế này hở anh?' Lúc đó sự sống hình như được điều khiển bởi bản năng, tao không còn nhớ rõ làm sao nàng đưa tao vào chiếc taxi đậu trước cổng bệnh viện. Nàng đỡ tao ngồi bên cạnh, khẽ nói: - 'Em đưa anh về nhà em, rồi sẽ tính sau.' Tao bừng tỉnh nói với nàng: - 'Nhà tôi ở gần chợ Búng, nếu có thể được, cô cho về đó với mẹ tôi.' Nàng quay qua hỏi người tài xế taxi, anh ta đồng ý. Khi xe lăn bánh, tao nhìn lại phía sau cánh cổng bệnh viện khép hờ, còn nhiều thương binh đang bò lết ra cửa – tao bật khóc... và hỏi bâng quơ: 'Đêm nay họ về đâu, rồi ngày mai họ sẽ ra sao?' Nàng cũng khóc và vỗ về: 'Biết làm sao bây giờ - cầu xin Chúa đoái thương...' Đêm hôm ấy nàng ở lại với tao, sáng hôm sau nàng về và hẹn sẽ lên thăm. Cha mẹ tao đưa nàng ra chợ Búng, đón xe cho nàng về Saigon.

"Nàng là ai? - chắc mày đang nóng lòng muốn biết? Hắn hỏi, nhưng không đợi tôi trả lời, tiếp tục kể: - Nàng là y tá chăm sóc khoảng 20 thương binh dãy nhà A, nơi tao đang nằm điều trị. Nàng không có nét đẹp kiêu sa để người ta chiêm ngưỡng mà nàng có 'đôi mắt biết nói', trên môi như luôn sẵn nụ cười duyên dáng và đặc biệt cái giọng 'Bắc kỳ Hà Nội' êm như ru... Mỗi lần nàng đến chăm sóc vết thương, như mang theo một luồng gió mát cho các thương binh - một chút gì đó mơ hồ như người chị, người em, người tình đang an ủi, vỗ về nỗi đau mất mát... Với tao: nàng là một bà tiên.

"Từ hôm đưa tao về nhà, sau đó mỗi tuần hai ngày, nàng lên chăm sóc vết thương cho tao, nhờ vậy, chỉ mấy tháng sau đôi chân tao lành lặn, đi đứng được. Nhưng rồi tao bị bắt - một lần nữa lại làm khổ thân nàng. Nàng dò hỏi khắp nơi, cuối cùng biết tao bị giam trong khám Chí Hòa, nàng đưa ba tao vào thăm. Ba tao là người rất có nghị lực, đứng trước những nghịch cảnh, ông vẫn giữ thái độ bình thản, nhưng hôm ấy đôi mắt ông thật buồn như báo trước một điềm chẳng lành. Tao cố làm ra vẻ chuyện bị giam ở đây không có gì quan trọng cho ba tao đỡ lo, tao bông đùa: 'Số con được ở trong công thự mà ba - cái công thự này to hết biết!' Ba tao không cười mà chỉ nói: 'Lá số tử vi chấm đúng thì lời bàn ít khi sai.' Không ngờ buổi thăm nuôi hôm đó là lần gặp gỡ cuối cùng - Từ đây, tao không bao giờ còn được nghe tiếng nói của ba tao. Ông đã chết ở trại tập trung Bù Gia Mập.

Nói đến đây hắn mếu máo, nghẹn lời, những giọt nước mắt lăn dài trên má. Một lát sau hắn tiếp: "Lần thăm nuôi mới đây, nàng đưa lá thư của mẹ tao viết ngắn gọn mấy câu: Nhâm à – Ba con đã mất gần hai năm nay rồi. Lúc trước mẹ sợ con buồn, hại đến sức khỏe, không cho con biết. Nhưng không thể giấu mãi được, nay thì mẹ cũng nguôi ngoai và nhờ Trời thương đã cho mẹ thêm một đứa con gái, chăm sóc mẹ rất chu đáo và an ủi mẹ trong lúc cô đơn. Con an tâm học tập tốt để sớm về với mẹ."

"Lợi dụng lúc tên quản giáo cho phép nàng ra bếp nấu đồ ăn, nàng kể chuyện bị bắt và cái chết của ba tao: - Khoảng năm 1978, trong nhà luôn luôn có người đến nhờ ba tao xem số tử vi có đi vượt biên được không. Chính quyền kết tội ba tao lợi dụng sự mê tín di đoan để xúi giục người ta vượt biên. Họ bắt ba tao đưa vào trại tập trung Bù Gia Mập. Ở đây, mỗi tháng một lần, nàng dẫn mẹ tao vào thăm nuôi. Ba tao không phải chết vì đói hay suy dinh dưỡng mà bị rắn độc cắn, trong lúc vào rừng chặt nứa. Nàng nói: - Khi hay tin ba mất mẹ ngất xỉu và mê man mấy ngày liền, khi tỉnh lại mẹ sống như người mất hồn. Em đã lên ở với mẹ, chăm sóc cho mẹ, mẹ hồi phục dần dần... Một hôm em ngỏ lời với mẹ: Từ nay con xin làm con gái của mẹ - mẹ chịu không? Mẹ ôm em vào lòng, khóc nức nở... Mẹ thổn thức nói: 'Cảm ơn Trời Phật đã cho ta thêm một đứa con gái.' Đến đây thì tao không còn kềm được xúc động, nắm lấy tay nàng, run run khẽ nói: - Em là 'người ơn' của gia đình anh. Nàng ngước lên, 'đôi mắt biết nói' ấy rưng rưng nhìn tao, nàng nói qua hơi thở, "Bây giờ em là em gái của anh..."

Con tàu tiếp tục xuôi Nam, đến ga Tuy Hòa tôi chia tay Hai Búng. Từ đây chúng tôi ít có dịp gặp nhau - một phần vì xa xôi cách trở (tôi ở ngoài Trung, còn Hai Búng ở trong Nam), một phần bị quản chế không thể ra khỏi nơi cư trú, và tiền bạc cũng rất eo hẹp. Mãi đến khi được gọi vào Sài Gòn phỏng vấn để đi Mỹ theo chương trình HO, tôi mới có dịp ghé thăm Hai Búng. Lúc này thì "người ơn" đã trở thành "người vợ" yêu quý của Hai Búng.

Chúng tôi được đi cùng chuyến HO5, cùng xin định cư ở tiểu bang Virginia (VA). Hai gia đình chúng tôi cùng xin về quận Fairfax, thuê apartement trong cùng trong một building để bầu bạn có nhau. Thời gian đầu ở xứ lạ quê người, ai cũng trải qua những khó khăn nhất định. Nhưng được sống trong môi trường tự do với sự giúp đỡ tận tình của các cơ quan từ thiện và xã hội, làm cho mọi người lên tinh thần và nhìn thấy tương lai. Hai Búng vì cặp giò không khỏe, chỉ xin được việc làm nhẹ; vợ Hai Búng xin làm phụ bếp - đồng lương hai người đều thấp, nên đủ điều kiện xin housing. Hai Búng là người may mắn được cấp nhà housing trước tiên. Hôm dọn nhà, Hai Búng vui vẻ nói với mọi người: "Không phải tôi có thân thế hay lo lót, chạy chọt gì đâu, đừng nghĩ như khi mình còn ở trong nước. Tôi được nhà sớm là do lá số tử vi chiếu mạng - số tôi được ở nhà "công thự".

Mấy năm sau, vợ chồng tôi dành dụm đủ tiền đặt cọc mua một căn townhouse, tôi rủ Hai Búng, nhưng hắn bảo: "Số tao không có nhà riêng, chỉ ở công thự thôi". Vợ chồng Hai Búng an phận và bằng lòng với căn housing này. Họ sống hạnh phúc bên nhau, đi đâu cũng có đôi có bạn như hình với bóng... Rồi một ngày đau buồn chợt đến, không sao tả xiết: Nhung, vợ Hai Búng đột ngột qua đời vì bịnh tim (heart attack). Hai Búng hụt hẫng, đau thương đến cùng cực -

phát cuồng... Ngày ngày Hai Búng thơ thẩn ra vào trong căn housing đầy ắp kỷ niệm, nói lảm nhảm một mình: "Sao bà ra đi nhanh thế, chẳng nói với tôi lời nào? – Sao bà không để tôi săn sóc cho bà?" Đến bữa ăn, Hai Búng xới bát cơm, so đôi đũa để trên miệng chén, rồi nói: - Bà ăn đi kẻo nguội... Có hôm tìm được món ăn lạ trên internet, Hai Búng cặm cụi nấu nướng theo chỉ dẫn, rồi bày biện tươm tất trên bàn thờ, đốt nhang thì thầm khấn vái. Bốn bề tĩnh lặng như tờ, Hai Búng ứa nước mắt, hỏi: "Sao bà không ăn miếng nào, cứ ngồi đó cười?"

Chỉ hơn ba tháng, sau ngày vợ mất, tinh thần lẫn thể xác của Hai Búng suy sụp thảm hại. Đứa con gái duy nhất, theo chồng ở California, thỉnh thoảng lên thăm, thấy tình cảnh bi đát của bố, cố năn nỉ, thuyết phục mời bố về ở với nó, nhưng Hai Búng từ chối và nói với con gái: "Ở đây hằng đêm, mẹ con vẫn về nói chuyện với bố - xuống dưới đó mẹ con có chịu đi theo không?"

Thấy tình cảnh cô đơn như vầy, có thể không bao lâu Hai Búng sẽ suy sụp hoàn toàn, nên hằng tuần tôi đến thăm, an ủi và bà nhà tôi làm vài món ăn khô mặn tiếp tế cho Hai Búng. Tình bạn thâm giao giữa hai chúng tôi, Hai Búng có nghe những lời khuyên giải của tôi mà nguôi ngoai phần nào sầu muộn. Nhưng nhà dưỡng lão mới là nơi Hai Búng "ngộ" được cái lẽ vô thường trong kiếp nhân sinh và thân phận tuổi già... từ đó Hai Búng tìm được sự thanh thản trong tâm hồn.

Hôm tôi đến thăm Hai Búng ở nhà dưỡng lão, Hai Búng thuyết về: chuyện đạo, chuyện đời, chuyện tu, chuyện tập (tập thể dục) – nói miết quên thôi! Mấy giờ ở chơi với Hai Búng, điều làm tôi xúc động khi Hai Búng kéo ngăn tủ nhỏ, chỉ cho tôi xem và giải thích lai lịch của mỗi kỷ vật: "Đây chiếc áo dài ngày cưới, còn đây là chiếc áo bả mặc trong ngày "lễ hấp hôn" cách đây mấy năm; những chiếc cà vạt, găng tay, mũ nỉ này bả mua tặng tao trong ngày sinh nhật; mấy tập album và một hộp nhỏ để hai chiếc nhẫn cưới và chiếc nhẫn ra trường của Hai Búng. Hai Búng kết luận: "Gia sản của tao bây giờ chỉ còn từng ấy – đó là bảo vật."

Nắng chiều đã tắt, tôi chào tạm biệt. Hai Búng đưa tôi ra tận chỗ đậu xe. Tôi nổ máy, Hai Búng quay lại đứng trước cửa nhà dưỡng lão vẫy vẫy tay chào... Trên sân vắng lặng, chẳng có bóng người, Hai Búng vẫn còn đứng đó, mắt thoáng buồn núp sau cặp kính lão... Tôi nhẹ chân "ga" vòng xe lại trước cửa nhà dưỡng lão, hạ kính cửa xe, định nói vài lời. Nhưng lúc đó Hai Búng quay lưng, cố giấu những giọt nước mắt đang lăn trên má. Tôi nhấn "ga" cho xe chạy thẳng, nhìn kính chiếu hậu thấy cánh cửa nhà dưỡng lão Elmwood House đã khép lại – im lìm ...

Chiều nay, mây trời như thấp xuống, sương thu rơi nhẹ như làn khói mỏng tỏa mờ khu rừng phía trước và khói sương cũng phủ mờ các tầng cao của building làm cho khu dưỡng lão trở nên tịch mịch, buồn hiu... Trong đó, giờ này có những người một thời vang bóng đang sống: như Cụ Vỹ, râu tóc bạc phơ như một "tiên ông", luôn xuất hiện trong các cuộc biểu tình chống cộng ở công viên Lafayette (President's Park) , Washington DC; hay như ông Công tử Hà Đông (HHT) đã từng phóng bút "giữa rừng phong" với nhiều bài phiếm luận khinh bạc và bây giờ có thêm Hai Búng...

Lê Đức Luận

LÊ XUÂN MỸ

Giọt Lệ Biết Làm Sao Ngưng

Đã hai ngày trôi qua, chúng tôi vẫn chưa hết bàng hoàng về cái chết thật thương tâm của hai người bạn thân thiết: Phạm Phúc và Hạnh Nguyên. Đã hai đêm thức trắng khi nhớ đến hình dáng thật hiền lành dễ thương của hai người. Cứ mãi thao thức khi nghĩ đến nỗi mong manh vô thường của kiếp người và sự ra đi vô cùng đột ngột, oan ức của hai người công dân rất bình thường, lương thiện tại một trong những thành phố luôn được xem là biểu tượng của ngành công nghệ cao cấp, giàu có và đáng sống của một nước Mỹ hùng mạnh. Một sự ra đi mà có lẽ chính hai bạn dù bây giờ đang cùng nắm tay nhau trên Thiên Đàng, cũng chưa bao giờ nghĩ đến và cũng sẽ không bao giờ biết được lý do.

Camera thu được hình ảnh của chiếc xe tải màu đen cho thấy tên sát nhân lái xe gây án một cách lạnh lùng, hung hãn. Một hành động của một kẻ cuồng điên, ngáo đá hay kỳ thị thì phải đợi sự điều tra của giới chức có thẩm quyền, nhưng rõ ràng cho đến khi lìa đời hai bạn đã không bao giờ biết được mặt mũi và động cơ của kẻ giết người. Thật đau xót khi hai bạn không phải là những nạn nhân duy nhất của ngày hôm đó.

Bắt đầu từ phía nam thành phố San Jose, nghi phạm đâm trọng thương hai công dân vô tội, cướp xe một người khác rồi bỏ chạy vào trung tâm thành phố, ẩn nấp trong bãi giữ xe của tiệm Walgreen nằm đối diện căn nhà của Phúc Nguyên.

Thảm kịch xảy ra khi thủ phạm lái xe rời nơi trú ẩn. Hắn nhìn thấy Phúc Nguyên đang đứng bên hông nhà. Kẻ cuồng điên lái xe leo qua lề đường tông thẳng vào hai vợ chồng. Vợ chết liền tại chỗ, chồng chết trên đường đi cấp cứu vì những vết thương quá nặng. Kẻ sát nhân sau đó tông một người nữa trên đường số Mười rồi đi về phía bắc, tiến vào thành phố Milpitas. Tại đây kẻ sát nhân giết chết thêm một người trước khi bị cảnh sát bắt giữ. Cuộc thảm sát kéo dài, như một cuốn phim quay chậm, suốt một giờ đồng hồ của một tên giết người tâm thần từng có tiền án hình sự. Hình như không có một cuộc truy đuổi nên kẻ sát nhân cứ thoải mái vừa chạy vừa gây án trong suốt một chặng đường dài từ phía nam lên phía bắc của thành phố San Jose. Giá như nhân viên công lực hành động kịp thời, truy đuổi gắt gao ngay từ đầu thì đã không có ba nạn nhân chết oan uổng như thế.

Đã qua cái tuổi bảy mươi "thất thập cổ lai hy", chúng tôi đã chứng kiến nhiều cuộc chia ly, biết đến bao cảnh đời vô thường của một kiếp người. Già cả có, trẻ trung có. Vì tai nạn cũng có, vì bệnh tật cũng nhiều. Đã từng cảm nhận bao nỗi đau mất mát những người thân yêu, bạn bè. Nước mắt đã bao lần rơi xuống nhưng có lẽ chưa lần nào trái tim tôi tan nát như lần này. Sinh ly tử biệt vốn là chuyện thường tình của tạo hóa. Có sinh thì có tử. Có chào đời thì không sớm thì muộn cũng có lúc chia xa. Nhưng trước khi rời bỏ thế gian ít nhất ta cũng cần biết được lý do. Cũng ít nhất để lại cho bạn bè, người thân những bài học, những lời cảnh báo. Nhưng với hai bạn tôi thì không. Hai bạn vẫn còn ngơ ngác, vẫn còn bàng hoàng, vẫn còn không tin vào sự thật. Hai bạn vẫn chưa đành lòng ra đi vì còn biết bao nhiêu việc đang còn làm dang dở.

Phúc-Nguyên là một đôi uyên ương trời sinh một cặp. Yêu và một đời nguyện sống chết bên nhau, nhưng chắc chắn không bao giờ hai bạn muốn từ giã cõi đời một cách tức tưởi và vô lý như thế. Còn bao nhiêu điều hai bạn muốn cùng nhau thực hiện. Biết bao việc cần làm cho gia đình, cho bạn bè, cho cộng đồng. Hai vợ chồng vẫn còn muốn nhìn thấy đứa cháu nội duy nhất của mình tốt nghiệp đại học và yên bề gia thất. Còn muốn có những buổi sáng cùng bạn bè bên ly café sau vườn. Anh vẫn còn muốn cùng chị mỗi chiều đi bộ quanh xóm, vẫn muốn cùng nhau về thăm lại quê hương. Anh vẫn còn muốn tự tay sắp xếp những chiếc áo, tấm khăn cho chị mỗi khi cùng nhau đi chơi xa. Anh vẫn còn muốn cùng bạn bè tổ chức những đêm ca nhạc... Căn nhà nhỏ của hai vợ chồng vẫn còn đang sửa chữa ngổn ngang. Tháng bảy hẹn với bạn bè về nam Cali tham dự đại hội trường Phan Chu Trinh toàn thế giới. Họp mặt với bạn bè Vạn Hạnh cuối năm... Anh chị không học cùng trường với chúng tôi nhưng mọi sinh hoạt của niên khóa chúng tôi hay của trường chúng tôi anh chị đều tham dự. Các buổi sinh hoạt của các hội đoàn Quảng Nam-Đà Nẵng, anh chị chưa bao giờ vắng mặt. Lúc nào cũng vậy anh chị luôn bên nhau. Anh với giọng nói ngọt ngào, chị với khuôn mặt hiền lành. Anh không hát nhưng chị thích hát. Chị hát, anh ngồi chăm chú nghe. Và cứ thế như đôi chim ríu rít bên nhau không bao giờ rời xa trên năm mươi năm nay.

Học sinh trung học ở Đà Nẵng thời chúng tôi, không ai không biết đến cuộc tình của Phúc-Nguyên. Thành phố nhỏ xíu như lỗ mũi, các trường học nằm kế cận nhau, chuyện gì xảy ra hầu như ai cũng biết. Đã có biết bao cuộc tình của tuổi học trò mới lớn, nhưng có lẽ cuộc tình của Phúc Nguyên là được biết đến nhiều nhất vì sự bền bỉ thủy chung và những chông gai của thuở ban đầu. Anh chị gặp nhau và yêu nhau từ những năm học đệ tứ, đệ tam. Một mối tình thật đẹp, lãng mạn nhưng không kém phần mãnh liệt. Chúng tôi thường ví cuộc tình của hai bạn mình giống như hai nhân vật chính trong phim Romeo và Juliet vì sự giống nhau ở những bước đầu khó khăn và những trở ngại dường như khó thể vượt qua. Chị là con đầu của một gia đình nức tiếng giàu có, anh thì đẹp trai hiền lành, đàng hoàng tử tế, nhưng gia đình không ngang tầng ngang lớp bằng gia đình chị.

Vào cái thời mà môn đăng hộ đối vẫn còn trong tâm tưởng của phần đông các gia đình Việt Nam, vào cái thời mà rể kỹ sư, bác sĩ luôn là niềm mong ước của các bậc làm cha làm mẹ, lại thêm hai người yêu nhau ở cái tuổi cơm còn chưa lo, mặc còn chưa tới thì chuyện cấm cản là điều đương nhiên từ cả hai phía. Hết khuyên răn đến la mắng, dọa nạt, gia đình dùng mọi cách chia cách cuộc tình.

Nhưng càng cấm cản, càng trở ngại, hai bạn càng cương quyết đến gần nhau hơn. Có những lần chị bỏ nhà ra đi, bị tìm gặp đem về rồi lại ra đi. Cuối cùng, thương con gia đình đành chấp thuận cho hai bạn ở cùng nhau. Thế là khác với cái kết bi thảm trong phim, chuyện tình hai bạn tôi kết thúc có hậu, một "happy ending". Và giống như lời chúc phúc của tất cả bạn bè chúng tôi, Phúc-Nguyên đã sống suốt một đời bên nhau thật êm ấm, hạnh phúc.

Một cuộc tình thật đẹp và bền bỉ nhất tôi từng gặp. Anh dịu dàng hiền lành chu đáo, chị một đời chỉ biết thuận theo ý chồng. Chưa bao giờ hai bạn gây gổ và to tiếng với nhau, và chưa bao giờ xa nhau ngoại trừ một thời gian sau ngày mất nước. Nguyên cùng con trai theo gia đình ba má qua Paris theo diện công dân Pháp, rồi vài năm sau đó Phúc mới qua đoàn tụ với vợ con. Ở Pháp hai bạn có nhà hàng, có cuộc sống ổn định nhưng sinh hoạt trầm lắng ít người Việt Nam. Thèm không khí quê nhà, nhớ bạn bè, năm 1996, Phúc-Nguyên cùng gia đình qua Mỹ định cư. Hai bạn về sinh sống tại San Jose, mở nhà hàng mang tên Quảng Đà ở trung tâm thành phố. Nhà hàng Quảng Đà nổi tiếng với món mì quảng và những món ăn hương vị miền Trung quê nhà và cũng là nơi gặp gỡ của các văn nghệ sĩ, báo chí. Anh không hát không đàn, nhưng cái tính mê văn nghệ nằm sâu trong máu. Anh quen biết và giao thiệp rộng rãi với giới làm văn nghệ báo chí. Các show văn nghệ tại San Jose đều được phổ biến và bán vé tại nhà hàng. Muốn biết hằng tuần đi xem ca nhạc ở đâu chỉ cần đến nhà hàng Quảng Đà. Các bích chương quảng cáo được dán kín đến nỗi nhiều khi có những tuần phải sắp hàng đợi đến khi có chỗ trống. Cùng với mẹ, chị phụ trách nấu nướng, anh quản lý, giao tiếp rồi trở thành bầu sô lúc nào không hay. Một bầu sô thật hiền lành, dịu dàng tình cảm, đàng hoàng và làm việc hết lòng nên rất được các ca nhạc sĩ yêu mến. Cùng với nhạc sĩ Lê Huy, ban nhạc Phượng Hoàng, anh đã tổ chức không biết bao nhiêu là chương trình văn nghê tại hai miền Nam, Bắc Cali và cả Việt Nam.

Nhà hàng Quảng Đà còn là nơi tổ chức các chương trình thính phòng bỏ túi. Nói đến các sinh hoạt văn nghệ tại Bắc Cali, không ai không biết đến Phúc Quảng Đà. Và nói đến Phúc-Nguyên, bạn bè thân thiết chúng tôi, không ai không biết đến căn nhà nhỏ nhưng ấm cúng trên đường số 16. Sau khi sang lại nhà hàng Quảng Đà, chúng tôi thường gặp nhau tại đó. Có lần tôi hỏi sao lại sang tiệm khi vẫn còn đang đắt khách, anh bảo: Mình và Nguyên cũng lớn tuổi rồi, tiền thì cũng ham lắm, nhưng thôi mình thấy đủ là đủ. Nếu cứ bám vào chuyện tiền bạc, nhà hàng thì biết bao giờ buông ra được. "Để Nguyên có thời gian cho bạn bè, cho gia đình". Phúc là thế, làm chuyện gì cũng nhắc đến Nguyên. Và Nguyên cũng vậy mỗi lần nhắc đến chồng, nhờ chồng chuyện gì cũng Phúc. Phúc ơi... Không honey, hon niếc gì cả mà giọng nghe sao ngọt như mía lùi. Căn nhà nhỏ trở thành nơi họp mặt của bạn bè mỗi cuối tuần. Mỗi sáng anh cùng những người hàng xóm thân thiết ngồi uống café nói chuyện đời, chuyện văn nghệ và chuyện thời sự.

Từ khi nghỉ hưu hai bạn đã sống một cuộc đời an nhàn như thế. Không bon chen, không vội vã. Cuộc sống êm ả như bản tính vốn ngọt ngào và hiền lành của hai người. Tôi học cùng khóa với Phúc-Nguyên nhưng ở hai trường khác nhau. Hai bạn học Phan Thanh Giản, tôi học Phan Châu Trinh. Hai trường nằm kế cận nhau trên cùng một con đường. Chúng tôi biết nhau nhưng không thân, chỉ đến lúc qua San Jose, chúng tôi gặp lại và thân thiết hơn vì cùng một niềm đam mê ca hát. Có quá nhiều kỷ niệm cùng nhau. Không một lần họp mặt nào của nhóm chúng tôi lại thiếu vắng hai người. Hội ngộ trường lớp, hội đoàn, liên trường QNDN, Phúc-Nguyên luôn có mặt. Nhóm nhỏ hay lớn đều xuất hiện bên nhau như đôi chim. Mỗi lần gặp gỡ nhóm, anh với hai chai rượu đỏ, chị với khay hến xúc trộn bánh tráng đã trở nên quá quen thuộc với chúng tôi. Anh dịu dàng ân cần, quán xuyến hết mọi chuyện từ trong nhà ra ngõ, chị hiền lành ít nói chỉ biết làm theo anh. Nhiều khi chúng tôi hay nói lén với nhau, Phúc mà đi trước không biết Nguyên làm sao sống. Ngược lại Nguyên chết trước chắc Phúc cũng không sống nổi đâu.

Đâu có ai ngờ lời nói chơi trong bạn bè lại như một định mệnh quyện vào cuộc đời Phúc-Nguyên như thế. Hôm nghe tin hai bạn qua đời, dù rất bàng hoàng đau đớn, chúng tôi tự an ủi nhau là anh chị cuối cùng đã được sống và cùng chết như ý nguyện của mình. Sinh không cùng năm thì chết được cùng ngày cùng tháng, cũng là hạnh phúc. Nhưng dù nghĩ như thế, chúng tôi thật sự không thể đành lòng với một kết thúc bất ngờ, bi thảm và vô lý như thế của hai người bạn thân thiết của mình. Đã mấy đêm không ngủ được, ngồi một mình trong góc sân sau nhà vắng lặng, tôi cứ suy nghĩ mãi về hai bạn mình. Những kỷ niệm cũ cứ lần lượt hiện về. Anh vẫn còn nợ tôi một đêm nhạc cuối năm, một chương trình ra mắt sách "Tôi, đứa con người tù cải tạo"... Còn nhiều, nhiều lắm. Vậy mà chỉ trong một khoảnh khắc, vì một thằng khùng, thằng điên không quen không biết, mọi mộng ước đều vỡ tan.

Tôi cứ mãi băn khoăn: ai là người chịu trách nhiệm cho những cái chết của những người dân bình thường, lương thiện không một tấc sắt để tự vệ như hai người bạn Phúc-Nguyên của tôi. Cứ mãi suy nghĩ, và nếu như kẻ sát nhân điên cuồng vừa qua, thay vì dùng dao mà trang bị súng ống thì trong một giờ nghênh ngang gây án sẽ có bao nhiêu thương vong? Chắc chắn sẽ không dừng lại ở con số ba chết và ba trọng thương. Các vị dân cử có chương trình, hành động gì để ngăn chặn những tội ác tương tự xảy ra trong tương lai hay cũng chỉ là những lời nói suông "sorry and so sad" chia buồn vô nghĩa.

Chưa bao giờ tôi thấy một nước Mỹ, một Cali nhiều bất an như thế và cũng chưa bao giờ tôi cảm thấy sự mong manh, vô thường của cuộc đời đến gần với chúng tôi như thế.

Lê Xuân Mỹ

(Trích từ Giọt Lệ Biết Làm Sao Ngưng *do Lotus Media phát hành)*

TRẦN VẤN LỆ

CHỖ ĐÓ NHA TRANG CHÂN CẦU XÓM BÓNG

Đá, thấy ở ghềnh biển
mãi mãi thấy vẫn còn
Đá có thể viên tròn
có thể tảng méo mó...

Đá phơi mình nắng gió
bão táp và mưa sa
va thành cát hằng hà
nhưng vẫn... tròn năm tháng!

Những con còng lãng mạn
leo lên đá và hôn,
những ngọn sóng hoảng hồn
chạy trốn vào khe hở...

Đá thành hoa và nở
trên bàn tay của nàng
Đá thành lệ hai hàng
chảy dài mười ngón nhớ...

Mười năm rồi chớ bộ
anh ơi em nhớ anh!
Mười năm biển vẫn xanh
tóc em là sóng bạc...

Anh ơi em vẫn hát
bài Tình Xa Tình Xa
Không phải vì đôi ta
mà biển vô cùng rộng!

Không phải trăng soi bóng
mà buồn ơi đêm trăng!
Không phải trăng soi bóng
mà buồn ơi đêm trăng...■

PHẠM CAO HOÀNG

KHI XEM TRANH VAN GOGH

1.
Van Gogh,
người họa sĩ yêu thiên nhiên và những người lao động, yêu ánh sáng và màu sắc hơn chính bản thân mình.
Van Gogh,
người họa sĩ đam mê và sáng tạo trong từng hơi thở.
Trong mười năm, ông đã vẽ hơn hai ngàn bức tranh. [1]
Chỉ đến khi ông qua đời, người ta mới nhận ra giá trị của những bức tranh ấy.
Hơn hai ngàn bức tranh nhưng chỉ bán được một bức khi ông còn tại thế.
Còn bây giờ, nhiều bức tranh của ông trị giá hàng triệu dollars.

2.
Xem những bức tranh "Cánh Đồng Lúa Mì" (Wheat Field) của Van Gogh, tôi nhớ đến cha tôi và cánh đồng Tuy Hòa.
Cánh đồng dài ngút mắt, chạy dọc theo mương dẫn thủy của đập Đồng Cam, vàng rực khi tới mùa lúa chín.
Ở đó, tuổi thơ tôi, men theo bờ ruộng mò bắt những con cua.
Ở đó, tuổi thơ tôi, buổi trưa đem cơm ra đồng cho cha.
Cha tôi, người nông dân thật thà, chất phác, hiền lành và đôn hậu, suốt đời lam lũ với ruộng vườn.
Nhìn ông nhễ nhại mồ hôi dưới cái nắng đổ lửa, tôi thấy xót xa trong lòng.
Tôi nói với ông:
"Cha dạy con cày ruộng để con phụ với cha".
Ông cười và lắc đầu:
"Không được đâu. Con còn nhỏ quá! Còn phải đi học. Nhưng con có thể giúp cha chăn bò những lúc không đi học".
Năm ấy, tôi 8 tuổi, đang học lớp Ba.

Buổi sáng, đi học ở trường làng.
Buổi chiều, dẫn con bò Mẫm và con bò Cộ đi ăn cỏ ở gần cầu Mỹ Lệ. (2)
Có hôm, tôi sơ suất, để bò ăn lúa trong thửa ruộng của ông Hai.
Ông bắt tôi quỳ xuống, quất cho một trận nên thân.
Sau mỗi mùa gặt, tôi dẫn Mẫm và Cộ đến những thửa ruộng vừa gặt xong để ăn gốc rạ. (3)
Cánh đồng thì rộng mênh mông, đôi khi hai chúng nó nhập bọn cùng hàng trăm con bò khác và đi xa, đi thật xa.
Bò thì giống bò, nhìn từ xa khó biết được con bò nào là của mình.
Khi mặt trời sắp lặn, tôi lần theo từng thửa ruộng, mệt bở hơi tai mới tìm ra chúng nó đưa về nhà.

3.
Xem bức "Người đàn bà đang may vá bên cửa sổ" (Sewing woman by the window) của Van Gogh, tôi nhớ đến mẹ tôi và căn nhà thời thơ ấu.
Căn nhà có vườn rau, có đàn gà, có chuồng bò, có hàng dừa và lũy tre xanh...
Căn nhà từ sáng tới chiều rì rào tiếng máy may của mẹ tôi.
Mẹ tôi là thợ may, may quần áo cung cấp cho những người bán lẻ ngoài chợ.
Bà làm việc không ngưng nghỉ từ lúc thức dậy vào sáng sớm cho đến khi đi ngủ.
Bà kham nhẫn, chịu đựng, bao dung và tốt bụng.
Chưa bao giờ tôi thấy bà lời qua tiếng lại với ai.
Thuở ấy, bọn trẻ trong làng chỉ học hết bậc tiểu học rồi nghỉ, ở nhà phụ giúp gia đình.
Cùng trang lứa với tôi, những đứa lên thành phố học tiếp bậc trung học có thể đếm trên đầu hai bàn tay.
Tôi và anh em trong nhà may mắn được đếm trên hai bàn tay đó.
Chẳng phải nhà chúng tôi giàu có, mà vì một lý do khác.
Mẹ nói với chúng tôi:
“Mẹ lớn lên trong thời phong kiến nên không học hành nhiều. Mẹ làm việc cực nhọc bao nhiêu cũng được miễn là các con học hành đến nơi đến chốn. Đó là ước mơ của mẹ”.

4.

Tôi lớn lên từ cây lúa cha tôi trồng trên cánh đồng Tuy Hòa,
từ những luống cày do Mẫm và Cộ tạo nên
và từ chiếc máy may của mẹ tôi.
Thuở ấy, dân trong làng trang trải phần lớn các chi phí bằng lúa.
Hầu như mọi thứ đều tính bằng lúa.
Ví dụ, một năm tôi đi cắt tóc mười hai lần nhưng người thợ hớt tóc không bao giờ nói đến tiền bạc.
Cuối năm, sắp tới Tết, ông đến gặp cha tôi để nhận lúa mang về.
Ví dụ, khi lên thành phố trọ học, mỗi tháng tôi góp cho người chủ trọ 15 ký gạo và một ít tiền mặt để có một chỗ ở và hai bữa cơm mỗi ngày.
Rồi cơn ác mộng chiến tranh ập tới.
Quê tôi tơi bời khói lửa, ruộng vườn tan hoang.
Con bò Mẫm và con bò Cộ trúng đạn và chết.
Cha tôi qua đời khi chiến tranh sắp kết thúc.
Hơn mười năm sau, mẹ tôi cũng đi theo ông.
Còn tôi thì trôi giạt đến nơi này.
Chiều nay, ở một nơi xa xôi bên bờ Đại Tây Dương,
xem những bức tranh của Van Gogh.
tôi nhớ đến cha tôi và cánh đồng Tuy Hòa,
Tôi nhớ đến con bò Mẫm và con bò Cộ,
tôi nhớ đến màu xanh của mạ, màu vàng của lúa chín, [4]
tôi nhớ đến mẹ tôi và căn nhà thời thơ ấu.
Tất cả hiện về như một cuốn phim quay chậm.
Rất chậm...
và buồn...■

Virginia, 7 tháng 11.2025

(1) Van Gogh (1853 – 1890), họa sĩ người Hà Lan. Ông bắt đầu vẽ tranh năm 27 tuổi cho đến khi qua đời ở tuổi 37. Trong 10 năm, ông vẽ hơn 2000 bức tranh, trong đó có 30 bức vẽ những cánh đồng lúa mì.
(2) Mẫm - Cộ: Tên 2 con bò của cha tôi.
(3) Rạ: Phần còn lại của cây lúa sau mùa gặt.
(4) Mạ: Cây lúa non, nảy mầm từ hạt lúa giống, dùng để cấy xuống ruộng.

LÊ MINH HIỀN

Tận Cùng Nguyên Lai

Ngày xưa thuở mộng thành thơ tình tôi viết lại bên bờ sinh nguyên
vòng đời nay đã nên thân cây cao đứng giữa đại ngàn cồn lau
lách xuân luồn hạ chen thu trú đông giũ áo mưa chiều nghiêng đêm
về khuya phố nhỏ trầm ngâm hồn ta hoài thuở bên em vào đời
người đâu nợ mỏng duyên dày cầu mơ lỡ nhịp một mai gập ghềnh
cao trên vó ngựa đồi non xanh xao tóc bạc giai nhân hoang hoài
thương sao thuở ấy mắt môi em hồn nhiên tuổi dậy thì dáng ngoan
sao người ta hay giận hờn đưa ta qua những yêu thương đầu đời
người rồi năm tháng phôi phai tàn canh tỉnh giấc ngày vơi vơi đầy
mùi đêm cứ ngỡ hương mùi người con gái dáng liêu trai sa mù
khơi xa ngoảnh lại thiên thu tường hiên tây chợt rong rêu bất ngờ
mùa xưa khởi sự như mơ mùa nay... khởi sự bên bờ trăm năm

Chiều nay mưa rụng hiên mây mờ xa sỏi đá người đi vào hồn
Trà Mi mông mọng ngực thơm vai trần tháp cổ môi mềm cuồn loang
loáng dài sợi mướt mượt huyền rừng xanh cỏ dại cồn vàng hiến
dâng
lên dòng dung nham dập dồn lai sinh lỡ nhịp cuống cuồng giao hoan
lạc hồn phách thương còn thương ai kia ngọng nghịu vạch triền khe
ngây
ngất đi giữa cuộc mưa mây ngàn năm cát bụi sắp vài thiên thu
nguyên uyên năm ngó trườn sâu là em con mắt dại màu mưa rơi
chiều về dưới mái hiên mai mùa xuân mới hoài thân thể ai ngộn
ngộn
dày dày xuân lõa thân xuân lúa thì con gái thiên nhiên vô thường
nhàu nát mộng mị hoang đường từng đêm đứt khúc hương vương
tơ lòng
ai kia mắt liếc môi cong người ta chết điếng tận cùng nguyên lai ■

(10:31 khuya)
Stanton, California Sept. 2025, Mar. 2026 – Apr. 04th, 2026

NGUYỄN HOÀN NGUYÊN

BÀI HÁT CŨ

lắng nghe bài hát cũ
rũ xuống một phương trời
động tĩnh thôi ngăn cách
lời ca đọng nửa vời

từng hợp âm lướt nhẹ
đệm vào nốt bể dâu
nhớ tay nồng nàn phiếm
dõi nhìn đôi mắt sâu

ngày thế gian cháy bỏng
tuổi trẻ và tin yêu
cà phê đầu đời đắng
giấc mơ xanh thủy triều

phượng hoàng tập vỗ cánh
tro đời bay ngỗn ngang
giữa đá buồn phế tích
thầm vọng phiến âm vang

phai tàn vó ngựa xoải
sao còn một vết môi
trầm hương hoa di sản
cây lá chẳng mồ côi ■

PHƯƠNG TẤN

BỒ CÂU BI AI

Núi chi gầy rộc
Sông chi xói mòn
Thời chi meo mốc
Bèo nhèo nước non.

Bồ-câu-bi-ai
Quắt queo giữa phố
Rả rích tiếng cười
Ngỡ từ mộ sâu.

Trang kinh trát trấu
Thánh giá trụi trơ
Bụi tro khổ hạnh
Bồ đề chơ vơ.

Rừng khô hiu quạnh
Mây cũng bạc đầu
Bể dâu đặc quánh
Ê chề oan khiên! ■

(*) Bồ-câu-bi-ai: Loài chim có tiếng kêu buồn thảm, chạm đến nỗi cô đơn và sự tiếc nuối cùng tận của con người.

(Anaheim gửi QH, 15-3-2026)

QUY HỒNG

Cuộc Sống Gần

Cám ơn chỗ ngồi sớm mai
Cà phê tỏa mùi nồng ấm
Cánh cửa lồng khung bên ngoài
Cây lá đung đưa thân ái.

Cám ơn tiếng cười trẻ thơ
Mỗi ngày điều mới bất ngờ
Hân hoan mở lòng cha đón
Ánh mắt mẹ hiền thêm mơ.

Cám ơn ngôi nhà xinh xắn
Có tôi trong cuộc sống gần
Cám ơn những điều cay đắng
Đã tan vào cuộc phù vân. ■

(Canberra, 27.01.2026)

THÁI TÚ HẠP

BÊN ĐỒI LAU XANH

mùa đi lá nhớ
cây ngàn
tình em như ngọn nắng vàng
cuối sân
đời buồn
một thoáng phù vân
từ trong thiên cổ
u trầm có nhau
nhớ thương
tóc biếc mây sầu
rừng hoang nhớ gió
bên đồi lau xanh

em còn tiếc cụm hoa chanh
còn mơ con bướm trên cành
tương tư
bao giờ nghe ý
trùng tu
thân như dòng nước cõi hư vô này
mai sau
còn dấu chim bay
dưới sâu cát bụi
đổ dài bóng tôi ■

TRẦN THANH NGỌC

Bài Thơ Cho Mẹ

Mẹ dắt con đi học buổi đầu
đánh vần từ chữ một: a, u
Rồi con ráp chữ: Đời Phiêu Bạc
Mẹ phải vì con ráp chữ: Sầu.

Nhà mình phía trước một dòng sông
Ở phía sau xa có cánh đồng
Mùa khô rủ bạn đi đào dế
Khói trắng ngày thơ ngập cả hồn

Hồi nhỏ mỗi lần con mắc bịnh
Mẹ đi hốt thuốc ở Thầy Hai
Có khi trở nặng, chừng không khỏi
Mẹ thức thâu đêm vái Phật Trời

Cúng sao giải hạn, lạy mười phương
Mẹ khấn lâm râm, mắt thật buồn
Lớn lên con hiểu trong lời khấn
Mẹ ráp muôn lần một chữ Thương

Nghe nói ở đâu có thuốc hay
Mẹ dắt con đi tới gặp thầy
Mắt mẹ tươi vui: Chừng con khỏe
Mẹ hứa ăn chay tháng tới này

Con rời tỉnh nhỏ lên Sài Gòn
Mẹ vẫn đêm ngày trông ngóng con
Tình thương mẹ gởi theo màu nắng
Sưởi ấm lòng con những bước đường.

Nghe con sống khổ, Mẹ buồn hiu
Con đã "đỡ" hơn, Mẹ vui nhiều
Bao năm con gởi buồn cho Mẹ
Đã chất thành cao tuổi xế chiều

Lần cuối con về thăm quê cũ
Hơn mười năm lẻ đã trôi mau
Mẹ trách sao con lâu về quá
Nhưng Mẹ: "lòng thương chẳng nhạt màu!" (*) ■

(*) *Lời hát trong bài: "Lòng Mẹ" của nhạc sĩ Y Vân*

NGUYỄN ĐỨC NAM

CHIỀU MỘT MÌNH BÊN BỜ SÔNG SEINE

tặng Julia & Nina

Chiều về nắng nhạt như trăng
Em ngồi xõa tóc bên hàng hoa chuông
Sông chiều tĩnh lặng hư không
Thuyền trôi, trôi mãi cánh buồm mù khơi

Bên sông không một bóng người
Sao em hiện hữu cho tôi đợi chờ?
Quê hương chừ đã quá xa
Đường về không nhớ, tìm nhà chốn nao?

Giáng Tiên - Em đến đón chào
Gọi thuyền cập bến đưa vào nơi xưa
Gió chiều đượm chút sương Thu
Sông Seine vẫn trong mơ dịu dàng

Thuyền tôi lướt nhẹ trên sông
Bóng em mờ khuất bên hàng thùy dương
Lạy Trời cho gặp lại Nàng
Để gửi trao những cám ơn thật tình... ■

(Paris một chiều lạc đường 25/8)

TRẦN ĐÌNH SƠN CƯỚC

HẸN Ở BLAO

(Gởi Vũ Hùng)

Bạn đưa tiễn tôi đi
Bạn lại đón tôi về
Có cần chi nghi lễ
Cây lá cứ rầm rì

Tôi tìm chi sông Seine
Một mình tôi tuyết phủ
Lời nào lời tự thú
Tôi vẫn tôi mọn hèn

Bạn bên nớ chuyển xoay
Từng ngày, từng ngày tới
Nhớ tôi, bạn vẫn đợi
Giấc mơ mình vẽ bày

Ở chân đồi Blao
Căn nhà thông, gió lộng
Nơi bọn mình thi hứng
Quên cuộc đời lao đao. ■

(1993 – 2026)

CAO NGUYÊN

GIỌT NƯỚC MẮT

mắt em xanh
giọt nước mắt xanh
trời xanh mây xám
giọt mưa xám xanh.

mắt em cam
giọt nước mắt cam
cam trôi trong gió
cam bay trong cam.

mắt em đen
giọt nước mắt đen
đêm đen như mắt
giọt mưa mất. đen. ■

TRẦN THANH QUANG

VỀ

Ta về ôm mảnh vườn thơ dại
tìm chút hương xưa đã nhạt nhòa
người đi vẫn biết là đi mãi
sao cứ ngóng chờ ở chốn xa

Ta về tìm dáng người xưa cũ
mây lững lờ qua ô cửa em
ôi sao con sẻ buồn không ngước
một bóng hư hao đã chín mùa

Ta về khẽ bước khe khẽ bước
thềm cũ mẹ ngồi dấu mòn phai
đời như con nước trôi không nghỉ
sao vẫn còn đây những đủ đầy

Ta về đốt nén nhang tạ tội
lang bạt mòn chân gối đã nhừ
cúi đầu hát câu ca nguồn cội
liệu có vơi mòn phận lưu vong

Ta về đứng giữa trời cao rộng
xin tạ nhân sinh một lạy này
lạy những nghĩa tình ư hào phóng
che chở đời ta quá đọa đày. ■

Quincy 2 tháng 4 năm 2026

HOÀNG HOA THƯƠNG

RỪNG XƯA PHAI SẮC

Có những chiều đi vàng như lá
Ta đứng bên hiên ngóng nhạn về
Đâu biết bóng ngày rơi lặng lẽ
Chạm xuống trăm năm lạnh một bề

Khi chợt biết đưa chân vào tối
Là sông chia núi trở ngàn nơi
Tay chưa chạm một lần hội ngộ
Mà quạnh hiu nhuộm cả ban sơ

Ta đứng ngắm mây mềm như lụa
Tưởng áo ai bay trắng ngày xưa
Ở đây năm tháng làm vượn hú
Trên đỉnh trời cao chót vót mưa

Những đêm thác đổ bên ghềnh đá
Thèm nghe khúc hát dạ hành ca
Sương vai ướt áo ngày ra trận
Thấm mái tóc người đi biệt xa

Ta cũng biết mùa về lấp lối
Có con chim hót tiếng mồ côi
Hồn như đá tảng bên sườn núi
Khuất dần theo bóng thời gian trôi

Ngày vàng lên, đồi sim chín trái
Ngồi nghe suối chảy mấy mùa xưa
Nước vô kiềm tỏa sao đọng lại
Không chốn thanh bình tiếng võng đưa!

Nơi mẹ vườn sau ai xới đất
Đứa em thơ dại áo sần nâu
Nắng mưa chạy bữa đêm tất bật
Dưa muối theo nhau đoạn cơ cầu

Hạ về mây cũng pha sắc trắng
Ven sông hoa gạo rụng tơi bời
Ta chưa kịp gởi chiều vào nắng
Thì đã hoàng hôn tím khắp nơi! ■

Viết từ Phố Bolsa, California
March 28, 2026

NGUYỄN AN BÌNH

LỚN LÊN TỪ CÁNH ĐỒNG

Mọc lên từ ngọn lúa trời
Mưa nguồn suối lũ mảnh đời cút côi
Phương Nam neo dấu chân người
Bài ca vỡ đất biết đời nào quên.

Lung phèn nhiễm mặn vắt sên
Cánh đồng chó ngáp bấp bênh dường nào
Quê nhà cắt rốn chôn nhau
Tháng năm tóc đã bạc màu thời gian.

Tay cha từng nốt chai sần
Chỉ mong đất trả một phần công lao
Dòng sông bến nước ngọt ngào
Sớm hôm gieo cấy gởi vào ruộng nương.

Mẹ còng lưng trải gió sương
Tuổi xuân đi hết trăm đường khúc nôi
Cổng làng quanh quẩn một đời
Đường cày tơi đất tốt tươi lên đòng.

Đợi ngày cây lúa trĩu bông
Niềm vui của mẹ nỗi buồn của cha
Áo sờn lấm láp phù sa
Lao xao ngọn gió la đà bão dông.

Nhớ mùa giáp hạt long đong
Đói no ai biết nỗi lòng cưu mang
Giọt mồ hôi quá nhọc nhằn
Bỏ công chăm bón đất cằn ngày đông. ■

THỤC UYÊN

Cơn Mưa Chiều

Ngày bước vội
cơn mưa chiều tầm tã
Vết mưa lăn
trên môi mắt da người
Mưa tròn trịa
trôi trên cây cỏ lá
Một mảng buồn
trổ nhánh đã xanh tươi
Trời áp thấp
ta nghe đời vẩn đục
Giọt buồn buồn
trên từng bước chân trôi
Mưa nghiêng ngả
mang niềm riêng quạnh quẽ
Cúi xuống đi
lượm thêm chút buồn rơi
Ngày bước chậm
cơn mưa chiều rỉ rả
Mưa trổ buồn
trên những mái ngói cong
Bầy chim nhỏ
rũ chùm lông tơi tả
Lướt thướt mùa
hạt mưa cũng lưu vong. ■

PHAN NI TẤN

Rạch Giá Ngồi Một Mình

Cho tới bây giờ, sau 53 năm, tôi vẫn còn "nghe thấy" Rạch Giá cười cười dang tay đón mừng tôi ngay khi tôi đặt chân tới trước Cổng Tam Quan, một biểu tượng thần kỳ mà cũng là linh hồn của Rạch Giá.

Hồi đó, năm 1970, đường Sài Gòn - Rạch Giá lở lói, lởm chởm những ổ gà, ổ voi. Chuyến xe xuôi Nam như con ngựa sắt già nua, ốm đói, xục xịch, lắc lư đưa tôi cùng anh bạn đồng hành người Rạch Giá về miệt Phú Lâm, chạy qua Bình Chánh, qua cầu Bến Lức, qua phà Mỹ Thuận về bắc Vàm Cống, qua ngã ba lộ tẻ theo con đường số 8 hướng về thị xã Rạch Giá. Hồi đi học, mỗi lần nghỉ hè về Tiền Giang thăm quê nội, lòng tôi như trẻ nhỏ lúc nào cũng nôn nao háo hức; lần này xuống tuốt miền Hậu Giang, lòng càng náo nức nôn nao.

Tôi còn nhớ xe đò vừa qua cống Rạch Mẻo theo con dốc đổ dài vào thị trấn Rạch Giá, hình ảnh đầu tiên đập vào mắt tôi là cách cấu trúc sống động của Cổng Tam Quan đứng sừng sững giữa trời và đất từ bao giờ. Biểu tượng muôn đời của người Rạch Giá lúc đó trông cũ kỹ nhưng không kém vẻ trang nghiêm.

Về sau này tìm hiểu thì được biết Cổng Tam Quan do nhà thầu Mười Cối dựng năm 1955 qua họa đồ của thầy Lộc, một nhân viên công chánh địa phương. Về ý nghĩa Cổng Tam Quan thì bậc Thiền giả kiến giải như sau:

Tam Quan là ba cửa. Một bên là Không quan. Một bên là Giả quan. Ở giữa là Trung quan. Người mới nhập đạo thích vào Không quan những mong sớm tiêu trừ nghiệp chướng nặng nề để thành Không. Học đạo rồi mới hiểu cái mình có là giả nên hướng qua Giả quan. Sau khi ngộ đạo là khai huệ, mở được con mắt bát nhã mới biết cái mình cảm thấy vừa không phải là Không mà cũng không phải là Giả. Nghĩa là bậc thiện tâm đã bước qua Trung quan. Lúc đó người lẫn tam quan đều tan biến.

Qua ba cách nhìn của nhà Phật làm tôi nhớ mấy vần thơ nổi tiếng của thi hào Tô Đông Pha, một quan đại phu đời nhà Tống cảm tưởng (tôi không còn nhớ nguyên bài thơ chữ Hán *Lô sơn yên tỏa Chiết giang triều...*, chỉ nhớ bản dịch):

Khói ngút sông Lô sóng Chiết Giang/ Khi chưa đến đó luống mơ màng/ Đến rồi hóa vẫn không gì khác/ Khói ngút sông Lô sóng Chiết Giang.

Cũng như Thiền sư Thanh Nguyên Duy Tín đời Tống có lời tự thuật như sau:

"*Sãi tôi ba mươi năm trước, khi chưa học Thiền, thấy núi là núi, thấy nước là nước. Nhân sau theo bậc thiện tri thức chỉ cho chỗ vào thì thấy núi chẳng phải núi, thấy nước chẳng phải nước. Rồi nay thể nhập chốn tịch tĩnh, y nhiên, thấy núi chỉ là núi, thấy nước chỉ là nước*"

Xe đò vừa tới bến trời cũng đã xế chiều. Bến xe đò nằm cạnh rạp hát Châu Văn, ngó qua bên đường là chợ búa cuối năm khá nhộn nhịp. Ngồi ăn cơm chiều ở một quán cơm lộ thiên người qua kẻ lại, người mua kẻ bán vui vẻ tấp nập, tôi lại nhớ tới nhà văn Sơn Nam nói về nguồn gốc Rạch Giá quê ông: *"Xứ quê của tôi là con rạch mà nơi cửa biển mọc nhiều cây giá nguyên sinh, cây giá giờ đã biến mất, nhưng đã để lại một địa danh, một thành phố hiện đại."*

Cơm nước xong, trời còn sớm, bạn đưa tôi đi loanh quanh vô nhà lồng chợ rồi rảo bước ngược ra hướng Cầu Đúc (tức Cầu Kinh) về nhà bạn. Đứng trên cầu ngó xuống dòng nước lấp lánh những vệt nắng hoàng hôn, tự nhiên lòng tôi cảm thấy buồn hiu. Rồi tôi ngước lên nhìn ngọn đèn đỏ phía mờ xa vươn lên cao vút, âm thầm soi mình trong chạng vạng tối.

Ngày hôm sau, bạn dắt tôi vô nhà lồng chợ lót bụng tô bún cá Kiên Giang nổi tiếng thơm ngon và cà phê sáng ở quán Văn xong, chúng tôi rảo bước ra trước khu chợ nhà lồng chiêm ngưỡng bức tượng đồng Nguyễn Trung Trực (1838-1868). Đứng trước bức tượng đồng của người anh hùng dân tộc khởi nghĩa chống thực dân Pháp, tôi nghĩ đến nỗi buồn trời biển của Đốc Binh Tiền Đạo Nguyễn Trung Trực, một đấng trung can nghĩa đảm đã cùng các trang nghĩa sĩ vì nước đứng lên chống quân xâm lược. Tuy nhiên, khi lâm cảnh mạt lộ, ông đã tự ý ra nộp mình cho giặc để đồng bào khỏi bị chết oan và để mẹ già khỏi bị hành hạ. Nỗi buồn bất đắc chí của Quan Thượng Đẳng Đại Thần Nguyễn Trung Trực là cái tang lịch sử chung cho cả nước. Cái tang dân tộc đó khởi từ ngày 27 tháng 10 năm 1868, nhằm ngày 12 tháng 9 năm Mậu Thìn tại chợ Rạch Giá, kéo dài cho tới ngày nay và mãi mãi về sau.

Đặc biệt, trong phong trào kháng Pháp của Nguyễn Trung Trực, có phó tướng Lâm Quang Ky (1839-1868) với tinh thần xả thân vì đại nghĩa. Năm 1868, sau khi bị quân Pháp phản công trong trận đồn Kiên Giang, phó tướng Lâm Quang Ky đã quyết định hy sinh để cứu chủ tướng. Cuối cùng ông và các nghĩa quân bị bắt và bị xử chém tại chợ Rạch Giá.

Ngoài ra, Rạch Giá cũng là nơi ông Phó Cơ Điều hy sinh vì nước. Năm 1686, nhằm ổn định tình hình xung đột giữa người Việt và người Khmer, triều đình nhà Nguyễn phái Nguyễn Hiền Điều (giữ chức Quản cơ nên gọi là Phó Cơ Điều), từ Vĩnh Long về Tà Niên dẹp loạn. Ông đã hy sinh tại gốc cây trâm, bên bờ rạch Tà Niên.

Rạch Giá có từ lâu đời nên Rạch Giá có rất nhiều di tích lịch sử đáng kể.

Ngoài di tích lịch sử Đình thần Nguyễn Trung Trực tọa lạc tại trung tâm thị xã Rạch Giá, còn có các đền thờ vị anh hùng này ở Phú Quốc, Gò Quao, Hòn Đất, Tân Điền, Vĩnh Hòa Hiệp (Tà Niên)... Cũng cần nói thêm, Phó tướng Lâm Quang Ky và Phó cơ Nguyễn Hiền Điều (Phó cơ Điều) hiện được thờ chung trong Đình thờ Nguyễn Trung Trực.

Ngoài ra, các di tích lịch sử khác không kém phần quan trọng như Chùa Láng Cát (1455) và Chùa Phật Lớn (1504) là hai ngôi chùa lâu đời của người Khmer. Chùa Quan Đế của người Hoa được xây dựng năm 1752, thờ Quan Thánh Đế (Quan Vân Trường). Chùa Tam Bảo do Bà Hoặng (Dương Thị Oán) thành lập vào cuối thế kỷ 18, từng giúp Nguyễn Ánh thoát khỏi sự truy nã của quân Tây Sơn...

Về giáo dục học đường, thời đó Rạch Giá có nhiều trường tiểu học và trung học. Ngoài trường Hùng Vương, Vĩnh Lạc, Kiên Thành, Võ Văn..., có ba ngôi trường mang tên anh hùng dân tộc Nguyễn Trung Trực, Lâm Quang Ky và Phó Cơ Điều.

Sống đời có những nỗi buồn thâm hậu mà thời gian trăm năm cũng chẳng phôi pha, giống như những nỗi buồn dẫu phớt nhẹ cũng đủ làm đời lay động, nhưng mà cũng có những nỗi buồn chẳng ra gì, chẳng thấm thía chi như cái buồn tôi mang trong lòng khi tôi bỏ xứ mà đi.

Hôm nay là ngày đầu năm mới 2026. Tôi xa Rạch Giá vừa tròn 56 năm. Rạch Giá ngày nay đã thẩm mỹ hóa như một thiếu phụ tân thời đến nỗi người Rạch Giá kỳ cựu đi xa về có người không còn nhận ra chốn xưa. Rạch Giá xưa vốn mộc mạc, hiền lành như một cô thôn nữ miệt thứ. Trong tâm khảm tôi, Rạch Giá xưa vẫn hiền hòa và vẫn còn Rạch Giá ngồi một mình.

Phan Ni Tấn

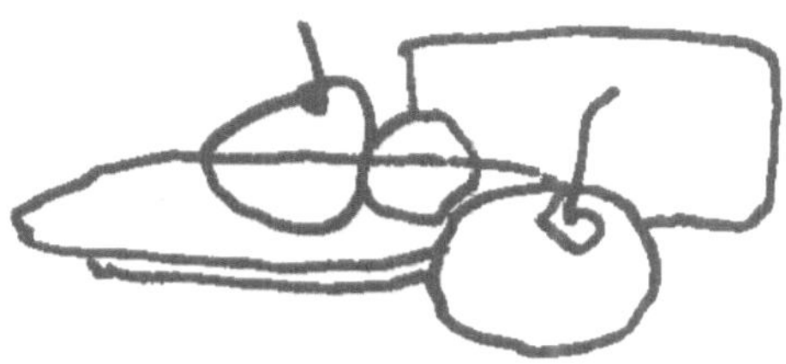

TM

LÊ CHIỀU GIANG

TRIỂN LÃM MÙA XUÂN CỦA HỘI HỌA SĨ TRẺ

Tôi nhỏ xíu, tôi bé xíu.

Cũng chẳng có nghĩa những bóng lớn của Hội Họa Sĩ Trẻ đó đã che hết dáng tôi, cô học trò xinh xinh chen chân, nhón gót xem tranh với một tâm hồn tinh khiết.

Tôi mượt mà, tóc bay và mắt ướt, tôi thơ mộng như những thiếu nữ trong tranh.

Tôi có thấp thoáng chút yêu kiều, thời của những Chagall, Pissarro, Cézanne, Matisse... Và ngay cả rất xa xưa, Rembrandt.

Khói thuốc Haft & Haft thơm tho, Basto nặng nồng, hay Lucky mờ mịt. Mắt tôi bốc cay với khói mà tưởng như có thêm cả chút nồng nàn, sướt mướt.

Những bức tranh với tên gọi bàng bạc như Thơ.

Anh Trịnh Cung với "Vương Hương"; "Trăng, Chim, Hoa và Nàng" của anh Đinh Cường; Nghiêu Đề với "Vùng Thanh Thoát"; và Nguyễn Trung của "Đêm Chân Không" ...

Tôi mê những bức tranh cổ điển của anh Đỗ Quang Em. Ánh sáng và bóng tối, lạnh toát hay vắng tanh, anh đã làm ấm lại trong tranh chỉ với chút ánh đèn dầu le lói.

Và tranh Cù Nguyễn đẹp như một thinh lặng, gắn bó cùng nỗi chết, đâu đó mãi tận cuối chân trời.

Saigon, những ngày xao xác cùng chiến tranh, những lửa đạn kinh hoàng Khe Sanh, Quảng Trị...

Đạn lạc tên bay tận những nơi xa vời để bảo vệ cho Saigon.

Một Saigon không tiếng súng.

Và tôi, trốn hết học hành trường lớp. Tôi mê muội theo những hương thơm ngát của sơn dầu, tôi bàng hoàng bên những nét cọ sắc sảo. Nét cọ mà khi dào dạt cùng tranh, đã phải óng ánh hơn những nét bút rời rạc; chữ nghĩa lơ mơ chợt quên, chợt nhớ của tôi trong trường thi, lớp học.

Tôi bị cuốn theo những chiều rực rỡ La Pagode, những đêm Givral hoa đèn lấp lánh.

Và cả với những sáng khi Saigon còn mờ hơi sương, lúc phòng tranh chưa mở cửa. Nơi đó, có năm bảy chàng họa sĩ trong Hội Họa sĩ Trẻ, ngồi nghỉ ngơi cùng cà phê bên góc hè của Continental Hotel, ngay cạnh phòng triển lãm Alliance Française.

Hình ảnh mà sau này tôi xem trong phim tài liệu về những họa sĩ thuộc thế kỷ 19: Claude Monet, Rodin, Degas, Renoir, Cézanne... họ đã có những sáng vang vang bốc khói cùng cà phê, những đêm rượu đổ đầy đường trên phố Montmartre, Paris. Họ cũng đã ngồi cùng nhau bên những câu chuyện đầy màu sắc, ấm áp và chan chứa nhiệt tình, không khác gì những vị trong Hội Họa Sĩ Trẻ.

Từ The Boulevard Montmartre Paris tới Đại Lộ Tự Do Sài Gòn.

Trăm giấc mơ đã cùng với khói thuốc mịt mù bay, họ say sưa bàn bàn, nói nói về những tác phẩm tinh khôi, nhằm sáng tạo ra nhiều nét khác biệt hẳn với những tàn dư cũ.

Những bước chân reo cho một ước mơ dài: Làm mới, làm thăng hoa thêm cho nền hội họa của Miền Nam Việt Nam.

Hội họa sĩ trẻ, và phố xá, và Sài Gòn của những đêm mưa... Ánh đèn đường lạnh lẽo hắt hiu, mờ mờ soi vàng những chiếc lá lao xao, rơi rụng.

Leonardo Da Vinci dặn rằng, tranh là bài thơ để đọc, và thơ là bức tranh để xem. Tôi luôn lẫn lộn giữa thơ và tranh, tiện thể, tôi còn nhầm luôn Họa sĩ với Thi sĩ.

Nghiêu Đề, chàng họa sĩ tài hoa với cả chút đa tình, sống lửng lơ như gió, đã thiết tha mời tôi ngồi mẫu. Và tôi tình nguyện, tôi hân hoan được làm người: Đứng mãi trong tranh.

Trong một buổi trà dư tửu hậu của Hội Họa Sĩ Trẻ, tôi rủ theo cô bạn.

Trên đường về, cô phàn nàn: "Hội Họa Sĩ Trẻ", tên nghe hay hay, nhưng sao toàn mấy ông... già chát?

Tôi phải lan man giải thích. Năm 1962, khi các họa sĩ muốn lập hội, đã bị nhiều khó khăn, bị từ chối bởi Bộ Văn Hóa.

Bác Sĩ Nguyễn Tấn Hồng, lúc đó là Bộ Trưởng Bộ Thanh Niên, đề nghị đặt tên lại là: HHST Việt Nam, tên phải có thêm chữ Việt Nam, phải nghe như một "đội đá banh" của những bạn trẻ. Như thế, Bộ Thanh Niên mới có thể quyết định cho lập hội, thay vì phải qua sự can thiệp của Bộ Văn Hóa.

Và như tên gọi của một Hội đá banh đó, bỗng có những khuôn mặt không còn trẻ nữa. Lại càng không có sức lực nào để có thể chạy, rượt đuổi theo những trái banh trên sân cỏ.

... Những "Họa sĩ Trẻ, sao đã già, mà... lại còn già chát?". Với tôi, Arts sáng như trăng và long lanh không tuổi. Như khi thưởng lãm những công trình sáng tạo của Michelangelo, Lorenzo Bernini... Cái đẹp qua tượng nude của David, hoặc dáng nằm trầm luân của Teresa.

Và còn muôn ngàn những tác phẩm thời Renaissance, Baroque. Thêm cả những công trình kiến trúc, và với biết bao tượng cùng tranh... Tất cả, như đã của muôn đời.

Arts, đã xóa hết những nếp nhăn của thời gian, và làm biến mất khoảng cách của không gian. Để cho dù tới ngàn kiếp sau, Artists vẫn luôn hiển hiện, vẫn như còn lồng lộng trước những tác phẩm, những công trình tuyệt vời, phải sống với ngàn năm của họ...

Và như thế, những nhân vật trong Hội Họa Sĩ Trẻ, lứa tuổi của 30, 40 đã sáng chói, đã như trăng như sao trong tâm tưởng tôi, cô bé thời đi học.

Qua những tác phẩm nhiều khai phá, sáng tạo tới nơi tới chốn, và với những khởi sắc đầy tài hoa... Họ đã rất trẻ, và họ sẽ còn trẻ mãi.

Nhưng lần lượt rồi họ sẽ ra đi.

Nói đùa như anh Mai Chửng và Nguyên Khai, khi dặn dò Nghiêu Đề bên giường bệnh: "Xuống đó nhớ lập lại Hội, xong xuôi rồi thằng nào xuống trước sẽ ghi danh..."

Năm 1974, anh Lê Tài Điển từ Pháp về, ngồi với anh Nghiêu Đề và tôi ở phòng tranh La Dolce Vita, phía sau Hotel Continental Palace.

Đặc biệt của La Dolce Vita là họ rất chuyên nghiệp và kỹ lưỡng về ánh sáng cho góc độ của từng bức tranh.

Ánh sáng hài hòa đã làm nổi bật, ấm áp, và như làm đẹp thêm cho những tác phẩm của Hội Họa Sĩ Trẻ, khiến anh Lê Tài Điển muốn ngồi lại mãi, dù phòng tranh đã tới giờ đóng cửa. Anh dặn dò: "Cô đừng bao giờ quên, hạnh phúc và may mắn nhất của chúng ta là, được ngồi chung quanh những bức tranh, những tác phẩm tuyệt vời..."

Tôi, café mỗi sáng, rượu đỏ mỗi tối bên những tranh của Đỗ Quang Em, Nguyễn Trung, Đinh Cường, Nguyễn Lâm, Ngy Cao Uyên, Nguyễn Phước... Những xanh mượt mà. Những vàng ánh xôn xao. Những đỏ thắm như mặt trời, trắng xóa như sẽ chẳng còn thấy gì; hay những màu âm u lạnh toát trong tranh Nghiêu Đề... Bắt chước La Dolce Vita, tôi thắp sáng những ánh đèn, tôi tạo ra một không gian ấm áp, và bừng lửa. Những ánh đèn rực rỡ đôi khi, đã soi xuyên qua bóng đêm tối tăm, lạnh lẽo.

Ánh sáng trầm như nhạc, sắc như gươm, đã như ngàn tiếng hét hò trong đời sống tôi: Lặng im.

Ánh sáng như giục giã, như gọi mời, để lắm khi dù đêm đã sắp tàn, những nhân vật vẫn lặng lẽ, vẫn mơ hồ bước ra từ tranh...

Họ điềm đạm ngồi uống với tôi, nhắc lại cùng tôi những điều rất xa xôi, từ trăm năm cũ.

Lê Chiều Giang

[Trích "Không đứng mãi trong tranh"]

LẠP CHÚC NGUYỄN HUY

CÂY KIỂNG

Từ vẻ đẹp nguyên sơ trong trời đất,
Khéo gom thu thành cảnh vật hữu tình.
Cho ***cây có hồn*** *tựa một sinh linh,*
Lại gắn với người chơi như hình với bóng.

Cũng như ngâm thơ gảy đàn, thú chơi cây kiểng là một sinh hoạt văn hóa trong vùng Viễn Đông. Một ngày nào đó, về thăm quê xưa miền Cửu Long, bước vào căn nhà cổ cất theo kiểu đâm trính, ba gian hai chái bắt vần, nếu có óc tò mò, bạn sẽ bỡ ngỡ trước nhiều câu hỏi về ý nghĩa kiến trúc xưa. Bước ra ngoài sân, bạn cũng thắc mắc sao cây gì giống cây bonsai? Không phải, đó là cây kiểng cổ truyền[1] của người Việt còn tồn tại nhiều tại miền sông Cửu. Sao cây không có hoa thơm? Cây kiểng cổ truyền của miền Lục Tỉnh tỏa ra hương thơm văn hóa.

[1] Gọi kiểng vì cữ tên quan chưởng cơ Nguyễn Hữu Cảnh. Người Hoa gọi *Bồn cảnh, bồn thực* hay *bồn tài*, người Nhật gọi là *bonsai*

Cây kiểng, hòn non bộ trên sân trước nhà

Vài nét văn hóa trong cây kiểng cổ truyền

Lúc ta ngồi ngắm cây kiểng cũng như lúc ngâm thơ, cất tiếng hát là tâm ta tĩnh lại, hướng về thiên nhiên và hướng lên thanh cao, lòng ta quên đi "*Chuyện đời, mười chuyện chín chẳng như*".

Những lúc buồn lo nặng trĩu người,
Cha ra vườn cảnh thở nguồn vui,
Lại chia tâm sự cùng cây cảnh,
Lại thả hồn bay giữa đất trời.
(thơ Trần Lê Văn)

Mỗi cây kiểng không những là một sản phẩm nghệ thuật, là một bức họa mỹ thuật mà còn là một sứ giả mang theo một thông điệp. Nói chung các cây kiểng chuyển tải các thông điệp sau:

Thông điệp ước mơ

- *Ước muốn: cây ngũ phúc* (富 (phú), 貴 (quý), 壽 (thọ), 康 (khang), 寧 (ninh)), cây *tam đa* (phúc, lộc, thọ).
- *Ước mơ thành tiên, thánh của Lão giáo: cây thất hiền, bát tiên.*
- *Tình cảm yêu thương*: *cây phụ tử, mẫu tử.*

Thông điệp suy tư

- *Triết lý vũ trụ quan của đạo Lão:* cây vũ trụ, cây lưỡng nghi, cây tam tài.
- *Tĩnh lặng của thiền: cây long bàn hổ phục* [long cuốn (dương) hổ ngồi (âm)].
- *Tranh đấu: cây lưỡng long tranh châu* (2 con rồng biểu tượng âm dương, trái châu là thái cực).

Thông điệp văn hóa ứng xử.

Xưa kia, nho gia phải biết cung cách ứng xử:

- Khi "xuất" là lúc thi đỗ ra làm quan, phục vụ vua và xã hội,
- Khi "xử" là lúc từ quan hưu trí.

Bài học văn hóa ứng xử theo cách xử thế "*xuất xử*" được gởi gắm trong cặp cây *nghênh phong* (xuất) *suy phong* (xử), bài học ứng xử với "*Thế sự thăng trầm, quân mạc vấn*" của cuộc đời trong cây *long thăng-long giáng*.

Nghênh phong

Suy phong

Long thăng long giáng

Cách làm tỏa mùi hương văn hóa

Năm tiêu chuẩn: hình, thế, chi, thời, ý được nghệ nhân sử dụng để không những tạo thành một tác phẩm nghệ thuật mà còn làm tỏa hương thơm văn hóa của cây kiểng. Một chậu kiểng đạt đến đỉnh nghệ thuật phải hội tụ đủ cả 4 yếu tố: **Cổ - Kỳ - Nhã - Ý**.

Thời: Cổ.

Thời là số tuổi được đánh giá cái **cổ** của cây qua độ già của gốc, rễ, độ từng trải của cây do những chỗ phình ra, eo vào, sần sùi, rạn nứt, của những vết nám trên da, chỗ mốc meo dưới đất, đám mùn rêu nơi bìa rễ... tạo ra dáng vẻ cổ thụ, mang đặc tính của cây mọc ngoài thiên nhiên tuy sống trong môi trường nhân tạo. Cây càng già càng quý.

Dáng cổ thụ uy nghi trùm tĩnh lặng,
Mẫu tử phu thê nghĩa nặng tình sâu.

Hình và Thế: Kỳ

Hình dáng cây phải được cân xứng giữa gốc, cành, nhánh, chiều cao, bề rộng và chậu kiểng. Thí dụ như kích thước của thân cây lớn từ gốc rồi nhỏ dần lên đến ngọn, tàn lá và cành dưới lớn hơn cành trên, lá vừa đủ không che mất cành, nhánh. Đặc biệt là gốc cây phải to hơn thân cây, gốc càng to càng thể hiện sống lâu năm và cho cảm giác cây có hậu, bền lâu.

Gốc già bệ đẹp cành xanh tốt.
Mãi mãi xanh tươi với nước non.

Gốc già dáng thế huyền chi.
Nghênh thiên đối đất còn gì đẹp hơn.

Thế tức là hình dáng cây rất là quan trọng vì mỗi dáng thế ngoài vẻ đẹp hình thức mỹ thuật còn mang một mùi hương sâu kín mà người chơi muốn gởi gắm vào đó "*Tâm ư trung, hình ư ngoại*" (hình ngoài, tâm trong). Có rất nhiều thế cây cảnh như: thế phượng vũ, thế ngũ phúc, thế huynh đệ, thế phụ tử, thế mẫu tử, thế long thăng long giáng, thế phượng vũ long đàn, thế tam đa ngũ phúc, thế nghênh phong suy phong, thế vũ trụ, thế thất hiền bát tiên, v.v... Trong cách tạo thế cây cảnh, có 4 thế, dáng cây cơ bản: Trực, hoành, huyền, xiêu, ngược ngang.

Thế "trực" (thẳng đứng) là biểu tượng người quân tử bao giờ cũng hiên ngang, thẳng thắn.

Hiên ngang dáng thế lòng ngay thẳng
Chín vạn hiền nhân đức chí tâm.

*Tươi đẹp với đời bằng **thế đứng***
Chẳng cần hương sắc chẳng cần hoa.

Dáng hoành (ngang) là dáng cây nằm xà.
Kìa thân ngắt dẻo cành mềm.
*Lá tươi xanh tốt **thế hoành** là đây.*

Dáng huyền (chúc xuống) thế cây như thác đổ,
Dáng xiêu (nghiêng)
Dáng ngược, dáng ngang. Gần đây ông Lê Thạnh tại thành phố Tam Kỳ, Quảng Nam đã sáng tác ra dáng ngược (Cây mộc ngược đầu xuống đất) và dáng ngang (cây mọc ra từ thân chậu)
Hình và thế tạo ra cái **Kỳ** tức dáng vẻ của cây, càng kỳ lạ càng hiếm quý.

Dáng ngược

Chi: Nhã

Chi là kỹ thuật tỉa cành, phân đoạn sao cho số lượng cành, nhánh vừa đủ, không rườm rà quá, cũng không đơn điệu tạo ra cái **nhã** biểu lộ thần thái, phong cách của cây, càng trang nhã, quý phái càng quý.

Ý

Ý là ý nghĩa được cây chuyển tải một suy tư (đôi cây suy phong và nghênh phong để suy nghĩ về xuất, xử của nho gia), một thông điệp triết lý (đôi cây long thăng, long giáng biểu tượng cho guồng máy âm dương trong Kinh Dịch: Dương thăng, Âm giáng) mà người ngắm cây cảm nhận được.

Một cây kiểng mà đạt được cả 4 tiêu chí **Cổ - Kỳ - Nhã - Ý** thì sẽ vô cùng quý giá, được người ta xem như đồ trân bảo.

Hình ảnh Nho-Lão

Tư tưởng Nho giáo và Lão giáo được diễn tả bằng những dấu hiệu quy ước trên cây kiểng.

Tư tưởng Nho giáo

Để diễn tả Quân, Thần, Phụ, Tử, Tam Cương, Ngũ Thường và Tam Tòng, Tứ Đức của nho giáo, các thành phần cây kiểng được uốn nắn theo lớn nhỏ, trọng khinh, vị trí, ý nghĩa con số để tượng trưng cho:

- *Quân* (vua*): thân cây đứng ở trung tâm, chỉ có một.*
- *Thần* (quan*): các cành cây lớn trổ ra từ thân cây (vua).*
- *Phụ* (cha): *nhánh cây nhỏ trổ ra từ cành cây lớn (quan).*
- *Tử* (con): *lá cây.*
- *Tam Cương, Tam Tòng: ba tầng của cây.*
- *Ngũ Thường: năm cành của cây (*bốn cành và phần ngọn).

Một vùng trời đất trong tay
Nước non thu lại vườn này mà chơi.

Biểu tượng Lão giáo

Hầu hết các cây kiểng cổ truyền của người Việt đều được uốn nắn nhằm diễn tả triết lý Lão giáo như cây vũ trụ, cặp cây long thăng (dương), long giáng (âm), cây ngũ phúc (ngũ hành), cây tam đa (Thiên, địa, nhân), cây thất hiền, bát tiên (người tu đắc đạo) ...

Muốn diễn tả một cách mỹ thuật như trên, nghệ nhân phải tôn trọng một số nguyên tắc cổ truyền tạo các dáng cây[2].

Gốc cây

Gốc là nền tảng (âm) nên phải to và lộ ra để biểu tượng sức sống, tuổi thọ và sanh khí của cây. Các tàn ở giữa gốc và ngọn đều đi từng cặp được chiết chi so le, tả hữu, tiền hậu theo quy luật âm dương.

Thân cây

Cách uốn thân cây hoặc thẳng đứng, hoặc uốn từng khúc cong phải trái theo đúng luật âm dương của Đạo Lão và nguyên tắc gốc ngọn triều nguyên.

---

[2] Ngày nay, vì thiếu hiểu biết hoặc chịu ảnh hưởng bonsai của Nhật, một số nghệ nhân phá cách không tôn trọng nguyên tắc xưa.

Cành nhánh cây

Cành cây cần được phân bố theo ý tưởng của người trồng, cấu tạo so le chia ra các hướng lớn không trùng nhau. Nhánh cây uốn theo chiết chi hay tứ diện tỉa tàn lá bằng phẳng như trong cây thế tam đa, vươn lên (dương) hay sà xuống (âm) như trong thế cây thất hiền.

Ngọn và gốc triều nguyên

Ngọn gốc triều nguyên tức ngọn và gốc cùng trên một đường thẳng. Các chi nhánh đều uốn tứ diện, so le, dưới to trên nhỏ, nhưng ngọn phải uốn hồi đầu để gốc ngọn triều nguyên. Nếu thân cây uốn cong cong như long thân và tàn uốn hơi nghiêng cho có mỹ thuật thì một đoạn thân uốn nghiêng về bên âm (hữu), đoạn sau uốn nghiêng về bên dương để quy căn, đến đoạn sau cùng gần ngọn thì uốn thẳng theo gốc.

Tàn sau cùng là ngọn phải uốn hồi đầu để gốc ngọn triều nguyên. Tàn ngọn biểu lộ tâm ý của người: Tàn võ (ngọn uốn cao lên) có ý chí cương cường vươn lên; Tàn văn (uốn thấp) tỏ vẻ khiêm tốn, thanh nhã; Tàn trung dung thì uốn vừa phải. Nếu thân cây uốn nghiêng thì phải quy căn hồi đầu biểu thị cho con người có thỉ, có chung.

Các mẫu cây kiểng của Lão Giáo

Vũ trụ quan của đạo Lão chuyển động trên cây vũ trụ; lưỡng nghi âm dương tác động qua dáng cây long thăng, long giáng; người tu đắc đạo ẩn hiện trên cây bát tiên, thất hiền ...

Cây vũ trụ

Dáng cây vũ trụ có 9 tàn diễn tả vũ trụ quan của Đạo Lão: Thái Cực, Lưỡng Nghi, Tứ Tượng, Tam Tài được biểu tượng trong cây thế đứng thẳng có 9 tàn với phương cách uốn nắn như sau.
Cành phải uốn đúng luật âm dương, theo lối chiết chi tứ diện cành tả (dương), cành hữu (âm), cành tiền (dương), cành hậu (âm).
Cây có 9 tàn gồm 4 cặp tàn âm dương và tàn ngọn hình nón uốn hồi đầu thượng: cành dưới cùng là cành âm (cành hồi âm), trên cành âm là cành thứ 2 (cành dương) và cành thứ 3 (cành âm) là hai cành chính của cây biểu hiện luật âm-dương, cành thứ 4 ở trên cùng là cành dương (được gọi cành ức hay cành hầu).

Tất cả cây tạo nên một chủ đề: tán ngọn là Thái Cực sanh ra Lưỡng Nghi (hai cành âm dương ở dưới), rồi Tứ Tượng (bốn cành âm dương ở giữa).

Cây vũ trụ

Cây lưỡng nghi (âm-dương)

Luật tạo hóa âm dương được thể hiện dưới các thế sau.
- Cành âm sen kẽ với cành dương trong cây thế vũ trụ.

- Cây thế hình chim phượng (âm) và cây thế dáng rồng (dương) sóng đôi.

- Cây thế long thăng (dương) và cây thế long giáng (âm) cặp đôi. Thế long thăng (dương): uốn đầu rồng trên ngọn cây hoặc đầu rồng ở gốc hình dạng ngóc đầu như đang vươn lên, thân uốn cong cong, các nhánh làm chân, làm mây. Thế long giáng (âm): hình dáng điệu bộ ngược lại với thế long thăng. Gốc làm đầu hơi chúi xuống, ngực tựa trên mặt chậu. Hai cây này phải đi đôi với nhau biểu hiệu luật âm (long giáng), dương (long thăng) hòa điệu trong trời đất.

1

2

3

4

(1) Long thăng thế đầu rồng lớn ngẩng lên ở thế muốn bay lên (biểu tượng cho Dương)

(2) Thế long giáng đầu rồng có dáng đi xuống (biểu tượng cho Âm);

(3) Thế long bàn (rồng cuốn là dương), hổ phục (cọp ngồi là âm) tượng trưng cho âm dương hòa hợp,

(4) Thế lưỡng long tranh châu biểu tượng cho âm dương tác động với nhau.

Ngọa hổ tàng long

Cây tam tài

Thuyết Tam Tài (Thiên, Địa, Nhân) được tượng trưng bởi :

- Ngọn (Thiên), gốc cây (Địa), các cành âm dương ở giữa (Nhơn).
- Dáng cây trong cây thế tam đa: Một cây cổ thụ gốc to, nhưng chỉ uốn có ba tán tròn chung quanh thân cây. Từ gốc đi lên, tán thứ nhất là một mâm tròn lớn biểu tượng của Địa, rồi đến tán thứ hai nhỏ hơn tượng trưng cho nhơn, tán trên cùng nhỏ nhất là Thiên.

Thế tam đa

Mộng vương giả chơi long giáng, long thăng, long chầu hổ phục
Thú trần gian chơi cửu thế tam đa ngũ phúc thất hiền.

Cây ngũ phúc

Thế cây ngũ phúc có 5 tàn xuất phát từ cây tam đa nhưng có thêm 2 tầng, các tàn uốn tỉa ngang bằng lúp búp chứ không được vươn lên cao, mỗi tán được chia ra một hướng. Năm tàn biểu tượng ngũ hành Thổ, Kim, Thủy, Mộc, Hỏa, vào đến dân gian, thì gọi cây ngũ phúc là biểu tượng của năm điều ước muốn giản dị mà vĩ đại của con người xưa, nay: Trường thọ, Phú quí, An khang (mạnh khỏe), Hảo đức (được tiếng tốt), Thiện chung (chết an lành)[3].

Thế ngũ phúc

Tam đa ngũ phúc long chầu nguyệt
Một cột chùa cao nguyện chí tâm.

Cảnh tiên giới với người tu đắc đạo

Người tu đắc đạo Lão giáo thì trở thành Tiên, Thánh sống ở cảnh tiên giới biểu hiệu bởi cây thế Thất Thánh, Bát Tiên.

Cây Thất Thánh (Thế thất hiền)

Cây có 7 tầng (6 tàn ngang và một tàn ngọn) thân có thế trực thẳng nhưng uốn bẻ qua bẻ lại tả hữu theo chi âm chi dương của luật âm dương. Đoạn dưới cùng hơi cong qua bên phải (âm) cùng với cành và tàn lá hơi sà xuống mặt đất gọi là phủ địa (âm), đoạn thứ hai cong trả về bên trái (dương) với cành triều nhiên uốn hơi vươn

---

[3] Ngũ phúc" là: 富 (phú), 貴 (quý), 壽 (thọ), 康 (khang), 寧 (ninh).
Kinh Thi nói về "ngũ phúc" (năm điều phúc) là: (1) 富 [giầu], (2) 安 寧 [yên lành], (3) 壽 [thọ] (4) 攸 好 德 [có đức tốt], (5) 考 終 命 [vui hết tuổi trời].

lên một chút, đối xứng với cành phủ địa; đoạn thứ ba nghiêng sang bên phải (âm) với cành chiếu thủy (soi nước) và tàn lá hơi nhìn xuống như soi nước; đoạn thứ tư (dương) cong sang bên trái (dương) đỡ cành nghinh phong với dáng tàn lá phe phẩy như đón gió; đoạn thứ năm (âm) ngả sang bên phải trên điểm cành quán vũ (đón mưa); đoạn thứ sáu đón cành trung bình uốn nằm ngang, cân đối nhằm nối liền với các nhánh dưới và nối liền với ngọn, uốn hồi đầu trung để tôn trọng nguyên tắc gốc ngọn triều nguyên. Đây là Trúc Lâm Thất Hiền tu thành tiên, vào đời nhà Tấn : Nguyễn Tịch, Lê Khang, Hướng Tú, Lưu Linh, Sơn Đào, Nguyễn Hàm, Vương Nhung.

Thế cây Thất Hiền

Cây người nặng nghĩa thiêng liêng,
Tam đa ngũ phúc thất hiền mà ra.

Cây Bát Tiên

Uốn như cây Thất Hiền nhưng có 8 tầng biểu tượng cho Bát Tiên là:
Lữ Đồng Tân cỡi chim hạc, cầm bửu pháp Gươm và Phất Chủ,
Hà Tiên cô, cỡi chim phụng với bửu pháp Hoa Sen,
Hàn Tương Tử, thổi sáo cỡi chim công với bửu pháp giỏ Hoa Lam,
Lam Thế Hòa, cỡi chim trĩ, với bửu pháp Cặp Ngọc Bản (Cặp Sanh ngọc),
Tào Quốc Cựu, cỡi nai (Mai Hoa Lộc) với bửu pháp Thủ Quyển bằng ngọc,
Lý Thiết Quả, cỡi voi với bửu pháp bầu Hồ Lô, Gậy Sắt,

Hớn Chung Ly, cỡi tứ bất tướng với bửu pháp Quạt Long Tu và Phất Chủ,

Trương Quả Lão, cỡi lừa ngược cầm bửu pháp Cây Gậy.

"Mảnh vườn như thế đã đủ rồi
Cần gì du ngoạn ở xa xôi.
Màu hoa sắc lá tình non nước,
Ghềnh đá, hình cây nghĩa cuộc đời...!"

Như chúng ta đều biết văn hóa là linh hồn của dân tộc do chính con người tạo ra để hướng dẫn đời sống tinh thần cũng như cách ứng xử giữa người này với người kia, giữa con người với xã hội. Trong thời văn hóa XHCN (1945-1986), nhiều sắc thái văn hóa cổ truyền như ca trù, thờ Mẫu, lễ hội, thú chơi cây kiểng ... bị cấm đoán và từ năm 1986 thì được phục hồi. Thế mới biết rằng qua các triều đại chính trị, bước chân thời gian đã xóa đi nhiều công trình của loài người, nhưng không thể xóa mất những giấc mơ, không thể làm suy yếu những khả năng sáng tạo.

Trong trời đất có sơn thanh thủy tú
Dưới trần gian có thú chơi cây.

Lạp Chúc Nguyễn Huy

TN

TRẦN C. TRÍ

CÓ VÀ KHÔNG

To be or not to be
(tranh Cẩm Tâm)

Đạo diễn của một cuốn phim thường chọn lựa cho phân cảnh đầu tiên bắt đầu như thế nào. Có phim bắt đầu từ lúc bắt đầu. Có phim bắt đầu từ lúc chấm dứt. Cũng có phim bắt đầu lơ lửng nửa chừng. Cuốn phim của tôi dường như bắt đầu theo kiểu thứ ba. Nghĩa là tôi không nhớ tôi đã sắp xếp mọi chuyện để bắt đầu cuộc hành trình về quê hương như thế nào. Phân cảnh đầu tiên của phim cho thấy tôi đã ngồi trên máy bay, chờ chuyến bay cất cánh.

Chung quanh tôi, tất cả các hành khách ngồi im lặng một cách bất thường. Tôi ngồi giữa hai người. Bên trái của tôi, giáp với lối đi ở giữa khoang tàu, là một người đàn bà lớn tuổi. Máy bay chỉ mới từ từ chạy trên phi đạo mà bà đã gật gù ngủ một cách ngon lành. Bên phải tôi, kề bên vuông cửa sổ, là một người đàn ông tây phương khoảng ngũ tuần. Ông ta ngồi gần như bất động, mắt nhìn đăm đăm qua cửa sổ, tuồng như ông đang quyến luyến một điều gì, một ai đó ở nơi ông đang dần rời xa.

Tôi chỉ có thể thấy một nửa khuôn mặt của ông. Tóc ông để dài tới vai, trông như tóc của những nhân vật ở thế kỷ XVI, XVII ở Âu châu. Tôi đoán đó là một bộ tóc giả, tuy màu tóc rất tự nhiên, mềm mại và được chải chuốt cẩn thận. Những gì trên mặt của ông, tôi chỉ được thấy một nửa, và người ta bảo rằng, một người nhìn nghiêng và nhìn thẳng có thể như hai người khác nhau. Lông mày ông dài và rậm. Vầng trán ông rủ lòa xòa một vài lọn tóc. Mũi ông cao, cao hơn một người có mũi cao một cách bình thường. Môi dưới của ông hơi trễ ra. Ông để một bộ râu mép và một chút râu cằm mà người Tây thường gọi là *barbe réglementaire* (tôi dùng tiếng Pháp ở đây vì sau đó chúng tôi bắt đầu nói chuyện với nhau và tôi được biết ông ta là dân Phú Lang Sa). Gương mặt của ông, theo một nửa mà tôi thấy được, toát ra một vẻ riêng biệt và trí thức.

Phi cơ dừng lại ở cuối phi đạo, rồ máy thật mạnh lần cuối cùng, rồi như lấy hết sức bình sinh, nó nhấc bổng khỏi mặt đất, từ từ tăng dần cao độ. Khi thấp thoáng bên ngoài là những đám mây mà tôi thấy được từ chỗ mình ngồi, người đàn ông mới thôi nhìn qua cửa sổ. Ông quay lại nhìn tôi, mỉm cười và chìa tay ra bắt, tự giới thiệu bằng một thứ tiếng Pháp rất... Parisien:

"Chào ông, tôi là René."

"Tim," tôi đưa tay ra *bông-giua* người bạn đồng hành. "Enchanté."

"Ông là người Việt, phải không?"

"Dạ phải," tôi cười. "Cũng như hầu hết những người trên chuyến bay này."

"Tên của ông nghe như tên người Mỹ vậy," René nhận xét.

"Ông nói đúng," tôi gật đầu. "Đó là tên *Starbucks* của tôi, để mỗi lần order cà-phê cho tiện. Ở Mỹ, tên Việt của tôi hay bị đọc sai lắm."

Tôi hơi lấy làm lạ rằng René thấy tôi nói chuyện bằng tiếng Pháp mà không tỏ vẻ gì ngạc nhiên cả, mặc dù qua câu trả lời của tôi, ông ta biết rằng tôi sống ở Mỹ. Hay ông cho rằng dân của xứ Đông Dương ngày xưa ai cũng phải biết nói tiếng Pháp?

"Ồ," René tiếp lời, "nhưng trong tiếng Việt 'Tim' cũng có nghĩa là *cœur* mà, ông nhỉ?"

"Ông biết tiếng Việt à?" - bây giờ tôi mới là người ngạc nhiên.

"Bien sûr!" René tủm tỉm cười. "Tới một lúc nào đó, người ta sẽ nói được tất cả các thứ tiếng của nhân loại."

Trong lúc chiếc phi cơ lặng lẽ bay ở một độ cao tít mù, René và tôi vui vẻ chuyện trò, về đủ thứ đề tài, từ ngôn ngữ, văn chương, tôn giáo, chính trị, xã hội, nghệ thuật... rồi cuối cùng chuyển qua triết lý. René là người đổi qua đề tài này. Ông ta hỏi:

"Nhân sinh quan của ông là gì?"

"Nhân sinh quan của tôi?" tôi hơi nhíu mày, ngẫm nghĩ một lúc rồi đáp, "Tôi nghĩ mọi thứ trên đời này đều quan trọng, đều có thể ảnh hưởng đến những thứ khác. Nhưng rốt cục, *au bout du compte*, cũng chẳng có gì là quan trọng cả."

René lim dim mắt, như để thẩm thấu những điều tôi vừa nói. Vài giây sau, ông mở choàng mắt ra, lên tiếng nói:

"Cách suy nghĩ của ông rất trùng khớp với chủ nghĩa hư vô hiện sinh, *nihilisme existentiel.* Ông có thấy như vậy không?"

Tôi không trả lời René mà hỏi lại ông ta:

"Còn ông thì sao? Triết lý sống của ông là gì?"

"*Cogito, ergo sum,*" René đáp ngay mà không cần nghĩ ngợi như tôi.

A, tôi có đọc được câu này ở đâu rồi, nhưng không nhớ ai là người đã nói ra câu đó. Tôi mỉm cười, bảo René:

"Theo cách lý luận này, ông đã dùng sự hiện hữu của tinh thần để chứng minh cho sự hiện hữu vật lý của mình. Nhưng, chỉ có chính ông mới chứng minh được là ý nghĩ của ông có thật thôi. Như vậy thì chẳng phải đây là một cái vòng lẩn quẩn sao?"

"Một cái vòng nằm trong chủ nghĩa duy ngã, *solipsisme,*" René cười cười đáp.

Hai chúng tôi còn nói thêm nhiều chuyện nữa, nhưng tự dưng tôi cảm thấy một cảm giác an bình lạ kỳ đang tỏa rộng khắp cơ thể mình, thoải mái đến độ tôi chìm dần vào giấc ngủ hồi nào không biết.

Khi tôi choàng tỉnh thì phi cơ đã đáp xuống phi trường tự lúc nào. Hành khách ở đầu khoang máy bay đang lục tục đứng lên, tuần tự bước ra ngoài. Nhìn sang bên phải, tôi không thấy René đâu. Tôi đoán ông ta đi vào phòng vệ sinh, vì khoảng giữa máy bay chỗ chúng tôi ngồi vẫn còn phải đợi các dãy trước mặt ra ngoài hết đã. Người đàn bà bên trái của tôi cũng vừa thức giấc. Chắc bà ta nghĩ, máy bay bay từ Mỹ về Việt Nam sao mà lẹ thật.

Đến lượt các dãy sau đã được ra ngoài mà tôi vẫn không thấy René trở lại. Tôi mong gặp ông ta để bắt tay từ biệt và nói, *à la prochaine,* mặc dầu chẳng biết khi nào mới gặp lại. Tôi tặc lưỡi, nối đuôi mọi người bước ra khỏi phi cơ. Vừa đi, tôi vừa nghĩ đến cuộc gặp gỡ khá kỳ thú với người đàn ông lạ. Tôi đứng lóng ngóng đứng đợi ở phòng hành lý. Khi cái va-li màu xanh rêu của mình đang chạy từ từ trên máy hướng về phía mình, tôi tiến gần, cúi xuống nhấc nó lên. Lúc tay tôi chạm vào cái quai của va-li, thình lình như có một luồng điện trong quai làm tôi giật mình rụt tay lại. Trong khoảnh khắc đó, một ý nghĩ vụt loé lên trong đầu tôi như tia chớp.

"Je pense, donc je suis!" tôi thì thào với chính mình. *"P*tn**! René!!! Qui aurait cru ça!"*

o O o

Tôi ngồi bần thần trong chiếc GrabCar trên đường từ phi trường về nhà, trong lòng vẫn còn vương vấn hình ảnh và lời nói của René. Thật ra, tôi còn có nhà nữa đâu mà về. Mấy thập niên đã trôi qua rồi. Hôm nay tôi như Từ Thức về trần. Cảnh cũ không còn. Người xưa đâu tá.

Tôi cho người tài xế địa chỉ nhà của Thành. Hôm nay là ngày giỗ của hắn. Tôi đã cố gắng thu xếp công việc lắm mới về được đúng ngày này. Tôi muốn dành một ngạc nhiên cho gia đình của Thành, không báo trước ngày về của mình, mặc dầu cũng không rõ bây giờ gia đình còn ở lại của hắn gồm những ai.

Chiếc GrabCar ngừng lại trước căn nhà của Thành ngày xưa. Tôi tần ngần bước xuống xe, tay xách cái va-li, ngơ ngác như người đi lạc. Mà đi lạc thật, vì con đường trước nhà Thành ngày xưa là con đường đất, giờ đây đã được trải nhựa phẳng phiu. Bề rộng của con đường cũng được mở ra nhiều hơn trước. Hai bên đường là các tòa nhà cao ba, bốn tầng, san sát vào nhau. Chỉ còn căn nhà một tầng của Thành là hầu như còn y nguyên như trước, nằm thọt lỏm giữa các căn nhà lầu cao ngất nghểu hai bên. Quán cà-phê sát vách của gia đình Thành bây giờ không còn nữa. Căn nhà thấp bé của Thành hiện hữu một cách kỳ dị khiến tôi chợt nghĩ, có lẽ nó cũng đã biến mất luôn rồi, và hôm nay nó tạm thời hiện ra trở lại để đón tôi về.

Tôi ngập ngừng bước vào bên trong căn nhà. Không khí hôm nay đúng là không khí của một ngày giỗ thật. Tôi ấp úng lên tiếng chào mọi người đang ngồi tề tựu trong phòng khách, và thoáng thất vọng khi thấy họ, tuy tươi cười niềm nở, chẳng có gì là ngạc nhiên khi thấy tôi cả.

Trên chiếc bàn thờ đặt giữa nhà, bức chân dung của Thành được đặt phía trước, ý chừng hôm nay là ngày giỗ của hắn nên mới có được vị trí đặc biệt như vậy. Có điều lạ là cả Thành cũng có mặt trong nhóm người đó. Hắn thoáng nhìn tôi, hình như cũng có mỉm cười thì phải, nhưng có vẻ rất xã giao, phần nhiều là gượng gạo. Tôi đoán chắc hắn giận tôi hay sao. Tôi nghe mình cười khẩy trong lòng một cái. Tôi không giận hắn thì thôi chứ sao hắn lại có quyền giận tôi.

Không thấy ai lên tiếng mời tôi ngồi, tôi đành phải kiếm một cái ghế còn trống ngồi xuống, đặt cái va-li bên cạnh. Cổ họng tôi khô đắng, nhưng tôi không dám hỏi xin một ly nước. Mọi người cười nói ồn ào, vui vẻ. Nhưng đó là một sự ồn ào trong im lặng, có phần khó hiểu. Trước mặt họ là những món ăn ê hề, có lẽ là đã được cúng kiếng trên bàn thờ rồi dọn xuống. Nhưng tuyệt nhiên tôi không thấy ai động đũa đến một món gì. Ngay cả những chai bia, những ly rượu cũng nằm im lìm trên bàn., dường như đang ngơ ngác.

Tôi nhìn một lượt qua những người đang ngồi đó. Ba của Thành đang khề khà nói một điều gì đó. Có lẽ ông đã mất từ trước khi Thành đi vượt biên. Tôi nhớ ngày xưa, mỗi lần đến nhà Thành chơi, ông thường gọi tôi tới ngồi để ông nói chuyện. Ông nói giọng Quảng Trị, lúc nào cũng "ầy à, ầy à" theo những lời nói của tôi. Tôi thường bắt chước ông nói "ầy à, ầy à" cho Thành nghe. Lúc nào hắn cũng ôm bụng cười lăn lóc. Và thỉnh thoảng hắn lại bảo tôi, "Mày nói 'ầy à, ầy à' như ba tao nói đi!" Để rồi hắn lại có một trận cười thỏa thích.

Má Thành cười nói luôn miệng với mấy người ngồi cạnh bà. Tôi có gặp lại bà ở Texas một lần cách đây hơn hai mươi mấy năm. Hôm đó, bà mời vợ chồng tôi đi ăn tối, mà lại mời giờ chót, sau khi chúng tôi đã ăn ở nhà rồi. Thành cứ kỳ kèo mời giùm má hắn mãi, chúng tôi đành phải nhận lời đến gặp bà cùng Thành và mấy đứa em của hắn. Trong đời tôi chưa bao giờ phải ăn những món ngon của nhà hàng một cách miễn cưỡng, khổ sở đến vậy, vì khi đã no rồi thì không còn cảm giác gì nữa. Mấy tháng sau lần gặp gỡ hôm ấy, Thành gọi điện thoại cho tôi từ Texas qua Cali báo tin mẹ hắn đã mất. Tôi bùi ngùi thương người mẹ của bạn mình, hiền từ, nhỏ nhẹ, mà tôi coi cũng như má của mình.

Các chị của Thành thì trông cũng không khác xưa là mấy. Mấy chị đang cười đùa với nhau, đùa với cả Thành. Lúc có nhận xét về các chị, tôi lại nhớ tới câu nói nghe tức cười của nhiều người khi gặp lại bạn bè sau mấy mươi năm, rằng thì là, "Ông/bà trông chẳng khác gì hồi xưa. Chỉ trừ hai điều là mập ra và già đi, chứ ngó thì cũng vậy!" Nghĩ tới đó, tôi cười một mình. Chẳng biết có ai đang nhìn mình không. Nếu có ai thấy tôi ngồi một mình thu lu trong góc, lại cười cười một cách không duyên cớ, chắc họ tưởng tôi bị tửng tửng. Tôi nhìn chị Lạc. Chị đang ư ử hát một câu gì đó làm mọi người cùng vỗ tay bôm bốp. Tôi nhớ mang máng là mình có gặp lại chị ở Cali, lúc nhà chị vừa sang Mỹ định cư. Tôi nói mang máng vì bây giờ tôi không còn tin vào trí nhớ của mình cho lắm. Sau đó thì tôi không có dịp nào gặp chị nữa, cho tới khi Thành cho tôi biết là chị đã mất. Thành không nói rõ là vì sao.

Tôi quay qua nhìn chị Mặc. Chị có tài nói chuyện tiếu lâm nhất trong nhà. Chị đủng đỉnh kể một chuyện khôi hài làm mọi người đều phá ra cười ngặt nghẽo. Tôi ngồi xa nên không biết câu chuyện đó đầu đuôi ra sao. Chị Mặc cũng qua Mỹ, ở Texas gần Thành, nhưng tôi không được biết vì trong khoảng thời gian đó Thành và tôi không liên lạc với nhau.

Cách đây bốn, năm năm gì đó, trong một dịp tình cờ, tôi nhận được một cú điện thoại của chị Phượng, một chị khác của Thành. Qua chị, tôi mới biết là gia đình chị qua Mỹ gần hết, chỉ còn chị Thu là ở lại. Lúc đó, Thành vừa mất được chưa đầy một năm. Hai chị em mừng mừng tủi tủi, nhắc lại không biết bao nhiêu là kỷ niệm êm đềm cũ. Tôi biết chị Phượng thương tôi qua hình bóng của đứa em trai vắn số. Chẳng gì ngày xưa, Thành và tôi cũng đã thân nhau như bóng với hình. Hầu như ngày nào tôi cũng tới nhà Thành chơi. Lúc thì hai đứa ngồi phì phèo điếu thuốc lá trước hiên nhà, nhìn ông đi qua bà đi lại, nói những câu chuyện bâng quơ, để thời gian trôi qua như bóng câu, vì cộng sản vào rồi chẳng thiết làm ăn gì nữa. Lúc thì hai đứa lại kéo nhau qua quán cà-phê do chị An làm chủ (Thành có tới bảy, tám bà chị và mấy anh em khác!), để nhấm nháp ly cà-phê đắng miễn phí, lại phì phèo thuốc lá, vì cà-phê mà thiếu thuốc lá thì chỉ là "cà" mà không thể nào "phê" được! Lúc hai đứa có chút tiền rủng rỉnh, những điếu thuốc đó là Dunhill, 555 hay Rothman, có đầu lọc, thơm tho và phê không thể tả. Lúc cạn túi, chúng tôi phải tạm hút Vàm Cỏ, Lao Động, những điếu thuốc khét lẹt, khói hít vào làm nặng cả lồng ngực.

Ly cà-phê và điếu thuốc chìm vào trong không khí lãng mạn của quán cà-phê, vì chúng tôi được tha hồ nghe nhạc vàng, nhất là nhạc Pháp, nhạc Mỹ (chị An phải hối lộ lũ công an khu vực đều đặn hằng tháng chúng mới nới tay cho như vậy). Thôi thì Thành và tôi tha hồ mơ màng theo những *Laisse-moi vivre ma vie; Ne Rentre pas ce soir; Viens rêver sur mon épaule; How Can I Tell Her; You're My Everything; Tell Laura I Love Her...* Những bài ca mấy thập niên về trước, tưởng đã không còn, bây giờ phải cám ơn YouTube hay Spotify làm cho sống lại, sống mãi mãi, cho đến ngày tận thế.

Năm ngoái, tôi được một cú phone khác từ Texas cho biết chị Mặc đã mất sau nhiều năm bệnh hoạn. Thành đã không còn nên người báo tin là chị Phượng. Lại ngậm ngùi thêm một lần nữa. Tôi đã ngậm ngùi về nhiều người. Mai này ai sẽ ngậm ngùi về tôi.

Trong tất cả mọi người hôm nay, Thành là người ít nói nhất. Tuy vậy, tôi thấy hắn rất vui. Gương mặt hắn toát ra vẻ bình thản như mặt hồ trong một chiều thu yên ả. Tôi cũng vui vì thấy hắn vui. Chẳng hiểu hắn nghĩ sao về tôi. Nét mặt tôi tỏa ra những nỗi niềm gì? Âu lo? Mệt mỏi? Chán chường? Hay rỗng tuếch?

Tôi nghĩ đã đến lúc nên ra về. Hay ra đi. Vì tôi biết về đâu. Và tôi cũng chưa biết phải đi đâu. Nhưng tôi biết mình phải rời khỏi nơi này. Tôi đứng lên, tay nhấc chiếc va-li, nói lời chào tất cả mọi người. Cả nhà im lặng hẳn lại, đổ dồn ánh mắt về phía tôi. Những ánh mắt đó, tôi không bao giờ quên được, hết sức dịu dàng, thanh thoát, hạnh phúc.

Tôi bước ra ngoài như trốn chạy. Không biết trốn điều gì. Ý nghĩ của tôi lúc bấy giờ là mọi người có thật sự thấy tôi không. Vì dường như tôi không nhận được một sự tương tác rõ ràng nào từ họ. Nhưng nếu điều đó là quan trọng, thì thật ra nó chẳng quan trọng gì cả, có phải vậy không? Tôi thắc mắc như vậy về điều đó chính là tôi thắc mắc không biết mình có thật sự hiện hữu hay không. Nhưng chẳng phải René đã nói "*Tôi suy nghĩ tức là tôi hiện hữu*" hay sao? Ủa, nhưng chính tôi cũng đã vặn hỏi lại ông ta, "*chỉ có mình mới chứng minh là ý nghĩ của mình có thật thôi*" mà!

Tôi rớt hai giọt nước mắt, thầm nghĩ, "*Je pense, mais je crois pas que je sois.*"

Trần C. Trí

HOÀNG CHÍNH

NGÒI BÚT NGẬP NGỪNG

Ngày thứ N

Gã vung nắm tay đập xuống mặt bàn. Chiếc bàn gỗ mộc mạc nhảy bật lên. Bốn chân bàn nhấp nhổm, cập kênh vài giây rồi đứng yên. Cây bút và xấp giấy tung bay xuống nền nhà. K lúng túng, đứng chụm hai chân vào nhau trên nền xi măng mát lạnh, mắt liếc cái cổ rắn hổ mang đang bành ra hết cỡ, rồi nhìn xuống những tờ giấy rải rác trên nền nhà. Cái bút lăn thêm một vòng rồi mới dừng lại. Ngọn bút chỉ về phía K như ngón tay tố giác tên tội phạm. Ba giây đồng hồ phân vân. K dợm bàn chân. Nửa người trên nghiêng ra phía trước nhưng hai bàn chân vẫn dính cứng trên nền nhà. Gã nhìn xoáy vào K. Mắt đỏ. Thức khuya hay đẫm rượu. Hai cục than hồng ngun ngút khói làm mắt K cay nhức. Có nên bước tới nhặt những tờ giấy màu cỏ úa, xếp gọn thành tập, đặt lên mặt bàn gỗ; và nhặt cái bút bi đặt ngay ngắn lên trên không? Một động tác lấy lòng. Động tác đơn giản nhưng có tác dụng chinh phục. Động tác biểu lộ sự thuần phục. Động tác của kẻ tôi đòi mong lấy lòng ông chủ. Cái phân vân làm K nhấp nhổm.

Bất chợt gã gầm gừ. Và tay phải gã co lại, đặt lên dây thắt lưng, ngay phía trên cái bao da đựng khẩu súng đen thui. K nhìn gã. Vẫn cái mặt mâm đồng. Vẫn môi thâm ốc sên. Vẫn cổ bành rắn hổ. Và vẫn sợi gân nâu quắn quại hai bên cần cổ.

"Đứng im đó. Mày có muốn tao bắn mày không?"
Thân thể K ngả về phía sau. Hai bàn chân bắt ốc trên nền xi măng mát lạnh. Thân hình K đu đưa như hình hài thằng bù nhìn nghiêng ngả trước gió.
K gồng mình đứng yên, hai mắt mở hờ, nhìn gã. Bởi K chưa quên câu gã dạy buổi *làm việc* trước đó, "Mày trừng mắt với tao đấy à?" Nhìn bằng con mắt mở bình thường là có tội. Tội thách thức. K cũng chưa quên cái đập bàn vang động căn phòng nhỏ như chiếc hộp hôm nào. "Mày nhìn tao bằng nửa con mắt phải không?" Nhìn bằng con mắt hơi nhỏ hơn bình thường cũng là có tội. Vì vậy K nhìn gã bằng hai con mắt mở hờ. Không lớn, không nhỏ. Mất đúng sáu buổi thẩm vấn mới hiểu ra.
"Mày biết tại sao tao gọi mày lên đây không?" Gã nói nhỏ, thật nhỏ, như thì thầm.
K vểnh tai nghe, "Anh nói gì?"
Bàn tay gã vẫn đặt lên cái báng súng đen ngòm lủng lẳng bên hông. Chỉ cần làm sai một động tác. K nghĩ. Chỉ cần một lời nói nghe không xuôi tai là mình đi đời. Khẩu súng lục có cái họng đen ngòm. K đã gặp nó. Đã đối đầu với nó. Vẫn còn nhớ cảm giác lạnh buốt nó để lại trên trán. Nghĩ thoáng qua mà vẫn thấy lạnh cả người.
"Mày có điếc không?"
"Tôi không điếc."
"Không điếc tức là có nghe, có nghe mà làm như không nghe thấy."
Cái đầu chầm chậm lắc qua lắc lại nhưng hai con mắt vẫn dán vào K.
"Tao biết tụi chúng mày quá mà. Mày có muốn đi U Minh không?"
Lúc nào cũng "mày có muốn" như thể gã cho kẻ bị hỏi cái quyền chọn lựa.
"Mày coi thường chúng tao."
"Không có."
Cái miệng bây giờ mở lớn. Lấp lánh chiếc răng vàng. "Chúng mày chỉ giỏi lý sự."
Im lặng. Mọi thứ chợt hóa đá. Cả K lẫn gã cai tù. Những cục bin bị tháo khỏi chiếc đồng hồ thời gian. K nín thở.
"Gài nút áo lại." Mệnh lệnh của gã cai tù. Ngắn, gọn và cộc cằn.

K đưa bàn tay sờ soạng cổ áo. Rồi sực nhớ, anh đưa cả hai tay lên chộp lấy hai mép vải, chập chúng vào nhau, che kín cái cổ họng teo tóp.
"Nghe tao nói không?" Câu hỏi ném vào khoảng không chật chội và oi bức.
K càng túm chặt lấy hai mép vải.
"Cài cúc áo lại!" Thêm một mệnh lệnh nữa. Tên bạo chúa, K nghĩ, chính tay nó nắm cổ áo mình giật như giằng miếng ngon ở bàn tay người ăn mày hôm nào, và chính mắt nó nhìn đăm đăm theo những cúc áo đứt tung, lăn tròn trên nền xi măng đen xỉn.
"Mày điếc hả, thằng kia."
"Tôi không điếc nhưng đứt hết cúc áo rồi."
K không dám nói cúc áo ông đã giật đứt hết rồi như lần *làm việc* trước. Lần ấy gã đã lồng lộn, đứng bật dậy, vung tay đấm thẳng vào mặt K, nhưng điều kỳ diệu và khó hiểu là nắm đấm ấy dừng lại chỉ cách mũi K không đầy một phân. K đoán khoảng một phân, bởi K cảm được luồng gió và ngửi được mùi hoi và khét từ những cục xương đốt ngón tay gã. Gã cai tù sở trường trong nghệ thuật sử dụng nắm đấm dọa để bắt hồn tù nhân.
Gã nhìn những ngón tay K, nhìn cái cổ áo túm chặt, nhìn hai cái mắt mở vừa phải, le lói một nửa tia nhìn.
"Mày có muốn biết vì sao tao gọi mày lên đây không?"
Câu hỏi quen thuộc. Quen tới cả cái âm hưởng trong giọng nói gã. Cái giọng ướp bột ngọt ở cái nửa *mày có muốn biết*, ngâm nước lạnh *ở vì sao*, ướp muối ở *tao gọi mày lên đây*, và ứa ra cái mùi độc tố ở chữ *không*.
"Tôi làm sao biết được." K nói nhỏ, điềm đạm đến từng âm, từng chữ.
"Mày nói láo."
"Tôi không nói láo."
"Đừng có lý sự với tao. Tụi mày luôn nghĩ chúng tao không biết tư duy mà."
"Không phải thế."
"Câm mồm đi."

Cái miệng đóng ngay lại. Dặn mình hoài như thế mà cứ quên. K ngậm miệng. Không dám dán chặt hai môi. Lần nào đó tên cai ngục đã phạt K phơi nắng cả buổi chỉ vì dám mím môi khi *làm việc* với gã.

Chợt tên cai ngục đứng bật dậy. Khối thịt đồ sộ xô chiếc ghế bật xuống sàn, gây nên một tiếng động khô khốc. Hai con mắt K vẫn nhìn thẳng phía trước. Dưới ngọn đèn loang lổ ánh vàng, một con nhện buông mình từ trên trần nhà xuống, đong đưa trên sợi tơ mỏng, phía trên đầu gã cai ngục.

"Tao cho mày hai tiếng đồng hồ. Giấy bút đây." Gã chỉ những tờ giấy rải đầy trên nền xi măng. "Thật thà khai báo mọi chuyện." Gã sửa lại dây thắt lưng quần. Ưỡn ngực ra trước. Từng bước, từng bước đi ra cửa, bàn tay vẫn đặt trên báng khẩu súng đen ngòm giắt bên hông.

Dường như có kẻ nào đó chờ sẵn bên ngoài bởi gã vừa ra tới, cánh cửa tự nhiên hé mở.

Trước khi lọt qua khung cửa, tấm thân bệ vệ ấy quay ngoắt lại. "Khai mọi chuyện mày làm từ lúc bắt đầu có trí khôn."

Cánh cửa đóng sập lại. Tiếng lách cách của chìa khóa nghe xa xôi như vọng đến từ cõi âm.

K khom người gom xấp giấy và nhặt cây bút, đặt lên bàn. Dựng cái ghế cho thẳng, K buông mình ngồi xuống. Những hàng kẻ trên trang giấy vàng úa uốn éo, cười cợt. Tờ khai lý lịch thứ mấy mươi rồi. Lần nào cũng khai mọi chuyện từ lúc bắt đầu có trí khôn.

K ngẩng đầu nhìn con nhện đu dây. Sợi tơ óng ánh dưới ánh đèn vàng vọt. Đi đâu mà lạc vào chốn này. Đất trời thênh thang, khi không lại chui đầu vào nơi tăm tối. Hay là ở đây thì không sợ gặp mỏ nhọn của lũ chim mổ và nuốt trửng. Và ở đây thỉnh thoảng cũng có một hai con muỗi, con ruồi đi lạc. *Buồn trông con nhện giăng tơ*. K lẩm bẩm câu ca dao thuở trước. Hai tiếng đồng hồ. Khai mọi chuyện kể từ khi bắt đầu có trí khôn.

K cầm bút, viết những dòng đầu tiên. Tôi tên là Trần K. Sao lại viết tên tắt. Mấy lần bị hỏi như thế. Sao không là Trần Ca, cờ A ca. Lần nào cũng bị bắt bẻ như thế. Tên tôi là K, chữ K. Mày giỡn mặt tao đấy à. Không, không giỡn đâu. Tên tôi thật sự là K, một mẫu tự K thôi. Ai đặt tên cho mày. Bố mẹ tôi đặt. Lần nào cũng những câu trả lời như thế. Hỏi chán rồi không hỏi nữa. Tôi tên là Trần K. Sinh ngày 15 tháng 05, 1960. Con ông Trần H và bà Nguyễn Ngọc Huyền Trân. Tên bố thì ông nội đặt. Bố hát, con ca, cả nhà hạnh phúc. Bài bản soạn tới soạn lui, viết đi viết lại mấy mươi lần nên thuộc làu làu. K viết thật nhanh. Cái bút bi rẻ tiền hay bị nhòe mực nhưng chả sao. Viết liên tục thì sẽ không bị bỏ sót chi tiết nào. Nơi sinh. Nơi đăng ký hộ khẩu thường trú. Nghề nghiệp. Tôn giáo. Đầu cây bút bi sựng lại trên hàng kẻ. Tôn giáo. Từ trước đến giờ K vẫn ghi là Công Giáo. Bao nhiêu tờ khai lý lịch vẫn ghi là Công Giáo. Hôm nay sao ngòi bút lại ngập ngừng. K ngước nhìn con nhện đu đưa trên đầu. Có Chúa không. Con nhện kia, có Chúa thật không hở mày? Hay là có Chúa nhưng Chúa đã ngủ quên như lần ngủ quên trên chiếc thuyền mỏng manh giữa cơn dông tố, trong lúc thuyền sắp chìm khiến các môn đệ lo âu hoảng hốt. K vạch nhẹ chữ C rồi ngừng lại. Bố đi tù ngoài Bắc. Mẹ bị rắn độc cắn chết ở vùng Kinh Tế Mới. Mình tan buổi học, trên đường về nhà thì chúng nó chờ sẵn ở đầu ngõ. Chúa có còn ở xứ sở này hay đã vượt biên mất rồi. K xóa vội chữ C. Và lạnh lùng ghi hai chữ *Vô thần* vào phía sau phần tôn giáo. Xong. Không làm phiền Chúa nữa. Từ nay yên lòng. Thôi trông đợi. Thôi ước mong. Số phận như thế rồi. Buông xuôi chứ biết sao.

Phần còn lại của tờ khai lý lịch không có gì khúc mắc. Như kinh nguyện đã đọc cả ngàn lần, như bài hát đã ngân nga cả trăm lần. Cứ thế mà viết xuống. Tên những đứa bạn ấu thơ. Tên xứ đạo nơi thằng bé K xưng tội lần đầu. Tên vị Giám Mục đã làm phép thêm sức cho con chiên ngoan đạo tên K. Tên những ngôi trường đã cũ. Tên những hàng quán đã đi qua. Tên cô gái học cùng lớp mà K đã trèo cửa sổ ban đêm vào lớp, ghi câu tỏ tình lên mặt bàn chỗ cô gái ngồi. Tên quán nhậu lần đầu tiên K uống rượu với ông già vá vỏ ruột xe đạp cùng xóm. Cả tên cái xóm đèn đỏ có cô gái mỏng mềm như chiếc gối ôm mát rượi. Tên những con đường lân la dõi theo bóng một tà áo trắng. Tất cả trải đầy năm trang giấy. Chẳng biết đã đủ hai giờ đồng hồ chưa nhưng tờ khai lý lịch thì đã đầy ăm ắp.

K đọc lại từng dòng. Vẫn sựng lại ở cái phần *tôn giáo*. Bố mẹ biết được hẳn sẽ buồn. Bố đi tù còn mang theo cây Thánh Giá nhỏ. Nhưng biết làm sao hơn. Cho dù là có Chúa đi nữa thì Chúa cũng chẳng có thời gian cho mình nữa rồi. Chẳng theo đạo nào nữa là xong. *Vô thần*. Nhớ câu thơ của Nguyễn Minh Đường, *Huyệt đào trên mộ tiền nhân, một đàn con cháu vô thần điếu tang*.

Cánh cửa bật mở. Một cái đầu ló vào. Con mắt híp và mớ tóc xù. Bộ đồng phục màu vàng rộng thùng thình. Cái khóa dây thắt lưng lóe sáng.

"Tờ khai xong chưa?"

K đặt vội cái bút xuống bàn. "Xong rồi anh." Và sửa soạn đẩy ghế đứng dậy.

Gã áo vàng xua tay, "Ngồi đó chờ chút đi."

K lại ngồi thụp xuống, tay mân mê góc những tờ giấy mềm nhũn. Đầy năm trang. K nhìn lướt qua trang đầu và lật sang trang cuối. Không thiếu chi tiết nào. Cả cái lần đầu tiên xuống xóm, được cô gái chỉ từng li từng tí.

Cánh cửa lại bật mở. Những cánh cửa nơi này không mở ra từ tốn mà luôn bất ngờ bung ra như bị lốc cuốn. Nòng súng đen ngòm chĩa vào trước. Gã áo vàng theo sau.

"Đi ra!"

Ngón tay K lúng túng sờ soạng xấp giấy.

"Bỏ đó, đi ra. Đi chậm từng bước một."

K đi trước, mũi súng dài theo sau, đôi lúc chạm cả vào lưng K. Lạnh lẽo, rờn rợn nhưng quen thuộc. Và gã áo vàng đi sau cùng.

Cái miệng tươm nước bọt. Cơn đói nào cũng vậy, luôn vắt cái bao tử, cho nước bọt ứa đầy trong miệng. K nhăn mặt nén cái cồn cào, nuốt vội xuống. Nước bọt để lại vị chua chua đăng đắng trong cổ họng.

Xích xiềng rổn rảng. Cánh cửa hé mở rồi đóng sập lại. K chìm vào vùng hầm hập hơi nóng và mùi người. Hai trăm thằng đàn ông, nhét gọn vào căn phòng dùng làm hội trường thuở trước. Đoán là hội trường bởi trên một vách tường còn sót lại cái bệ vẫn dùng để máy truyền hình.

"Có hy vọng gì không?" Thằng bạn tù râu tóc xồm xoàm hỏi. K lắc đầu.

Thằng bạn tù khác, cao lông ngông, đứng dựa vào vách tường, tay phe phẩy cái áo xếp thành quạt, hỏi, "Vẫn thành thật khai báo chứ gì?"

K gật đầu.

"Tao có cầu nguyện cho mày đấy nhé." Thằng râu tóc xồm xoàm nói. K quay lại trừng mắt nhìn nó, rồi lẩm bẩm, "Cầu làm mẹ gì nữa!"

Ngày thứ N+1

"Mày biết tao gọi mày lên đây để làm gì không?"

Lắc đầu. Cái lắc đầu nhẹ nhàng. Vẫn căn phòng nhỏ như chiếc hộp. Vẫn ngọn đèn vàng vọt trên trần. Vẫn cánh cửa đóng sập lại và mở bật ra bất ngờ. Vẫn cái cổ bạnh ra như cổ rắn hổ mang. Chỉ thiếu con nhện và sợi tơ óng ánh.

"Mày có muốn tao cho mày biết lý do không?"

"Muốn."

"Mày gian dối. Mày không thành thật."

K nhướng hai con mắt. Từng hàng chữ trong năm trang giấy dàn hàng ngang trong trí nhớ. Mười chín lần khai báo. Thuộc từng câu, từng chữ. Năm mười một tuổi, đêm lễ Giáng Sinh, năn nỉ bố mẹ cho vào tiểu chủng viện. Mơ làm linh mục. Ôi giấc mơ tuyệt vời. Lần sinh nhật thứ hai mươi, thằng bạn rủ rê xuống xóm. Ghi lại đến cả buổi tối hôm Giáng Sinh, sau lễ nửa đêm. Ghi lại cả cái giờ theo cô gái làng chơi lên căn gác tối tăm ở Hạnh Thông Tây. Khai đến như thế mà còn bị mắng là gian dối nữa sao. Thằng cai tù này chỉ dọa mình thôi. Tất cả những lời khai của mười chín lần *làm việc* đều đúng sự thật và giống nhau từng câu từng chữ. K dám chắc những chỗ xuống hàng cũng giống nhau. Gian dối chỗ nào.

Bàn tay đập mạnh xuống bàn, những trang giấy lao xao nhưng không bay xuống nền nhà như mọi khi và trên bàn cũng không có cái bút bi quen thuộc.

"Mày sẽ lãnh đủ hậu quả của việc mày không thành thật."

K nhìn đăm đăm những tờ giấy xô lệch trên bàn. Không thấy cái bút bi cũ kỹ hôm nào. Nghĩa là hôm nay không phải khai lý lịch. Thế cũng buồn. Không khai lý lịch thì biết làm gì cho qua thời gian. Mỗi lần khai lý lịch là một lần sống lại đời mình. Cứ thế từ lúc có trí khôn cho tới khi bị bắt.

"Hậu quả; mày sẽ lãnh đủ hậu quả." Gã cai tù nhắc lại cái câu quen thuộc.

K đoán gã sẽ bắt K khai lại, cho đến khi nào những tờ khai giống nhau đến từng dấu chấm, dấu phẩy. Cũng được đi. Mỗi lần khai là một lần sống lại đời mình. Mỗi lần khai là một lần đòi bố mẹ cho đi tu làm linh mục. Mỗi lần khai là một lần xưng tội lần đầu, mỗi lần khai là một lần hẹn hò với cô bạn học trò, mỗi lần khai là lại một lần cô gái điếm dịu dàng nhắc nhở: Nhẩn nha đi mà!

Cánh cửa bật mở. Hai đứa áo vàng bước vào. AK 47 kè kè bên hông.

"Đứng quay mặt vào tường!" Gã cai tù ra lệnh.

K lúng túng đứng sát vào vách tường, mặt vẫn cố hướng về phía cái bàn gỗ nơi có những tờ giấy đặc kín những chữ K đã viết.

"Cho mày nếm mùi biệt giam một tháng." Gã cai tù chưa nói hết câu thì hai cánh tay K đã bị bẻ quặt ra sau và hai chiếc vòng sắt khóa chặt hai cổ tay K vào với nhau.

Biệt giam. Chiếc thùng sắt khối vuông. Giữa nắng lửa, mưa lũ. Đêm với ngày lẫn lộn. Lồng ngực K thắt lại.

"Tôi có giấu giếm gì đâu!"

"Còn ngoan cố à." Gã gai tù xấn xổ bước tới, hùng hổ vung tay, quăng nắm đấm vào mặt K. Nắm đấm dừng lại cách mũi K đúng một phân bởi K cảm được sức gió và ngửi được mùi hoi của da người, mùi khét của thịt nướng, mùi ngai ngái của hành tỏi, rau thơm.

"Bao nhiêu lần mày khai là *Công Giáo*. Bỗng nhiên mày thành *Vô Thần* là thế nào?"

Hoàng Chính

TN

NGÔ SỸ HÂN

NGÀY TRỞ VỀ

1.

Anh Tám đi xe lam về tới Cổng Hai xuống đi bộ lòng vòng thấy quang cảnh rất xa lạ so với hồi anh mang ba-lô lên đường. Chuyện đầu tiên nghe được là về gia đình của Từ Khánh Hạnh. Vào thời bao cấp, anh tình nguyện lập một hợp tác xã giống hệt của xã hội chủ nghĩa miền ngoài. Anh Hạnh quen thân với anh Mười Phết dân trong này đi tập kết về làm chức sắc cấp cao trong tỉnh Đồng Nai. Hai gia đình thân nhau "anh anh em em" đến nỗi có lần bà Mười Phết tới đánh ghen vợ anh Hạnh. Không biết chuyện thực hư thế nào mà từ đó không thấy anh Mười tới nhậu với anh Hạnh nữa.

Từ Mũi Tàu, anh thả bộ dọc theo con đường Phan Đình Phùng định xuống chợ mà không gặp một người quen nào. Đám sĩ quan tự nguyện đi cải tạo thì có người chưa về, có anh phải bị chỉ định cư trú không được ở thành phố. Có anh thả về rồi hưởng ứng chính sách của nhà nước đi khai hoang lập ấp ở vùng kinh tế mới. Chịu không nổi, một thời gian ngắn sau trồi về trở thành vô sản thứ thiệt sống lang thang. Đi ngang qua Chợ Nhỏ mới biết có hai vợ chồng đứa con gái lai đi xuất cảnh, chồng ẵm đứa con, còn con vợ xách một cái giỏ lác đựng toàn bộ tài sản của gia đình.

Xuống chút nữa, bên trái là trường tiểu học Lê Văn Tám - sau này được biết là tên ảo do mấy ổng đặt ra để tuyên truyền khích động - là nơi *trui rèn* tất cả con nít nguyên cái Xóm Dốc Sỏi nên lớn lên phần đông trở thành... không đàng hoàng! Bên này phường Quang Vinh là cái tiệm tạp hóa của ông Hiệp, có đứa con gái lai hơi đậm màu so với người mình một chút, nhưng nó đẹp gái và học hết lớp mười hai. Hy vọng qua bên Mỹ nó sẽ có cơ hội thăng tiến, chớ còn ở đây chưa chắc có thể lên đại học được.

Qua khỏi nhà thờ Tin Lành, khoảng giữa Cổng Hai và Ngã ba Thành, ngay cái hẻm bà Tư Ô-kê Salem hiện ra cái nhà hai căn lợp ngói âm dương của bà Sáu-già để bảng cho mướn căn bên phải. Căn bên trái dành cho bà chủ gồm một thằng con trai khá trọng tuổi ốm nhom như đứa chơi xì-ke làm tới chức hướng dẫn viên đối ngoại và một đứa em gái chừng mười lăm mười sáu tuổi nhan sắc trên trung bình làm quản lý nội bộ. Bà chủ là doanh nhân xã hội chủ nghĩa làm thái thượng hoàng thường ngày đi đậu chếnh tứ sắc, coi tổng quát cơ sở làm ăn.

Cư dân ở đây lâu cho biết cơ sở làm ăn này, vốn hình thành từ lâu lắm khi ông Sáu già còn sanh tiền, do gia đình điều hành. Cách làm ăn đặc biệt không bỏ vốn liếng mà đầu tư vô mấy đứa con gái. Người đi đường rất dễ nhận diện: Các cô thường ăn mặc quần này áo nọ bẹo hình bẹo dạng, khi hai đứa, khi ba đứa, có lúc bốn, tùy theo tình hình kinh tế vĩ mô toàn quốc lên xuống của nhà nước xã hội chủ nghĩa và đồng thời ký khế ước riêng với công an khu vực phường Trung Dũng - chức vụ chỉ mới đặt ra sau cuộc đảo đời.

Anh Tám tạt vô cái quán cà-phê không đề bảng hiệu nằm bên phải mà sau này được biết là của cô Sáu Liễu. Ngoài hàng hiên, căng thêm tấm bạt che nắng che mưa phía trên, phía dưới kê được bốn cái bàn thấp rất thuận tiện vào những hôm trời trong nắng ráo. Anh bước vô trong. Nền gạch bông siêng chùi bóng láng cũng kê bàn ghế thấp như bên ngoài. Anh đếm đúng một chục cái. Ai cũng biết quán chỉ đông khách vào buổi sáng sớm và buổi chiều; từ trưa tới xế thì năm khi mười họa mới có người lỡ đường ghé vô.

2.

Nhơn lúc vắng khách, cô Sáu nói:

"Em thấy hình như anh hổng phải người ở đây?"

"Dà! Đúng rồi, sao cô biết?"

"Nhìn tướng anh là biết liền."

"Cô biết sao nói tui nghe đi."

"Phải cải tạo mới về hôn?" Cô Sáu nói đại.

"Bộ tui trông lớ ngớ lắm hả?" Anh Tám giựt mình.

"Thiệt khó nói lắm nhưng trông anh hổng phải người ở đây."

"Tui người ở đây nhưng hồi trước hổng có đi la cà."

"Hèn chi!"

"Tui tính mướn căn nhà bên bển," anh chỉ căn nhà bên kia đường có bảng cho mướn.

"Anh định làm gì mà mướn căn đó?"

"Tui định sửa xe đạp chớ lỡ thầy lỡ thợ biết làm gì bây giờ."

"Dà! Tính từ cổng xuống tới chợ hổng có chỗ nào hết. Làm cái nghề này ăn tiền đó."

"Sao ăn tiền?"

"Hầu hết dân dã đi xe đạp."

"Còn xe gắn máy?"

"Dành riêng cho tụi cán bộ."

"Sao dành riêng?"

"Nói là *dành riêng* thiệt ra hổng phải *dành riêng* mà là *dành riêng* bởi vì người dân thường hiếm khi có khả năng mua xe gắn máy."

"Cô nói vậy tui hiểu rồi!"

Cô Sáu xoay qua điều tra anh Tám:

"Hồi đó anh có ở trong phi trường hôn?"

Anh gật đầu:

"Có."

"Sao em hổng biết?"

"Bộ ai trong phi trường cô cũng biết hết hả?"

"Hổng phải vậy nhưng hồi em bán quán, quan lính gì cũng tới quán em uống cà-phê."

"Bộ quán cô nổi tiếng lắm hả?"

"Có thể nói như vậy đi," cô cười.

"Bộ có con gái hay đèn mờ?

"Con gái thì có nhưng đèn mờ thì không," cô khoa tay cười phân bua. "Có con gái mới dễ câu mấy anh chàng độc thân được."

"Có khi nào đánh lộn đánh lạo gì hôn?"

"Không, anh. Lính không quân dầu sao cũng hổng đến nỗi," cô Sáu nhìn anh như tiếc rẻ. "Vậy mà sau một thời gian cũng hao đi mấy đứa."

Anh Tám ngạc nhiên, hỏi liền:

"Cô nói *hao* là sao? Bị pháo kích chết hả?"

Cô Sáu vội phân trần:

"Hổng phải vậy. Tại em nói vắn tắt anh hiểu lầm: tụi nó lấy chồng không quân ra ngoài phố mướn nhà sống hạnh phúc đàng hoàng."

3.

Cô Sáu tự khai chồng cô hồi đó làm trong phi trường bị pháo kích tử thương từ những ngày cuối tháng Tư. Bị đuổi khỏi trại gia binh, cô dắt con về quê ngoại ở xã Long An bên này sông Cần Giuộc làm mướn một thời gian cảm thấy sống không nổi cái cảnh trên đe dưới búa tối nào cũng họp hành tới khuya với cán bộ ba mươi lại trồi lên thành phố. Chỉ Biên Hòa cô mới hy vọng làm ăn được vì cô ở đây lâu quen biết nhiều. Vả lại, hồi ở trong trại gia binh cô cũng đã quen mua bán cái nghề này nhờ lanh lợi và hoạt bát.

Nói chung, nếu nhà văn có bơm hơi cô lên cỡ nào cũng không thể tả cô đẹp sắc nước hương trời nhưng ai cũng phải công nhận nhan sắc cô trên trung bình nhiều. Cô Sáu có duyên ngầm nhìn lâu mới biết cái duyên đó nó ở chỗ nào. Bất cứ ai được nói chuyện với cô thì không thể nào không thích cô. Cô biết lắng tai nghe, theo dõi câu chuyện, và biết đặt vấn đề. Điều ghi nhận đặc biệt là cô được hưởng nền giáo dục *nhơn bản-dân tộc-khai phóng* hồi trước nên cô là điển hình của một phụ nữ miền Nam thùy mị đoan trang.

Nhìn tướng nhậm lẹ của cô, anh Tám đoán cô chừng trên dưới ba mươi với nhan sắc mặn mà, "Gái một con trông mòn con mắt!"

"Chuyện cũ cũng đã lâu lắm rồi, cô có đi thêm bước nữa chưa?"

"Dạ chưa, anh."

"Trông cô còn trẻ mà sao chịu sống một mình?"

"Em còn đợi người trong mộng", cô nhìn xa vắng. "Đám mình đâu mất hết trơn. Hầu hết đi cải tạo chưa dìa. Người về rồi thì cũng vượt biên."

"Vậy gặp chưa?" Anh Tám hớp chút cà-phê xong lấy ra điếu thuốc gắn lên môi.

"Chắc sắp rồi," cô Sáu cười nheo mắt nhìn anh, bất thần hỏi. "Anh muốn vợ hôn?"

"Trời! Cô hỏi kỳ vậy cô Sáu! Vợ, ai mà hổng muốn?" Anh Tám cười ngạc nhiên trước câu hỏi thình lình của cô Sáu.

"Muốn thì tìm. Ở trong đó lâu quá rồi!"

Anh Tám bật hộp quẹt rồi tắt:

"Chẳng có đàn bà nào ngu đi rước một thằng đàn ông chẳng có một cắc bạc lận lưng về nuôi."

"Bắt phụ làm việc nương nhau mà sống chớ nuôi ăn ở không sao?"

Anh đốt điếu thuốc trầm ngâm:

"Ờ thì bắt làm việc mà hổng có chuyên môn gì hết tại vì hồi trước tui được huấn luyện đánh giặc", anh nhìn cô Sáu, cười méo mó. "Mặc dầu bây giờ giặc còn mà quánh hổng được!"

Cô Sáu hiểu ý, cười cười nói tiếp, "Vậy anh lấy căn bên bển đi. Khách của em đông lắm thế nào cũng san sẻ cho anh một ít."

Nghe lời khuyến khích ngon ngọt của cô Sáu, anh Tám mướn căn bỏ trống đó. Lúc trước bà chủ nhà nói, "Kệ giá nào cũng được, có còn hơn không." Nhà chỉ có hai ngăn chia đều nhau, phần trước trống trơn. Phía sau kê một cái giường sắt nhà binh cũ bên trên có tấm nệm cỏ được phủ bằng tấm *drap* ngả màu lem luốc, để phòng hờ khi nào bên kia đông khách không đủ chỗ tiếp. Từ ngày cho anh Tám mướn, bà chủ biểu thằng con lấp kín cái cửa hông. Muốn qua lại phải đi cửa trước hoặc lòn phía sau bằng lối đi nhỏ cạnh cái nhà tắm lộ thiên vừng lá chầm.

Phải kể thêm phần sau căn nhà. Ngoài cái giường sắt tây có treo tấm ri-đô cho riêng tư, bên ngoài tấm màn đó sát vách mới là cái bếp bằng tấm đan bê-tông cao gần ngang tới rún người lớn đặt cái lò-xô xài dầu hôi mà nghe nói thời gian gần đây ai trong xóm cũng *chơi* xăng máy bay phản lực luôn. Xung quanh chẳng có nồi niêu xoong chảo và chén bát gì hết. Ra cửa sau bên ngoài thấp hơn một chút là cái sàn nước dùng chung cho hai căn, nước theo xuống con mương nhỏ chảy vô một cái trũng gọi là đầm Biên Hùng ăn ra gần tới Ty Cảnh sát cũ.

Đầu tiên anh Tám trương bảng "Sửa Xe Đạp" viết tay trên tấm bìa cạc-tông cứng. Chẳng mấy chốc nó thành trung tâm điều hợp mọi quân binh chủng thất cơ lỡ vận. Cái tiệm sửa xe đạp anh Tám và tiệm cà-phê cô Sáu mặc định kết nghĩa với nhau trao đổi khách hàng. Riết rồi nhận phe ta nhờ cùng mẫu số chung nên có rất nhiều điều hợp ý. Sáng sáng cô Sáu pha cà-phê biểu đứa con gái đem qua cho *cậu Tám*; ngoài ra thỉnh thoảng còn có chè cháo phụ trội. Có bữa cô đổ bánh xèo đem qua mời *cậu Tám*.

"Cô đừng làm vầy nữa tui ngại lắm."

"Chỗ anh em có gì mà ngại, anh Tám."

"Tui đâu có giúp gì cô mà cô cứ cho hoài."

"Nếu anh ngại, hay là em nấu cơm tháng cho anh?"

Anh Tám ngần ngừ:

"Tui đi hoài chớ đâu có ở đây thường xuyên mà ăn cơm tháng."

"Bữa nào anh hổng ăn em trừ ra, vậy sòng phẳng hén?"

Anh Tám nghĩ cũng có lý:

"Sở dĩ tui tính toán là vì hiện tại trên răng dưới..." anh Tám kịp dừng lại cười nói tiếp. "... trên răng dưới dép."

"Anh lanh thiệt. Câu này em nghe mấy ổng nói hoài mà hổng phải đúng như vậy!"

"Cô cũng nhạy thấy mồ," anh nói thêm. "Tui thích cái cách cô biểu tụi nhỏ kêu tui là *cậu Tám*. Cách gọi đó là của dân miền Nam rặt, nó giống như bà con bên ngoại. Nghĩ cũng kỳ: chú bác là bên nội lại xa hơn bên ngoại."

"Dà! Tự nhiên em thấy anh như bà con vậy!"

"Hồi đó về ngoại dưới Tân Tập, tui đi ngang qua làng Long An xuống bến đò Thủ Bộ. Hình như bến đò này cũng thuộc làng của cô?"

"Đúng rồi. Ba má em ở làng Long An nhưng quê nội em ở làng Long Phụng bên kia sông Cần Giuộc đó."

"Quê ngoại tui có gạo nhum màu tím đậm ăn ngon lắm," anh giải thích thêm. "Nó giống như nếp than mà hổng phải nếp than. Nó là gạo nhưng màu nâu sẫm như nếp than."

"Dà! Em nhớ ra rồi, nhưng ở đây hổng có gạo đó, chắc nó tuyệt chủng từ lâu lắm!" Cô Sáu cười thân mật tiếp tục chuyện nấu cơm. "Em ăn gì em cho anh ăn nấy. Kệ! Giống như chia sẻ chớ hổng phải nấu cơm tháng chuyện nghiệp nha."

Vậy là ký hợp đồng miệng với nhau. Giờ giấc không nhứt định mà cô Sáu vẫn chờ đặng ăn chung. Cô Sáu canh lúc nào anh Tám vắng khách mới biểu tụi nhỏ mời anh qua dùng bữa. Anh Tám lấy làm lạ nhìn cái mâm chỉ có hai chén cơm và hai đôi đũa, ở giữa là một dĩa cải muối và hai trái dưa chuột - mỗi người một trái sẽ tự động cắn ăn. Cô Sáu nói:

"Bữa nay đặc biệt mời anh ăn cải muối mặn ngọt."

"Phải Tàu kêu cải xá-bấu hôn?"

"Củ cải xá-bấu của người Triều Châu mặn nhưng người mình ngâm nước tương và đường với chút ít sả ớt bằm thành ra nó vừa mặn mặn vừa ngọt ngọt mà hơi cay cay. Cái món này ăn hao cơm lắm đó."

Thiệt vậy, chưa có bữa nào anh Tám ăn ngon miệng và nhiều cơm đến như vậy.

"Nếu anh thích thỉnh thoảng em làm cho anh ăn. Dễ dàng, nhẹ nhàng, mà lại rẻ tiền nữa!"

Có hôm vui cô Sáu nói:

"Em đã kể *dòng dõi ba đời* nhà em rồi mà anh chưa khai *lý lịch trích ngang* của anh ra."

Anh Tám nhớ lại mười năm binh lửa. Đã gần ba mươi tuổi bao nhiêu lần thập tử nhứt sanh đến đỗi cha mẹ cứ hối cưới vợ đặng có cháu nối dõi tông đường nhưng anh cứ hẹn lần hẹn lữa, "Để hòa bình con sẽ cưới vợ cho chắc ăn. Chớ bây giờ lập gia đình, lỡ con chết thì ba má đâu được lãnh tiền tử tuất và chỉ khổ cho người ở lại, nhứt là lúc đã có con." Má cự: "Mày đừng có nói bậy đi, con!" Tới ngày tàn, đơn vị kêu di tản mà anh không chịu đi, rồi tự nguyện đi học tập chánh sách mới của nhà nước...". Anh trầm ngâm một hồi rồi nói:

"Tui ngu lắm cô Sáu!"
"Ngu làm sao?"
"Có sẵn phương tiện đi được mà tui hổng đi để bị bắt vô tù."
"Rất nhiều người chớ phải một mình anh đâu!"
"Hồi đó tui tưởng hổng đến nỗi nào. Thắng thua gì họ cũng người mình. Ai dè...!"

4.

Anh Tám không phải con nhà giàu học giỏi nhưng được cái là hiền và hay nói chuyện cà tửng cho nên mấy đứa con gái căn kế bên hễ rảnh thì qua ngồi đấu láo vừa coi ảnh lao động chơn tay. Tụi nó hỏi và nói đủ thứ chuyện trên trời dưới đất, từ hồi chạy giặc tới những năm đói kém phải ăn độn khoai mì, khoai lang và bo bo, từ hồi mua bán đủ thứ bị bắt tịch thâu hết vốn liếng tới cho mướn tạm cái này. "Đất đai đâu phải của họ mà họ còn bán lấy tiền bỏ túi riêng, còn đàng này cái của em em muốn bán hay cho mướn gì thì tùy em chớ!"

Một bữa cô con gái qua ngồi coi anh Tám rút căm, nói:
"Em thấy tội anh quá."
"Tui đâu có làm gì nên tội!"
"Ý em nói tội nghiệp anh ghê."
"Tui làm ăn bình thường có gì đâu mà tội nghiệp."
"Anh có vợ con gì hôn?"
"Hồi đó tui cũng có đào."
"Rồi anh đi cải tạo nó bỏ hả?" Cô gái nói mà như khẳng định.
"Ừa! Bây giờ lỡ thời rồi, vợ con gì nữa, cô."
"Bộ ở tù lâu quá, anh hết *muốn* nữa rồi hả?"
Anh cười làm bộ giả nai:
"Ý cô nói *muốn* là muốn gì?"
"*Muốn* đàn bà con gái đó!"
"*Muốn* chớ sao không, cô?"
"*Muốn* thì em *cho* anh."
"Tui chỉ làm sống qua ngày chớ đâu có tiền trả cho cô."

"Em cho anh *chơi không* tại vì em thích anh," cô cười ranh mãnh. "Bữa nào anh muốn thì hú em một tiếng. Em tắm rửa sạch sẽ, xức dầu thơm, em qua nha!"

"Thôi cô, đừng có khùng quá đi!"

Chẳng những một mình cô gái này muốn thưởng anh mà cả đứa con gái quản lý cơ sở kinh doanh của bà Sáu già cũng muốn *ngủ* với anh nữa.

Anh Tám kể cho cô Sáu nghe chuyện *số đào hoa* cuối mùa này, cô Sáu lườm:

"Đừng nha!" Cô lặp lại. "Đừng rớ vô nha!"

Anh Tám làm bộ nói:

"Tui độc thân mà, đâu có gì ràng buộc. Tại sao đừng?

"Đứa con gái con bà chủ là cháu của viện kiểm sát nhân dân đó. Đụng tới là ở tù rụt xương," cô Sáu lại lườm anh. "Còn cô kia lớn rồi nhưng không an toàn, coi chừng bịnh thấy bà nha."

Cô Sáu lại thân mật dịu giọng cười đẩy đưa:

"Bộ hết chỗ rồi sao, anh Tám?"

Nụ cười và câu nói của cô Sáu khiến trái tim anh Tám ngưng đập một nhịp!

5.

Cũng đã chín mười năm xa Biên Hòa, ban đầu anh Tám định đi xuống chợ ra Biên Hùng, ghé Cầu Gành, tạt vô nhà ga, lên Vườn Mít thăm dân cho biết sự tình - giống như nhà vua đi kinh lý - từ ngày dân miền Nam mở cửa đón tiếp *người anh em* vô nhà. Nhưng đi mới được nửa đường thì khuỵu chân tại quán cà-phê cô Sáu Liễu. Cô tâm sự là tiêu chuẩn lấy chồng phải bằng hoặc hơn mình. Hồi đó hai người cũng đã học xong tú tài rồi ảnh đi lính. Khi ông xã ra trường về Biên Hòa thì cô Sáu mới vô cư xá ở luôn tới đứt phim.

"Lúc trước em chẳng nói vai vế của ảnh nhưng ảnh cũng có lon lá chớ hổng phải không."

"Anh cũng đoán ra được," anh Tám nắm bàn tay cô Sáu đặt lên ngực mình. "Anh cũng biết em mặc dầu con gái ở dưới quê lên thành mà đâu phải... Em biết sao hôn?"

"Sao? Anh nói em nghe đi."

"Em nói năng chững chạc và ăn mặc đàng hoàng chớ không hở cổ cho người ta coi..."

"Anh lợi hại thiệt," cô cười. "Ngực con gái là riêng tư chớ đâu phải công cộng mà khoe."

Anh Tám nằm nghe cô thỏ thẻ kể lể:

"Mặc dầu anh không kể rõ nghề nghiệp, nhưng qua cách nói chuyện em cũng biết hồi trước anh làm gì rồi mà."

"Em thông minh thiệt. Anh chọn em hổng lầm!"

Và cô Sáu ôm anh Tám:

"Lúc nào rảnh ra phường làm hôn thú đi."

"Anh đâu có hộ khẩu ở đây mà làm."

"Em làm được hết."

Anh Tám chần chừ vì không muốn bị trói buộc:

"Bộ hổng làm không được sao?"

Anh Tám suy nghĩ:

"Ở đây chắc khó sống!"

"Kệ! Tới đâu hay tới đó."

"Anh sợ liên lụy tới em."

"Em chấp nhận mà!" Cô Sáu vuốt mặt anh Tám. "Bộ anh tính quất ngựa truy phong hả? Không định ăn đời ở kiếp với em sao?"

Anh Tám cười hun cô Sáu một lần nữa:

"Em nói xàm không. Em có nghe người ta nói: *'Khi chưa cưới, vợ là thiên thần/ Cưới nhau rồi, vợ là thiên định/ Khi vợ nổi giận là thiên lôi/ Tối gần vợ là thiên đường'* hôn? Anh khoái nhứt là *'Tối gần vợ là thiên đường'*, nhưng hổng thích *'Khi vợ nổi giận là thiên lôi'*."

"Dầu sao đi nữa, em cũng có ăn học chớ đâu đến đỗi là thiên lôi!"

"Bây giờ anh trên răng dưới... dái, sợ mang tiếng đào mỏ."

"Kệ! Còn...", cô Sáu cười rúc đầu vô nách anh Tám, "... còn... dái là được rồi!"

Cô Sáu còn phê nói lí nhí:

"Hồi trước mới gặp em, anh nói anh là con trai tân chưa biết đàn bà", cô Sáu nghĩ chuyện vừa qua biết anh Tám nói xạo. "Hổng dám con trai tân đâu! Con trai tân mà vậy!"

"Thiệt mà! Vô trỏng mấy thằng bạn bác sĩ chỉ vẽ chớ hồi đó anh đâu biết gì."

Lúc ra phường làm hôn thú, anh Tám mới biết mình thua "em" đúng nửa con giáp. Ai cũng nói anh Tám ngu lấy vợ già nhưng những người có kinh nghiệm ở đời nói cô Sáu khôn và chính cô Sáu cũng thấy mình khôn! Thường tình người ta ví đàn ông như trâu bò thích gặm cỏ non chớ không ngược lại. Nghĩ cũng lạ, cô Sáu làm chủ quán nhan sắc còn mặn mà thì thiếu gì ong bướm vây quanh, trong số đó có nhiều đại gia tư bản đỏ hoặc sĩ quan cán bộ làm lớn trong phi trường.

Cô Sáu nói:

"Tụi nó tự coi mình là kẻ chiến thắng nên ăn nói hỗn hào lắm. Lúc nào cũng đem tiền bạc và quyền lực ra làm mồi nhử. Nếu em ham thì em chịu tụi nó mất đất rồi chớ đâu đợi tới bây giờ."

"Vậy em có ân hận phí tuổi xuân hôn?"

"Nhưng bây giờ em được bù lại rồi."

Cô Sáu không có học bói toán mà tính việc như thần. Chẳng bao lâu sau có Chương trình HO!

Sau khi hai vợ chồng và đứa con đi xuất cảnh thì coi như hết Tập Một!

Ngô Sỹ Hân

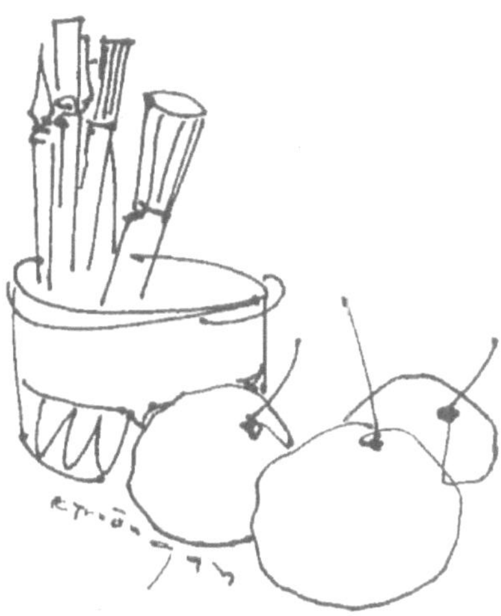

TN

NGỌC DUY

SINH NHẬT

Khôi sinh giữa tháng Hai, còn thằng Bảo đẻ đầu tháng Giêng. Hai anh em hơn nhau một năm. Má nói nếu tính tuổi ta thì hai anh em bằng tuổi, đứa đầu năm, đứa cuối năm. Tuổi ta là tuổi gì, Khôi cũng không biết. Có điều thằng Bảo nhỏ hơn Khôi một tuổi mà vóc dáng nó cũng "lớn con" như Khôi vậy. Má nói tại hồi đó sanh Khôi ở đảo, không có đủ sữa nên Khôi nhỏ con như con mèo. Mèo nào chứ, như con mèo lông trắng toát của bà Mỹ già bên cạnh nhà thì trông cũng còn có da có thịt hơn Khôi nhiều lắm.

Hai anh em sinh gần ngày nhau nên năm nào má cũng làm sinh nhật chung. Hồi còn ở nhà dì Xuân, má mua một cái bánh sinh nhật chung cho hai đứa. Khôi lớn nên được thổi đèn cầy trước. Thổi xong, má lấy bớt ra một cây đèn cầy, rồi kêu thằng Bảo thổi. Hồi còn nhỏ, kêu thằng Bảo thổi thì nó thổi liền. Sau này lớn lên một chút, nó không chịu "hưởng sái nhì" (câu này ba nói, mà Khôi lan man hiểu là second hand). Năm đầu tiên ba bưng về hai cái bánh, má cằn nhằn:

- Ăn đâu có hết mà mua làm chi tới hai cái!

Ba cười:

- Đâu có đáng bao nhiêu, em!

Từ sau năm đó thì năm nào sinh nhật ba cũng mua hai cái bánh. Cái của Khôi bao giờ cũng lớn hơn một chút, và dĩ nhiên cắm hơn một cây đèn cầy. Khôi chỉ thích thổi đèn và mở quà, còn bánh để trong tủ lạnh ăn một tháng sau cũng chưa hết. Má nói Khôi giống tính ba, ghét ăn đồ ngọt nhưng lại thích nghe những lời nói ngọt ngào như mật rót vào tai. "Nói ngọt lọt tới xương", ba ưa nói má hay dùng chữ, nói cái gì cũng thêm lời nói của ông bà để lời nói thêm "bí hiểm".

Hồi còn ở nhà dì Xuân, mỗi lần sinh nhật chỉ có ba má, Khôi, thằng Bảo, dì Xuân, bác Tiến, và con nhỏ Vy. Con nhỏ Vy là con của dì Xuân và bác Tiến, nhỏ hơn Khôi tới... ba tháng mà má bắt Khôi phải kêu nó bằng chị. Chị Vy! Vừa nhỏ tuổi và nhỏ con hơn mà bắt Khôi kêu bằng chị. Khôi thắc mắc hỏi má thì má trả lời: "Tại dì Xuân là chị của má nên con phải gọi chị Vy bằng chị". Nói nghe ngon không! Dì Xuân là chị của má thì mắc mớ gì đến Khôi và con nhỏ Vy mà má bắt Khôi phải kêu nó bằng chị? Má méc ba:

- Cái thằng Khôi nó khó tính... giống anh dễ sợ. Kêu con bé Vy bằng chị có chết thằng Tây nào đâu mà nó bày đặt thắc mắc.

Ba đưa tay xoa đầu Khôi:

- Cái gì xấu xa là giống ba, còn tốt đẹp thì giống má, phải không, Khôi?

Năm nào Khôi cũng có ít nhất ba hộp quà. Hộp của má thường là hai bộ đồ thun thể thao. Sinh nhật của Khôi nhằm lúc đang là mùa đông, má mua đồ ấm là đúng quá rồi. Má có tật lo xa nên ưa mua size lớn. Quần áo má mua để hai năm sau bận cũng còn rộng. Ba nói: "Em cho con bận đồ rộng thùng thình, dòm như mặc đồ khín", má cãi: "Chứ tụi nó mau lớn, mua vừa cỡ bận mấy tháng là bỏ, uổng!" Quà của ba nhất định là đồ chơi mua ở Toys R Us, có năm là chiếc xe vừa chạy vừa chớp đèn như xe cảnh sát, có năm là nguyên một toa xe lửa dài ngoằn ngoèo. Còn hộp thứ ba là hộp quà của bác Tiến và dì Xuân, hộp quà năm nào cũng bự vì khi là chiếc xe đạp đã được ráp sẵn, khi là một ti-vi nhỏ để hai anh em chơi game. Thằng Bảo cũng được na ná như Khôi vậy, nhưng bao giờ nó cũng ôm quà của nó vào lòng rồi giương cặp mắt ếch ngó đồ chơi của Khôi bằng cặp mắt thèm thuồng. Má dòm nó, rồi nói: "Đồ cái thứ đứng núi này trông núi nọ". Sức mấy mà Khôi chịu đưa cho nó những gói quà của mình, trừ khi nó chịu trao đổi. Mà thằng này không biết giống ai, ích kỷ dễ sợ, của người ta thì muốn lấy mà không chịu đưa cái của mình ra. Chơi như vậy thì làm sao "chơi tới Tết"?

Ngày sinh nhật năm nào ba cũng mua mấy cái nón sặc sỡ cho mấy đứa đội lên đầu. Ba cũng đội nữa. Còn má thì không. Má nói: "Già rồi mà đội ba cái đồ mắc dịch đó dòm không giống ai". Còn hàng chữ kim tuyến Happy Birthday ba mua garage sale mấy năm trước vẫn còn treo lủng lẳng trên tường, sau này dọn nhà mới bỏ. Ba bắt mấy đứa hát bài Happy Birthday rồi thổi đèn cầy, trong lúc ba bấm máy hình lia lịa. "Chị" Vy điệu lắm, không chịu hát gì hết mà chỉ ngó chăm bẩm vô máy chụp hình, sợ sau này hình rửa ra sẽ bị mắt nhắm mắt mở. Chụp hình, thổi đèn và tháo quà xong, cả nhà ngồi ăn tối, mấy món ăn đặc biệt má nấu đãi cho hai đứa, có cả món nhậu cho ba và bác Tiến lai rai nữa.

Tối hôm sinh nhật, hai anh em thức khuya hơn để ngồi ngắm đồ chơi cho đã. Má cho hai anh em ngủ trễ hơn một tiếng. Nhưng leo lên giường rồi, đầu óc Khôi vẫn còn thơ thẩn nghĩ tới chiếc xe đạp màu đỏ của bác Tiến, hay cái đường rầy xe lửa hình số tám của ba mua. Tới lúc thiếp đi rồi, Khôi còn mơ thấy má rón rén đi vào phòng, đắp mền cho thằng Bảo và Khôi, trước khi đi ra còn đặt trên trán Khôi một nụ hôn kêu cái "chóc"!

Mùa hè năm ngoái ba học ra trường, kiếm được việc làm cách nhà dì Xuân hơn một tiếng đồng hồ lái xe. Ba má bàn nhau nên dọn ra riêng để tiện việc đi làm. Má nói: "Vậy cũng tiện. Ở đây vợ chồng con cái bốn người nhét vô một phòng, chật như bỏ rọ. Mỗi lần vô phòng là phải phóng lên giường như là nhà bị lụt". Mặc dù ở nhà dì Xuân, ba má và anh em Khôi được nhường cái phòng Master bedroom, phòng lớn nhất trong ba phòng ngủ, nhưng kê cái giường ngủ bự của ba má, cộng thêm cái giường hai tầng của anh em Khôi, và cái bàn học của ba, thì quả tình có chật thiệt. Dì Xuân nói bỏ đồ chơi bên phòng chị Vy cho rộng chỗ, nhưng thằng Bảo "giữ của" (hỗn danh của má đặt), chắc trời sập nó mới yên tâm phó thác mấy cái đồ gia bảo của nó.

Nhà mới dọn về cũng có ba phòng như nhà của dì Xuân vậy. Hai anh em được chia vào hai phòng ngủ nhỏ. Nhà có sân sau rộng hơn. Ba nói có chỗ cho hai anh em đạp xe. Dạo này ba gặp lại mấy người bạn cũ. Cuối tuần nào ba cũng rủ họ lại, tập trung ở garage, đờn ca hát xướng. Lúc đầu Khôi cũng tò mò đứng dòm, nhưng sau thấy ồn ào quá, nên Khôi bỏ ra ngoài sân sau, đạp xe vui hơn.

Năm nay má nói sẽ làm sinh nhật lớn cho hai đứa, vì sinh nhật trùng vào Tết ta của Việt Nam. Khôi thích Tết Việt Nam lắm. Có những phong bao lì xì đỏ bỏ vào Piggy Bank. Ba nói sẽ có nhảy đầm nữa, vì ban nhạc dợt mấy tháng nay rồi, giờ mới có dịp trình diễn! Má nói: "Ban nhạc của anh chắc để đờn... đám ma, đờn một đàng ca một nẻo, trống đi đàng trống kèn đi đàng kèn, ca sĩ thì toàn là đực rực, ông nào ông nấy ốm nhom, râu ria tua tủa. Vậy mà cũng bày đặt đặt tên tiếng Anh là Five Stars. Sao này chắc là những vì sao lu". Ba lấy tay rung mấy sợi dây đàn, phân bua với KhôI: "Hơi đâu mà nghe thiên hạ đàm tiếu! Chúa Phật còn có người ghét, huống hồ gì người trần mắt thịt trên răng dưới dép như cha con mình, phải không, Khôi"? Khôi có hiểu gì đâu, chỉ biết nhe răng cười.

Ngày sinh nhật, ba má mời bạn bè tới dự đông thiệt. Ai nấy đều cười tươi rói, tay ôm những gói quà bọc giấy bông sặc sỡ. Nhưng mà sao chỉ toàn người lớn, chỉ có ba đấng nhi đồng. Chị Vy là một, con bé Uyên, bạn chị Vy, và thằng Mickey, con chú Dũng, mới có... chín tháng! Garage được ba dọn sạch sẽ để lát tối nhảy đầm, có một quả cầu lóng lánh kim tuyến treo lửng lơ ở ngay giữa trần. Vài người lạ hoắc Khôi chưa gặp lần nào cũng đưa tay bẹo má Khôi rồi nói:

- Cha, lớn dữ rồi hén!

Có người khen má:

- Hai con rồi mà vẫn còn thon thả như gái chưa chồng!

Má cười đỏ mặt.

Rồi thì Khôi và thằng Bảo cũng được thổi đèn cầy và mở quà. Cũng có chụp hình nữa. Ba hối má làm lẹ lẹ để khách ra garage chuẩn bị khiêu vũ. Má lùa hai anh em vô phòng với một đống đồ chơi như lùa vịt, vừa khép cửa má vừa dặn:

- Hai đứa ở trong này chơi nghen. Lấy đồ chơi mới ra chơi. Nhớ thay đồ và đánh răng trước khi đi ngủ. Ngày mai Chúa nhật ba má chở hai đứa đi chơi.

"*Được lời như cởi tấm lòng*", thằng Bảo ôm đống đồ chơi đổ ra tung tóe trên thảm. Cái thằng này vô tư thiệt! Riêng Khôi hơi thấy tủi thân một chút. Hôm nay là sinh nhật của Khôi và thằng Bảo mà, mà sao khách khứa toàn là người lớn không? Khôi có cảm giác họ tới để ăn uống, nhảy đầm, tán dóc, hút thuốc, nhậu nhẹt, hơn là tới dự sinh nhật. Dám có người còn không biết tên của Khôi là gì nữa, nói gì đến tuổi. Mặc dù ai cũng có khuân quà lại, "cho có với người ta".

Khôi ngồi phịch xuống giường, ngó thằng Bảo đang say sưa mở những món quà. Thằng này "vật chất" làm lu mờ tình cảm. Nó không hề biết rằng hai anh em đã bị ba má... bỏ rơi! Giờ này chắc hai ông bà đang say sưa dìu nhau theo tiếng nhạc xập xình ngoài garage, đâu biết là Khôi đang ngồi đây, tức anh ách trong bụng! Lát nữa chắc Khôi sẽ đi ngủ sớm, để ráng nằm mơ thấy một sinh nhật thật sự cho hai đứa. Chỉ cần một cái bánh sinh nhật thôi, hai anh em thổi chung cũng được. Ba má sẽ vừa vỗ tay vừa hát bài Happy Birthday cho hai đứa. Má sẽ hun lên má Khôi chùn chụt. Ba sẽ ôm ghì thằng Bảo vào lòng, hun lấy hun để vào cổ vào mặt nó. Những tiếng cười giòn tan nghe sẽ ấm áp hơn tiếng đàn, tiếng trống xập xình ngoài garage. Tự dưng Khôi thấy môi mình mằn mặn. Nước mắt từ đâu lăn dài trên má. Trong cơn thổn thức Khôi còn nghe tiếng ai rủ rê má:

- Tuần tới là sinh nhật con của con Liên, hai vợ chồng mày tới dự nha. Bỏ mấy đứa nhỏ ở nhà dì tụi nó được rồi, để mình ở chơi khuya một chút...

Hình như có tiếng má trả lời:

- Để coi sao đã ...

Ngọc Duy

LƯU VĂN VỊNH

VĂN HÓA NAM BỘ LÀ TƯƠNG LAI CỦA VIỆT NAM

Sông nước MIỀN NAM rất mới trong lịch sử dân tộc, mới khoảng hơn 250 năm, nhưng chính nơi đây là cánh cửa mở rộng mênh mông cho vùng đất cổ Việt đã rất chật, rất cũ, suy tàn, cứng nhắc trong khung cũi giáo điều Tống Nho phong kiến, kiềm tỏa trong lũy tre làng mạc... Người ta ví mảnh đất Việt hình chữ S hai đầu là hai thúng gạo, ở giữa là đòn gánh... hình ảnh rất tiêu biểu, đồng bằng sông Hồng, đồng bằng sông Cửu, ruộng lúa phù sa nuôi sống triệu triệu dân, đòn gánh Trường Sơn gánh trĩu, gánh nặng quá, suốt 200 năm, từ đời Gia Long thống nhất lần đầu, đến thời cờ đỏ thống nhất lần hai, hai lần giống nhau, thúng gạo hai đầu dân tình đồng bằng có nhu cầu tương đồng. Nhưng thúng gạo mới đồng bằng Cửu Long so với đồng bằng Hồng Hà, phì nhiêu gấp bội, tôm cá vớt lên là có ăn, mật độ dân số chưa đẩy tới nạn kèn cựa sát phạt nhau, đấu tố nhau... Một bữa cơm thường ngày của một tiểu công chức miền Tây, thời 1960-70, một tô canh chua thật lớn, tôm càng nướng... thịnh soạn hơn bữa ăn một nhà giàu quan chức ở miền Bắc thời xưa, nếp sống thảnh thơi, không mưa phùn gió bấc, tạo nên một xã hội Việt Nam mới, rộng lượng, hiền hòa, có thực tất vực được đạo, dân no bụng mới hướng về đạo nghĩa, cho nên miền Nam, Tiền giang Hậu giang, lại là nơi tiếp tục dòng đạo lý cổ truyền dân tộc, dân tình chất phác lễ độ, trọng và nghe những ông thầy có học, có tu... Thất sơn linh thiêng, Bà Đen huyền bí, Phật Thầy Tây An vào thời Tây sang, Hòa Hảo, Cao Đài vào thời kháng Pháp, khất sĩ Tiểu thừa sâu rễ bền gốc khắp nẻo... rồi đến ông Đạo Dừa... tạo một dòng đạo sĩ đôn hậu, mang chút kỳ bí, có dân dã bao bọc tin cậy tôn kính đi theo, sinh hoạt hồn nhiên trên vùng đất mới.

Điểm nổi bật của nhân sĩ miền Nam, thế hệ cũ, là nét đạo sĩ, hiền, thẳng, không quanh co, ăn nói mộc mạc chân tình, ruột để ngoài da, không mưu đồ hiểm hóc. Thế hệ cụ phối sư Trần Văn Quế, cụ Trần Văn Hương (Cao đẳng Sư phạm Đông dương)... là thế hệ đạo sĩ miền Nam, đậm nét Nho phong Võ Trường Toản, Phan Văn Trị, rõ nét mộc mạc có sao nói vậy... Hình ảnh cụ Hương trên TV ngày cuối tháng 4/1975, khi trao quyền cho Tướng Dương Văn Minh, thật cảm động và khó quên: tay cụ run rẩy, ứa nước mắt, *Đại tướng giờ đây lấy thế gì mà nói chuyện với bên kia? Thế này là thế mất nước... tính hào sảng, khí khái, cương trực của kẻ sĩ còn để lại trong nhân sĩ già Đồng Nai*! Hồ Hữu Tường, trước sau ngồi tù 17 năm, có nét khảng khái của kẻ sĩ, có nếp đạo sĩ muốn vượt thế thời, dù là vượt trong tâm thức... Thế hệ sau, như Nguyễn Văn Bông, Nguyễn Ngọc Huy, ... giữ phong cách tâm tư tân Nho tuy không còn nét đạo sĩ của thế hệ trước: "*người Pháp chuyện gì cũng tính sai, hồi 1930 Nguyễn Thái Học chỉ đòi tự trị cũng không cho, tới thời 1947-48, Việt Nam* đòi *độc lập thì lại cho liên hiệp*!... GS Huy (1976 tại Boston) có cái nhìn thời thế của một nhân sĩ Đồng Nai, miền Nam có những nét mới mà miền đất cũ, Bắc, Trung, không có, thoáng hơn, phong phú hơn, tâm thức miền Nam là tâm thức của người có cá thiệt chứ không giả dối vờ vịt bịp bợm ăn cá gỗ... mang cái khung cũ mục trùm lên khung mới thì không ổn, những chính quyền, từ ông Diệm, ông Thiệu, đều đánh giá sai miền Nam và khối dân miền Nam... Nghĩ lại, giá chiến lược thời 1960, giữ vững thúng gạo Cửu Long làm cơ bản sâu rễ bền gốc mà chiến đấu, tôn trọng đạo trường tâm tư Đồng Nai, mới có thế dân mà đối đầu với ý thức hệ duy vật cơ tâm... coi nhẹ cái bụng, coi thường áo vải áo nâu... thì lấy nội lực gì giải phương trình Tư bản-Cộng sản? Cho nên trong hiện tại và tương lai, sức kéo Việt Nam khỏi vũng lầy cổ hủ phong kiến, sức đổi mới xã hội, nhất thiết nằm nặng ở miền Nam chứ không ở miền Bắc.

Thật vậy, văn hóa cổ Nam Á Đa đảo – Austro Malayo-Polynesian - vốn thuần hậu, thật thà, thẳng thắn, khác nhiều với văn hóa phương Bắc, mongoloid - trong đó có Bắc, Bắc Trung Việt, Tàu, Hàn, nặng về tri thức, biện luận, cãi cọ, thiếu về tình cảm, thiếu thật thà, thiếu phá chấp. Nhìn văn hóa Tàu, CSVN hiện tại thì thấy tương phản rõ rệt: bên **lươn lẹo, lắt léo, luồn lọt, lấn lướt, la lối** như thói đi xe máy **leo lề, lách lẹ**... *bên thẳng thắn, không biết chửi gà, không biết từ ngữ điên đảo tuyên truyền*... Cho nên người ta nhận định: giá mang cái trò tố khổ ở miền Bắc vô Nam thì chắc chắn thất bại, vì dân Nam không biết chửi, quá lắm thì Đ.m. chứ không xỉa xói chửi gà cấp số nhân kiểu Cha Tiên Sư Bố Mày... như ở ngoải! Chưa kể Phật giáo Đại thừa Bắc tông khác xa với Phật Tiểu thừa Nam tông, Tích Lan Miến Điện, Thái, Miên, Lào... Tu sĩ khất thực, tu thật, không tu giả, *thân giáo*, khổ hạnh, khó bày trò quốc doanh khoác áo lộn sòng, ngay Mã Lai, Nam Dương, Hồi-Ấn giáo, cũng không chịu ảnh hưởng Khổng Mạnh Bách gia đa ngôn!

Sài Gòn với chất tứ xứ, vừa Việt, vừa Tàu, vừa Miên, vừa Pháp... một *melting pot*, một sức sống mới nhiệt cuồng mà miền Bắc, miền Trung không có, hãy tạm ví Sài Gòn như một Nữu Ước, phóng khoáng mở tung cửa đón mọi luồng gió, quốc tế hơn là duy dân tộc cổ điển... Mấy cái đầu cao ngạo, từ Hà Nội, từ Nghệ, từ Quảng Trị, Huế vào... bỗng hoảng vì kiểu cách vô chiêu của văn hóa Sài Gòn, bỗng thấy mình quê kệch, hẹp lượng, cứ ngỡ mình là đỉnh cao trí tuệ, cấp tiểu học mà cứ đòi hiểu Mác tiến sĩ triết học! Có người nhận xét người miền Nam hồn nhiên không màng từ ngữ cao xa nên nghe tuyên truyền rởm không lọt vào tai, không biết chửi gà nên cũng chẳng thể tố khổ bà con lối xóm, cái tếu của dân miền Nam đã pha loãng tất cả giáo điều ngôn từ rỗng lòe loẹt .

*

Sử gia Pháp, Philippe Devillers, đã đặt hình hai lãnh tụ Bảo Đại và Hồ Chí Minh trên bìa cuốn Sử *Histoire du Viet Nam*, hai mặt tả, hữu, nhưng phải kể những nhân vật địa phương, tầm vóc nhỏ hơn, kiểu Lương Sơn Bạc: Bảy Viễn, Ba Cụt, Năm Lửa... kiểu đạo sĩ như

Huỳnh Phú Sổ, Hộ Pháp Phạm Công Tắc, kiểu lãnh tụ mật khu như Trịnh Minh Thế... hầu hết ở miền Nam... và lịch sử phải đánh giá lại công trình của những nhân vật này, ít nhất họ cũng đã lôi cuốn được quần chúng dân dã không để lọt vào guồng máy tuyên truyền dựa trên sân hận đấu tranh thù oán của phe Cộng, ít nhất họ cũng lập được những chiến khu vừa chống Pháp vừa chống Cộng... Cuộc biểu tình 200.000 người đòi dân chủ đầu tiên của Việt Nam nhân lễ quốc táng cụ Phan Chu Trinh vào năm 1926, xảy ra ở Sài Gòn chứ không ở Hà Nội, ở Huế hay ở Nghệ Tĩnh... Cuộc biểu tình ở Vườn Lài (vườn Tao Đàn sau này) của Nguyễn An Ninh, Trần Văn Thạch chống thực dân Pháp xảy ra từ năm 1928, trước khởi nghĩa Yên Báy 2 năm... Xét ra quần chúng miền Nam đã làm hơn và làm trước những đảng phái quốc gia ở miền ngoài... Các tổ chức miền Nam giữ được dân, không để CS một mình một chợ, không thu hẹp trong khối trí thức "nói nhiều hơn làm"... Suốt thời kháng chiến có lẽ chỉ có hai nhân vật quốc gia hành động đúng, là Huỳnh Phú Sổ và Trịnh Minh Thế... có quần chúng, có chiến khu, Tây cũng nể mà Cộng cũng kiềng... Anh em họ Ngô sau này – xuất thân trưởng giả – không nhìn ra tầm quan trọng của đáy lòng bình dân, không cảm được niềm tự hào của người dân đất mới, họ sống với sông lạch bóng dừa miệt vườn... kỳ bí, mầu nhiệm, với lãnh tụ huyền thoại của lòng họ... Diệt huyền thoại là giết lòng dân, là đẩy dân sang huyền thoại khác, bá đạo, lừa dối, tai hại hơn nhiều...

*

Sau một thời gian xóa sổ miền Nam, Hà Nội bắt đầu thấy sức mạnh tiềm tàng mà vô chiêu của con dân Đồng Nai, một loạt các nhân vật CS miền Nam được đưa lên: Võ Văn Kiệt, Phan Văn Khải, Chủ tịch Quốc hội... một cách xoa dịu lòng dân miền Nam bất mãn. Hồi ký gần đây của nhiều tác giả miền Nam (như Vi Thanh, Huỳnh Văn Lang...), vẫn không quên thời 1940 khi các nhân vật như Thọ, Duẩn, Nguyễn Bình... từ vùng Bắc, Trung vào Nam khuấy động, nhất là khi Chính phủ Trần Trọng Kim (1945) thả cả ngàn tù nhân CS từ Côn Đảo về Nam phần nằm vùng.

Việt Nam đang cần một loại hình văn hóa khả dĩ thay thế văn hóa cằn cỗi phía Bắc và nhất là giáo điều Mác-Lênin. Loại hình này chính là văn hóa chân thật, đôn hậu, giản dị, vui sống của Cửu Long Đồng Nai, nơi hơn 200 năm trước, bao bình dân Việt Nam tiến, khai khẩn phát triển để ngày nay ta có một miền vừa mới, vừa giàu, đất lành chim đậu. Một triệu người Bắc di cư 1954 đã chuyển hóa thành dân miền Nam, Bắc kỳ chín nút! Thế hệ thứ II, thứ III, không còn dấu vết quê cũ, quân cán Việt Cộng sau 1975, ngẩn người, dần dà nhìn thấy nếp sống tử tế của miền Nam, nhiều người âm thầm vào Nam lập nghiệp, từ Cao nguyên xuống Vũng Tàu, Rạch Giá, Đồng Tháp... ngay Cần Thơ bây giờ cũng không thiếu những người miền Bắc, Bắc Trung vào, những người lánh nạn đi tìm đất sống, an lành, tử tế hơn.

Con người vốn mang tính Thiện lẫn Ác, mầm Thiện hay Ác mọc lên tùy môi trường sống. Miền Nam vốn là đất lành, không thiếu ăn thiếu mặc, từ lâu đã là đất tốt để gieo mầm Thiện, là đất Bụt đất Mẫu... Dần dần sẽ chuyển hóa nổi căn Ác, dẫn đầu diễn trình cảm hóa toàn dân, một thế hệ nữa, khoảng 2040-50, chẳng còn Bắc với Nam, Quốc hay Cộng, khung trời Việt sẽ sáng tỏa từ Cửu Long sang toàn vùng Đông Nam Á, góp mặt cùng các nước Nam Á Đa đảo thuần hậu bình dị hoan hỉ địa, khi ấy không biết đất Giao Châu cũ đã nhập Tống hay chưa!

Lưu Văn Vịnh

VÕ PHÚ

CÁI BÓNG TRONG NGHĨA TRANG HOLLYWOOD

Tôi sống và làm việc ở Richmond đã hơn hai mươi năm. Richmond có sông James quanh năm sương phủ. Mỗi buổi sáng, khi đi làm, nhìn dòng nước ngầu đục trôi qua, tôi vẫn ngạc nhiên như lần đầu vì sao con sông này đổi màu nhanh đến thế. Mới hôm qua còn trong vắt, hôm nay đã đục ngầu. Nhiều khi, đứng trên cầu nhìn xuống, tôi thấy bóng mình lay động giữa nước và sương, mờ ảo như tấm ảnh chưa tráng xong.

Tôi mê chụp hình từ những ngày còn theo học ở Virginia Commonwealth University, xem nó như cách giữ lại những khoảnh khắc lướt qua đời mà không bao giờ trở lại. Có lần tôi đùa với vợ: "Máy ảnh là vũ khí của người già chống lại cơn quên." Chắc hẳn, nếu nhà văn Bình Nguyên Lộc còn sống, ông cũng sẽ mỉm cười đồng ý.

Tôi tham gia nhóm Câu Lạc Bộ Nhiếp Ảnh Tài Tử Richmond hơn hai năm nay. Nhóm khoảng hai ba chục người, mỗi người một kiểu, một cá tính riêng. Robert, ông bạn Mỹ tóc bạc, suốt đời trung thành với phim cuộn Leica, nói digital là "đồ vô hồn". Linda, cô gái tóc hung, chụp digital đời mới, thích săn ánh sáng vàng chiều, lúc mặt trời rọi qua kẽ lá. Ông Phục, người Việt lớn tuổi nhất nhóm, từng là giáo sư Toán tại VCU, giờ chuyên chụp đen trắng, bảo "ảnh màu mau chết".

Tommy, dân kỹ thuật, lúc nào cũng vác tripod to như cây súng trường. Annie, cô giáo mỹ thuật, nói ảnh với tranh khác nhau ở chỗ "ánh sáng là cọ vẽ của trời". Còn tôi, thích nhất là chụp bóng đổ, những thứ không thật mà vẫn nói nhiều hơn người thật.

Một ngày cuối thu, Linda rủ:

- Hay là tuần này mình đi chụp ở nghĩa trang Hollywood đi, chỗ đó đẹp lắm, có mộ của Tổng thống Jefferson Davis.

Robert cười khì:

- Nghĩa trang à? Hay đó! Mùa này lá vàng, ánh sáng loang loáng như phim cũ.

Tôi nghe mà thấy rờn rợn. Không phải sợ, mà là cái cảm giác lạ, như sắp bước vào vùng ký ức không thuộc về ai.

-oOo-

Chiều hôm đó, sương mỏng như khói thuốc, phủ mờ từng ngọn cây.

Cổng nghĩa trang mở rộng, trên cao khắc dòng chữ "Hollywood Cemetery" rêu phủ. Những hàng mộ chạy dài trên triền đồi, xen lẫn những cây sồi già nghiêng ngả. Xa xa, sông James lấp lánh ánh bạc, uốn quanh như một vết sẹo của thời gian.

Chúng tôi chia nhóm nhỏ. Tôi đi với Robert và ông Phục. Linda, Annie và Tommy tách ra phía mộ binh sĩ. Ai cũng bận rộn với máy ảnh, mỗi người tìm một góc sáng riêng. Tôi chọn một gò đất cao, nơi nhìn xuống khu mộ Jefferson Davis. Tấm bia trắng toát, đứng trơ vơ giữa cỏ úa.

Robert lôi cái Leica cổ ra, quay tay lên phim kêu lách tách.

- Ông coi kìa, ánh sáng này mà lên phim thì đẹp phải biết. Mà có khi... hơi lạnh vậy dễ dính "bóng người" lắm đó, ông biết không?

Tôi cười:

- Bóng người là gì?

- Là kiểu... bóng mà không ai chụp. Phim tự ghi lại thôi.

Ông nói nửa đùa, nửa thật, rồi cúi xuống chụp. Tiếng máy cơ kêu "tạch" nghe như nhịp tim trong không gian im phăng phắc.

Ông Phục đứng kế bên, chậm rãi nói:

- Hồi xưa, người ta tin chụp hình là cướp linh hồn. Có khi đúng đó. Tôi chụp đen trắng là vì muốn giữ hồn người ta nguyên vẹn.

Tôi hỏi:

- Chú tin có hồn không?

Ông cười hiền:

- Tin. Nhưng không sợ. Ở đây, nhiều linh hồn vẫn chưa đầu thai đâu. Mấy ông lính miền Nam, chết cả trăm năm mà vẫn chưa yên.

Nói rồi ông quay đi, ngó xuống triền đồi, nơi gió thổi làm cỏ nghiêng về một hướng.

Khoảng chạng vạng, tôi tách nhóm, lang thang một mình. Ánh sáng loang lổ, đi qua từng khe lá. Mùi cỏ ướt pha mùi hoa khô. Tôi thấy một lối mòn dẫn xuống gần sông, hai bên là những ngôi mộ không tên. Ở đó, tôi nhìn thấy một cái bóng, dáng một người đàn ông đội nón rộng vành, đứng im lặng bên kia tấm bia mộ của tổng thống miền Nam, Jefferson Davis.

Tôi đưa máy lên, bấm một tấm. Trong khoảnh khắc, gió thổi qua mạnh, lá sồi rơi rào rào, và khi tôi hạ máy xuống. Không còn ai đứng đó nữa.

Tôi quay quanh, không thấy dấu chân nào. Chỉ có cái nón. Lá khô rơi lật úp, nằm giữa cỏ, bên cạnh mấy bông cúc dại.

Tôi cúi nhặt lên, run tay. Nón nhẹ như giấy, khô giòn, chắc ai đó để lại từ lâu. Tôi chụp thêm vài tấm, rồi quay về.

Lúc gặp lại nhóm, Linda nói:

- Nè, anh có nghe tiếng ai cười không? Em đứng ở khu mộ kia, rõ ràng có tiếng cười con gái.

Robert chen vô:

- Tôi cũng thấy, có bà nào mặc váy dài đi giữa hai hàng mộ. Nhưng tôi bấm máy mấy lần mà không lên hình.

Tommy cười phá:

- Chắc gió rung cây thôi. Mấy người tưởng tượng quá.

Ông Phục không nói gì. Ông chỉ nhìn xa, giọng nhỏ nhẹ:

- Không phải tưởng tượng đâu. Ở đây, có ký ức sống dai lắm.

Đêm tối ánh trăng rằm soi xuống màu xanh lam mơ hồ. Cả nghĩa trang chìm trong yên tĩnh, chỉ có tiếng gió thổi qua những dây cờ nhỏ. Chúng tôi tập trung ở bãi đậu xe, ai nấy mở máy xem hình. Robert xem lại cuộn phim bằng đèn nhỏ, rồi bỗng la khẽ:

- Ê coi nè! Tấm này kỳ lắm.

Tôi ghé lại. Trong tấm hình chụp bia Jefferson Davis, có một cái bóng rõ ràng, dáng người đàn ông đội nón, đứng nghiêng, ngay vị trí mà tôi nhớ mình đã chụp.

Nhưng kỳ lạ là, dáng ấy... chính là tôi.

Cùng áo khoác xám, cùng tư thế, cùng cái máy ảnh treo trước ngực.

Robert ngạc nhiên:

- Ông đứng đó hồi nào? Tôi nhớ ông ở phía bên kia mà!

Tôi ấp úng:

- Tôi... tôi cũng không biết. Tôi chỉ thấy cái bóng đó thôi.

Mọi người im lặng. Gió thổi qua làm lá khô bay lên, xào xạc như tiếng áo người đi.

Ông Phục nói nhỏ, như nói một mình:

- Có những người, họ không muốn bị quên. Họ mượn ai đó để nhớ giùm họ.

Câu nói ấy theo tôi suốt dọc đường về, như khói thuốc chưa tàn. Những ánh sáng của đèn xe lấp lóe rơi lất phất trên mặt kính xe, đèn đường hắt qua từng ánh sáng long lanh như vô số con mắt đang nhìn xuống. Tôi cứ nghĩ mãi về tấm hình đó. Tấm hình mà Robert nói thấy bóng tôi, nhưng chính tôi lại không nhớ đã đứng ở chỗ đó lúc nào.

Khi về đến nhà, vợ tôi đã ngủ. Căn nhà yên lặng như tờ giấy chưa viết. Tôi bật đèn bàn, mở laptop xem lại loạt ảnh. Mọi tấm đều rõ. Những hàng mộ, bóng cây, sương phủ... Chỉ riêng tấm chụp bia Jefferson Davis thì hiện dòng chữ No Data. Tôi thử mở lại, máy khựng một lúc, rồi tắt phụt. Màn hình tối thui.

Trong bóng tối phản chiếu, tôi thấy gương mặt mình trên màn hình đen. Nhưng thoáng qua, ngay sau vai tôi, có cái gì đó... một dáng người, mờ mờ, như bóng nón rộng vành. Tôi quay lại. Không có ai. Chỉ có chiếc rèm lay động, gió len qua khe cửa mang theo mùi lá khô.

Tôi ngồi yên. Bên ngoài, thành phố chìm trong sương. Đèn phản chiếu lên trần nhà, lung linh như ánh nước. Trong đầu, hiện lại cảnh buổi chiều ở nghĩa trang. Gió thổi, lá sồi rơi, bia mộ trắng đứng giữa triền cỏ úa, và người đàn ông ấy. Người tôi không biết tên, không biết có thật hay không, đứng đó, im lặng như một vết chạm của thời gian.

Tôi mở cửa sổ. Gió luồn vào, lạnh và ẩm. Dưới mặt đường, lấp lánh ánh đèn, uốn mình qua những gò đất cũ. Tôi tưởng như thấy những bóng người xưa lẫn trong hơi sương, lặng lẽ đi về phía bờ, vai khoác áo xám, tay cầm nón, dáng chậm rãi như sợ đánh thức ai.

Tôi không dám thở mạnh. Tim đập chậm lại, hòa cùng nhịp rung rất nhẹ của cửa kính. Gió làm tấm màn lay động, hắt bóng xuống tường. Tôi ngồi đó, rất lâu, cho đến khi màn đêm đặc quánh lại.

Tôi không mở máy nữa. Có lẽ, tấm hình đó không cần xem. Có những tấm hình sinh ra để giữ im lặng, như ký ức, như linh hồn. Và có những buổi chụp hình không phải để giữ lại cảnh vật, mà để nhắc người sống rằng có ai đó, ở đâu đó, vẫn đang được nhớ.

Tôi khép cửa sổ, tắt đèn. Trong bóng tối, tôi nghe gió thổi qua vườn, khẽ như hơi thở của đất.

Và tôi biết, ngoài kia, đâu đó trên triền đồi Hollywood, có người vẫn đang đứng trông sông James đổi màu từng ngày, chờ ai đó mở lại một tấm hình... không bao giờ rửa được.

Võ Phú

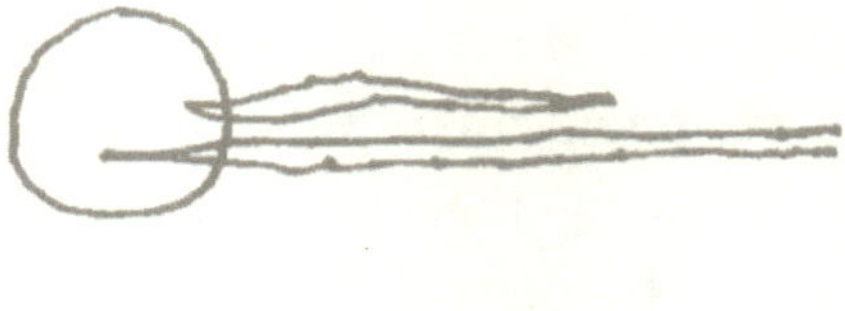

THÁI THỊ LÝ
BÁNH CĂN

Món ăn rất bình dân, gần như là món "đặc sản" của quê tôi: Phan Rang. Ngày ấy, chỉ là Thị Xã nằm ven biển Nam Trung Bộ. Nơi có nhiều hải sản ngon, có nghề làm mắm, mắm được làm bằng cá cơm, chỉ tuyền là cá cơm nên mắm thơm và ngon lắm. Chính vì vậy để ăn với bánh căn, để bánh căn trở thành đặc sản, biểu tượng của Phan Rang phải kể đến "công trạng" của cá và mắm! Thật tình, bánh căn rất dễ làm, ai làm cũng được, nói trắng ra đó chỉ là "bột nướng" thôi, hơn nhau ở chỗ:

- Cá kho cho ngon.
- Mắm làm thật hấp dẫn. Có hai loại: mắm cái, còn gọi là mắm nêm, ngon, rất hợp để ăn các loại bánh làm từ bột; rồi mắm chanh, sau có thêm mắm đậu phụng.
- Những món kèm theo để thêm phần hấp dẫn gồm: hành lá, tóp mỡ, da heo chiên giòn, xoài bằm. Xíu mại, trứng, mực, tôm, thịt... Rất là phong phú, tùy ý thích, tùy khẩu vị mỗi người.

Bánh có từ xưa, đến bây giờ đã lan tỏa khá rộng. Tình cờ vào Sài Gòn, Phan Thiết, Nha Trang và cả Đà Lạt, dạo phố, bất chợt thấy tấm bảng hiệu: BÁNH CĂN PHAN RANG, lòng chợt vui chi lạ, nhất là ở Đà Lạt, khí trời lành lạnh, gợi đói gợi thèm, rồi chân tự bước vào... thử xem sao! Thú thật, bây giờ bánh được biến tấu thật đa chủng loại, không đơn giản, bình dân như xưa. Ăn vẫn thấy, biết là ngon nhưng tâm hồn hoài cổ chợt về... Tôi nhớ lại ngày xưa, "ngày xưa" tất có chuyện xưa!

Bóng thời gian đi qua nhưng ký ức lại ngưng đọng! Nó mãi tồn tại như máu thịt, như một phần của cuộc sống. Tôi vẫn luôn trong tâm trạng đó. Ký ức tuổi thơ và những bè bạn thân quen đã cùng nhau một thời vui sống và cả ngậm ngùi! Thời cắp sách, thời thiếu nữ qua nhanh rồi cuộc mưu sinh đã đưa mỗi người chúng ta vào thực tế, rời xa kỷ niệm. Để rồi, một sự tình cờ nào đó chợt đưa ta trở về "chốn cũ" cái chốn mơ hồ nhưng khi nhớ lại dạ bỗng rưng rưng... Bởi vì khi nhắc và thấy món Bánh Căn là tôi nhớ đến Chị Hai Òn!

Đôi nét về chị Hai Òn: chị là con gái của một gia đình có cha là người Hoa chính hiệu, quá là hiền, cả ngày ông hầu như "không nói" lời nào! Chỉ phụ việc cho chủ lò rèn, vốn là đồng hương, ở nhờ trên đất của họ, mẹ là người Việt, cũng rất hiền lành và chị là "con nuôi"! Hai vợ chồng này không có con, chị được nhận về để "đỡ đầu con", sau, hai ông bà mới sinh được cậu "quý tử" cũng hiền lành, chậm chạp như cha mẹ. Tên Hai Òn được đặt cho chị vì khi nhỏ, chị rất èo uột, không hiểu do thiếu sữa, chăm sóc không khéo hay sao đó mà chị ốm teo, tay chân lòng khòng, cái bụng to đùng, bình rĩnh, ngồi không vững cứ chống hai tay chồm về trước tạo dáng con ếch nên chết danh "Hai Òn"! Chị hơn tôi vài tuổi, biết những điều trên là do tôi tò mò, theo "phỏng vấn" người lớn.

Theo năm tháng, chị dần khôn lớn, cũng được cắp sách đến trường, chị có làn da hơi đen, cao, ốm và khi ấy tôi tầm 9-10 tuổi. Những buổi trưa, chúng tôi tụ hội nhau chơi trò "bán hàng"! Chị luôn là chủ quán! Phải nói chị rất khéo, thông minh, sáng tạo ra nhiều món rất hấp dẫn với đủ các món, mà tất cả đều là lá cây, những quả dại, những thứ "bỏ đi" để thành món!

- Lá cắt nhỏ thành món bún, trải lên vài lát hoa đỏ, vàng làm thịt...

- Lá để nguyên, bỏ vào vài hoa, lá nhỏ linh tinh, cuộn lại thành cuốn nem.

- Vỏ bưởi, cắt thành miếng như ngón tay, xẻ ngang hông thành bánh mì, thêm vài lát hoa là món bánh mì thịt.

- Trái "dàng xay" (đến giờ tôi cũng không biết tên chính thức của nó là gì! Nhưng biết được lá của nó dùng trị nhiệt miệng, tức là do nóng nhiệt bị lở bên trong miệng, vò lấy nước uống và sơ miệng, nó cũng là loại thuốc trị cả bệnh kiết). Trái này được chị tách từng tép hoặc 2-3 tép gì đó gọi là "bưởi" ...

- Món "sâm nam", duy món này là thật, chị vò lá hẳn hoi nhưng để ăn thì không thể, vì chị cho thêm một loại nước keo như đường nhưng lại do một loại hoa gì đó mà khi ngâm nó thành sền sệt ...

Các món đều là giả, chị chỉ tốn công nhưng đặc biệt là giá không hề rẻ! Chị không bán bằng "tiền bụng" là loại tiền cứ đưa lay lên bụng rồi... đếm lia, đếm lịa. Cũng không chơi bằng tiền lá cây mà chỉ dùng toàn tiền giấy! Chị khôn lắm, lúc đầu là giấy đã qua sử dụng rồi từ từ là giấy trắng, chơi góc tư tờ, nửa tờ, nguyên tờ... chị quy định luôn về mệnh giá!!! Rồi khi tụi tôi đã bén mùi, chị nâng lên, tiền chỉ xài giấy trắng nửa tờ, nguyên tờ và cuối cùng là "giấy đôi" trắng phau mà bọn trẻ chúng tôi... sẵn sàng xé vở ra chơi...

Chúng tôi, rủ rê nhau đến làm khách hàng, tôi kéo theo cả đám bạn sau nhà, thường cùng tôi tụ nghĩa "đánh nhau"! Khách hàng ngày càng đông, thu nhập chị ngày càng cao, sau buổi chợ chị có cả một cọc tiền toàn giấy trắng, đơn và đôi! Trò chơi ngày càng rôm rả...

Cho đến một chiều kia, vì là chỗ hàng xóm thân cận, bà Nội sai tôi qua nhà chị gặp má chị về một việc gì đó, tôi không nhớ! Nhà vắng hoe, trong bóng chiều nhập nhoạng, tôi dè dặt vào nhà, nhà cũng đơn sơ, vào cửa là tất cả phơi bày! Chị đang cặm cụi làm gì đó trên chiếc giường nhỏ, tôi vừa bước vào vừa lên tiếng thì cũng đã đến nơi, không quá 5 bước chân! Trên giường la liệt giấy là giấy, trắng phau, đã được phân loại giấy đơn và đôi, có cả bìa vở mà hình như chị có xin tôi, cả cây kim lớn và chỉ may! Chị đang "đóng giấy thành tập"! Tôi chợt hiểu! Chị cũng rất nhạy cảm, kéo tôi ngồi xuống giường phân trần:

- Tao cần vở để học. Ba má tao không có tiền mày đừng nói với tụi nó nghe!

Tôi gật đầu, không nói gì nhưng tâm trí đang hoạt động dữ lắm! Tôi dặn chị nội dung công việc mà tôi nhận từ nhà, nhờ chị nói giùm với bà Tám (tên thường gọi của má chị), rồi ra về. Nhưng những gì tôi thấy đã khiến tâm tư xao động. Tự so sánh, tôi thấy mình quá sướng, sướng quá sinh... tệ! Nhà tôi cũng là gia đình lao động, không thể gọi là giàu có nhưng tôi được sống trong tình yêu thương phủ bọc, được cưng chiều... "thái quá", vừa đông bà con, vừa có Ông Nội chống lưng, tôi như một nàng công chúa mà hầu như không hề có điều gì và không ai có thể làm tôi phật ý! Tôi sống trong đầy đủ, thậm chí phủ phê, thừa mứa; giờ chứng kiến cảnh thiếu thốn của chị, tôi thật áy náy, trăn trở! Áy náy, bởi chị đang cần, đang thiếu, đang tìm mọi cách, gom góp từng tờ giấy để học, còn mình thì lại đi xé tan cả quyển vở mới toanh làm trò chơi! Áy náy vì như vậy rõ ràng mình phí phạm của tiền cha mẹ... nghĩ, so sánh... rồi tôi quyết định "không tham gia trò chơi mua bán này nữa"! Thà tôi giúp chị bằng cách khác chớ không thể "chơi ngu" như vậy! Tôi giữ lời hứa với chị, không nói gì với tụi nhỏ xóm sau. Đem tặng chị nguyên tập vở mới. Nhưng khốn nỗi, tôi không chơi thì tụi kia cũng nghỉ chơi, chỉ còn các bạn xóm trước, rồi dần dà tan hàng luôn! Mãi lâu, khá lâu, chị đến tìm tôi "tâm sự". Chị đến nhiều lần mới gặp, cô Bảy tôi nói vậy, bởi vì không chơi đồ hàng nữa thì tôi chơi "đánh trận" ở xóm sau, có khi tôi đang ở trên "mái nhà" cũng nên! Chị bàn một chuyện khá quan trọng. Rằng:

- Giờ tao cũng lớn rồi! (Khi ấy chắc chị cũng 14-15.) Tao cần tiền đi học, mà ba má tao không đủ lo, tao định buôn bán.

Tôi ngạc nhiên nhìn chị, có lẽ trong ánh nhìn của tôi đầy dấu hỏi nên chị vội nói nhanh:

- Giờ thì tao bán "thiệt" không bán "đồ chơi" đâu! Tao bán BÁNH CĂN! Vừa dễ làm, vừa ít vốn. Mày làm bạn hàng của tao nhen?

Không chút suy nghĩ, tôi gật nhanh đầu.

Khởi nghiệp: Vậy là tuần sau hay hơn chút, trước nhà chị, phía ngoài đường mọc lên hàng bánh căn, đêm trước đó, chị dặn tôi "sáng mai, mày mở hàng khai trương giùm tao nhen"! Sáng sớm, tôi có mặt, phải nói đây là một sự nhiệt tình đầy uy tín và trách nhiệm, bởi vì tôi là đứa "ngủ nướng" thần sầu, vừa xuất hiện cả nhà đều bất ngờ, bà Nội nói nhanh, vừa nói vừa chỉ tay lên chiếc lồng bàn bằng tre đang đậy thứ gì đó.

- Đó, thịt kia kìa, dặn nó đổ 6 ổ! Được dĩa nào bưng về dĩa nấy, ăn nóng mới ngon!

Có sự chuẩn bị chu đáo này là vì hồi tối tôi có trình bày với bà Nội, bà ủng hộ ngay sau khi buông tiếng thở dài, có lẽ bà đang nhớ lại cảnh "khổ" của chính gia đình mình những ngày đầu tha phương kiếm sống, bà nói nhanh:

- Ừ, mua giùm nó kẻo tội! Mai bà cắt ít thịt đổ bánh cho ngon.

Chị đón tôi như đón mùa Xuân! Nghe báo 6 ổ chị vui ra mặt. Một mối hàng lớn ra mở hàng khai trương; có lẽ chị cũng đã ngầm tính toán rồi vì nhà tôi đông lắm, gia binh gia tướng cả chục người ... Gian hàng của chị bày biện khá gọn gàng, chị là người ngồi đổ bánh, má chị chỉ phụ vòng ngoài; chị làm đủ món, tất cả đều tươm tất, đâu vào đó. Nồi cá kho thật đậm đà thơm phức, cá chị cắt từng khoanh nho nhỏ, nhỏ nhưng không nát, bên trên bềnh bồng váng mỡ có cả các củ hành trăng trắng, hồng hồng khá hấp dẫn! Mắm gồm mắm chanh, mắm nêm, màu ớt đỏ tạo cho thẩu mắm thêm phần đẹp mắt, rồi đến thau hành lá của chị, ôi nó xanh um, chỉ vừa đủ để màu lá hành đậm hơn, bắt mắt hơn chứ không "xàu" vì quá chín, rơi rơi ẩn hiện những miếng củ hành cũng được cắt nhỏ như lá vừa trắng vừa hồng lẫn cùng những miếng tóp mỡ vàng ươm, bé tẹo như đầu ngón tay thật là khêu gợi! Món bánh căn của chị được cả nhà chấp nhận, bà Nội tôi "gật đầu" nói: biểu nó lấy bột đặc hơn tí nữa cho bánh ráo, giòn. Nội gật đầu, có nghĩa là chị thành công! Mà thật vậy, về sau chị quen dần và trở nên thuần thục, cứ nhìn đôi tay chị thoăn thoắt trên khuôn bánh nóng hực, những chiếc bánh tròn trịa, gọn, khéo được nâng trên đầu mấy ngón tay đỏ hồng vì nóng, những ngón tay ốm yếu như những đầu đũa khua nhanh, ngăm đen, đầy sức cần lao, lam lũ mà cho tận đến giờ, trước mắt tôi đôi tay ấy chừng như vẫn còn nhảy múa vô cùng sống động.

Thời gian qua, rồi chị cũng trưởng thành, chị tốt nghiệp trung học, chị đi làm giáo viên theo dạng Sư phạm cấp tốc, một dạng đào tạo ngắn ngày nhưng với chị là cả một niềm vui, một sự thành công như mong đợi. Chị dạy ở vùng quê, xa nhà! Gia đình chị lại xảy ra biến cố, biến cố quá lớn mà theo tôi đó là một sự bất hạnh, và có cả định mệnh. “Em trai chị tử trận!", ba má chị sụp đổ, tuổi già hiu quạnh, phiền não đã làm cho họ ngày càng héo hắt... rồi lần lượt qua đời! Chị, đi đi, về về rồi cũng bặt tăm, ngôi nhà hoang phế mà cũng chỉ cất trên mảnh đất nương nhờ nên sau đó chủ đất lấy lại. Tất cả xoá sổ. Một gia đình không còn vết tích...

Những chuyện này, tôi cũng chỉ nghe kể lại vì khi ấy tôi bận đi học xa nhà. Rồi khúc quanh lịch sử xảy ra, sau 30.4.1975 chị có đôi lần về thăm chốn cũ, thăm những chị em thân cận là con cái chủ lò rèn đã cưu mang gia đình chị từ Trung Quốc sang VN lập nghiệp, chị và tôi không hề gặp lại! Qua họ, tôi biết chị vẫn đi dạy, mãi tận Ninh Sơn, một huyện miền núi của tỉnh Thuận Hải cũ nay là tỉnh Ninh Thuận.

Tưởng vậy cũng yên một phận người cô độc, long đong. Nhưng "đoạn cuối" cuộc đời chị thật là bi thảm! Đồng lương không đủ sống, 36 đồng / tháng nơi heo hút, mênh mông rừng núi, chị tranh thủ xuống phố mua bán thêm ít hàng họ, khi ấy xem là "buôn lậu", dù cũng chỉ muối, gạo, cá khô thêm vài món hàng công nghệ hoặc nhu yếu phẩm; rồi từ trên ấy chị mang về bán cây trái rừng... Có những chuyến hàng trót lọt, kiếm được tí chút nhưng vẫn có chuyến bị bắt xem như trắng tay! Có lần chị bị Phòng Giáo Dục mời lên phê phán, chị đấu tranh không khoan nhượng, lời lẽ đanh đá và cả liều mạng, vì rằng:

- Đói, đầu gối phải bò, lương không đủ sống để theo nghề, tui đi buôn bán kiếm sống mà không cho, giờ không lẽ tui đi đứng đường làm...

Giằng co, thiếu thốn, lại giữa chốn thâm sơn, chị lâm trọng bệnh. Chị qua đời trong cảnh cô đơn! Bạn bè, đồng nghiệp cũng chẳng lấy gì hơn chị. Họ cũng chỉ lo được cho chị nấm mồ và điều đó đồng nghĩa "ở một xó rừng nào đó đang vùi lấp nắm xương tàn của chị dưới một nấm mồ vô chủ". Thôi, cũng xong một kiếp người! Nhiều khi nhờ vậy chị mau siêu thoát cũng nên. Sau này, mỗi khi nhìn thấy "hàng bánh căn" là tôi nhớ chị, nhớ hình ảnh, nhớ cuộc đời của chị, người bạn thuở thiếu thời, nhớ trong niềm cảm thương vô hạn!

Thái Thị Lý

TIỂU LỤC THẦN PHONG

LÃ HIỂU VÂN

Em ngồi bất động để mặc giọt lệ trong như sương mai lăn dài trên má. Làn da trắng hồng như cánh hoa đào vừa chớm nở. Trời lạnh lắm, chiếc mũ len đội lệch không che được món tóc lòa xòa trước trán. Người em tỏa mùi hương dịu thơm nhè nhẹ như mùi gỗ thông thoang thoảng trong gió. Em không la hét hay giận dữ, cũng không làm ầm ĩ như thói thường người ta. Em chẳng nói một lời cứ để mặc giọt lệ long lanh nhỏ ra. Gương mặt em thánh thiện như thiên thần, nhìn thấy em như thế lòng ta càng thêm đau như trăm ngàn mũi dao xoáy vào. Ta hối hận vì đã làm em đau lòng. Ta không cố tình làm như vậy, âu ấy là số phận hay định mệnh? Ta biết giờ có nói gì đi nữa cũng bằng thừa. Ta ham muốn đến tột cùng, con tim nung nấu như sắt chảy đồng sôi, cơn thèm khát khiến lòng ta như sa mạc cháy bỏng nhưng ta phải dừng lại! Ta không muốn làm vấy bẩn tấm lụa bạch, không muốn làm nhàu nhĩ cánh hoa mơn mởn.

Ta yêu em cuồng điên như thác lũ triều dâng nhưng ta phải be bờ, dòng nước dội ngược lại càng hung hãn và bạo liệt biết bao.

Em là nghệ sĩ hạc cầm với ngón đàn vi diệu. Ta là gã thất phu làm sao thẩm thấu được cung đàn? Mặc dù ta yêu em rất mực. Ta gặp em là sự tình cờ hay là định mệnh? Để rồi cả hai vướng vào mê trận không có lối ra.

Em mời ta đến dự buổi hòa nhạc, trên sân khấu với dàn nhạc mấy mươi người, dưới khán đài mấy trăm thính giả... Nhưng dường như buổi hòa nhạc ấy chỉ dành riêng cho ta. Tiếng hạc cầm thánh thót hướng về ta. Em ngồi khảy hạc cầm, cả tâm hồn hòa vào dòng âm thanh vi diệu kia nhưng khi mở mắt ra thì lại hướng về ta. Sau buổi hòa nhạc ấy, ta và em đã lang thang ngoài phố suốt đêm dài. Cầm bàn tay gầy guộc thon thả của em mà ta sung sướng như bạo chúa có được cả thế gian này.

Thời gian như ngừng trôi, đất trời ngưng tụ lại dù đêm thành đô ồn ào náo nhiệt. Em và ta hòa vào dòng người bất tận mà dường như chỉ có hai con người mang cái tên: Dịch Thuận Hành và Lã Hiểu Vân

Đời vốn vất vả và khổ đau, ấy vậy mà mỗi lần đến bên em. Dịch Thuận Hành thấy hạnh phúc vô bờ. Lòng nhiều nỗi lo toan, những cơn sóng ngầm vật vã, thế nhưng chỉ cầm gặp Lã Hiểu Vân là ta thấy bình an vô hạn.

**

Trời lạnh lắm, mùa đông trơ trọi lá cành. Em ngồi đấy như sương khói bên đời. Thuận Hành ôm lấy Lã Hiểu Vân, bóp đôi vai gầy. Hiểu Vân ngã đầu tựa vai, mùi hương từ em tỏa nhẹ làm cho ta ngây ngất. Lấy ngón tay gạt giọt lệ trên má em, Thuận Hành nhìn qua giọt lệ thấy bóng hình Lã Hiểu Vân lung linh trong ấy. Nhìn vào mắt em, Thuận Hành toan mở lời nhưng em đặt ngón tay lên môi ngăn lại.

Em hiểu tất cả nên không muốn nghe thêm một lời nào nữa hay là em không muốn phá vỡ cái khoảng khắc này? Dịch Thuận Hành vòng tay qua eo ôm chặt Hiểu Vân vào lòng, em rúc mặt vào ngực và nức nở thành thanh âm. Trong lòng Thuận Hành tan nát như pha lê va phải đá: "Em ơi! Đừng khóc nữa! Lệ em trên má nhưng lệ anh chảy trong lòng."

**

Mùa xuân về, cây lá xanh tươi mơn mởn, muôn hoa khoe sắc. Thành đô mở hội tưng bừng. Em ôm hạc cầm ngồi bên phải sân khấu. Hạc cầm rung lên bởi những ngón tay diệu thủ của em, những sợi dây đàn dường như bung bật linh hồn bay lên. Thanh âm thánh thót trong trẻo không khác gì ngọc khua khánh chạm. Nam thanh nữ tú, công tử đại gia dập dìu trẩy hội nhưng có mấy ai dừng lại nghe hay thẩm thấu được cung đàn? Em ngồi ôm hạc cầm, cả thân tâm nhập vào tấu khúc. Vợ Dịch Thuận Hành ôm cánh tay chồng khẽ nói:

- Anh nhìn kìa, em nghệ sĩ hạc cầm giống hệt một thiên thần.

Thuận Hành giật mình như bước ra khỏi cơn mơ:

- Ừ, em ấy thánh thiện và lung linh không khác một thiên thần.

Dịch Thuận Hành nói như một cái máy, trả lời vợ hay là nói với chính lòng mình bằng ngôn ngữ từ sâu thẳm nội tâm vọt ra mà trí não không kịp can thiệp? Bất giác Dịch Thuận Hành cầm lấy bàn tay vợ bóp thật chặt.

**

Yêu hạc cầm là vậy, mê hạc cầm đến thế nhưng Thuận Hành có biết gì nhạc lý đâu, càng chẳng thể khảy hạc cầm. Thuận Hành chỉ cảm nhận bằng sự rung động mà không hề chủ ý và dĩ nhiên không dụng tâm lựa chọn yêu cái này cái kia, thích thế này thế nọ... Chẳng biết tự bao giờ những cơn mơ hạc cầm cứ âm ỉ suốt tháng năm. Rất nhiều lần những cơn mơ trong giấc ngủ, Dịch Thuận Hành thấy mình là một nhạc công hạc cầm trong triều đình đại đế A Lịch Sơn và dĩ nhiên Lã Hiểu Vân cũng là một nhạc công trong dàn nhạc ấy. A Lịch Sơn đại đế đã dùng mắt xanh biệt đãi Dịch Thuận Hành khi ấy với cái tên Akio và Hiểu Vân là Fiorella. Ngay cả khi tiến hành những trận viễn chinh đại đế cũng mang theo Akio và Fiorella, cả hai luôn dưới trướng. Ngày đại đế băng hà, Thuận Hành tấu khúc tiễn từ sa trường về đến kinh đô Athens. Trên đài cao của thành Babylon, thanh âm hạc cầm bay cao bay xa khiến chư hầu từ bốn phương đem đại quân đến tiễn A Lịch Sơn lần cuối. Âm thanh hạc cầm riết róng trên sa mạc mênh mông, dập dồn trên bảy mươi hai cảng thị Alexandria. Những đời kế tiếp, Dịch Thuận Hành lại khảy hạc cầm nơi thành Roma. Năm ấy, bạo chúa Nero sai người phóng hỏa đốt thành Roma để làm vui trong lúc uống rượu khảy đàn lyre. Dịch Thuận Hành theo dòng người tỵ nạn chạy về thành Venice, từ đây đời đời khảy hạc cầm sống trong bình yên vô sự. Tiếng hạc cầm bập bềnh trên những con kinh xanh biếc. Tiếng hạc cầm thánh thót trong dinh thự quý tộc cũng không sánh bằng tiếng hạc cầm trên ban công của nhà Perozia. Chính tại đây, cái nơi mệnh danh là thiên đàng hạ giới này, Dịch Thuận Hành lúc ấy với danh phận là công tử Fiorenzo đã gặp Lã Hiểu Vân với thân phận Aurora. Ta đã một lời kết giao với em, để rồi hôm nay gặp lại giữa cuộc đời này.

Năm ấy Hiểu Vân vẫn còn là Aurora, con nhà quý tộc thành Venice. Ta và em cùng mê hạc cầm, cả hai giao hòa kết thân với nhau, một lời kết giao mà bao đời chưa tan. Cũng năm ấy, Marco Polo từ Trung Nguyên về lại Roma, y kể chuyện Trung Nguyên vô cùng ảo diệu nên chẳng mấy ai tin. Fiorenzo nghe và mê lắm, hứng chí ngất trời nên quyết định làm một chuyến đến Trung Nguyên, dĩ nhiên là Aurora cũng đi theo. Fiorenzo đã từ chối và cảnh báo Aurora phía trước có muôn ngàn gian khó thậm chí có thể mất mạng nhưng Aurora không nản. Em còn nói nếu được chết bên ta thì em vẫn vui lòng. Aurora bỏ nhà ra đi theo Fiorenzo. Chủ con tàu buôn Endeavour là ông Lorenzo cho ta và em đi mà không lấy tiền, đổi lại ta và em sẽ biểu diễn nhạc cho thủy thủ đoàn và khách trên tàu suốt hành trình ấy. Cả hai ra đi mang theo cây hạc cầm đến Trung Nguyên. Tại đây, ta và em đã khiến người Trung Nguyên ngẩn ngơ trước cung đàn thánh thót kia. Ngược lại ta và em cũng mê đắm thích thú với lục huyền cầm Trung Nguyên.

**

Vợ Dịch Thuận Hành, nàng Thẩm Thụ Hương vỗ mạnh lưng Thuận Hành:

- Anh lại suy tưởng gì thế? Sống thực tế một chút đi anh, lúc nào cũng mơ mộng ngẩn ngơ.

Thuận Hành giật mình ra khỏi cơn mơ vừa thoáng qua, bấy giờ lại nghe thanh âm hạc cầm réo rắt giữa hội xuân. Dịch Thuận Hành cười:

- Quen nết mất đi rồi!

Hội xuân tưng bừng náo nhiệt, dàn nhạc đang chơi hết mình, cống hiến những bản nhạc sôi động. Riêng với Dịch Thuận Hành thì thanh âm của hạc cầm không thể lẫn vào đâu được dù bao nhiêu nhạc cụ cùng chơi một lúc. Thanh âm hạc cầm trong trẻo thánh thót đến lạ thường. Dường như Lã Hiểu Vân thấy Dịch Thuận Hành và vợ ngồi dưới khán đài, gương mặt đẹp như hoa thoáng nụ cười nhẹ nhưng hiu hắt đến se lòng. Dịch Thuận Hành nghe rõ mồn một tiếng hạc cầm hòa quyện với thanh âm của saxophone và đại phong, tuy nhiên tiếng hạc cầm vẫn nổi lên trên như hoa trên dòng nước, mây trắng trên nền trời xanh. Hiểu Vân ôm hạc cầm tấu hết khúc When the Love Falls lại chuyển sang khúc A Bygone Love, thanh âm trong trẻo, âm tiết da diết xoáy vào tâm hồn Dịch Thuận Hành. Thuận Hành chịu không nổi nên đứng dậy và bảo Thẩm Thụ Hương:

- Em ngồi đây nhé! Anh đi lại đằng kia mua nước uống.

Dịch Thuận Hành ra khỏi khu vực hòa nhạc nhưng không thoát ra khỏi thanh âm của hạc cầm, tiếng hạc cầm vẫn văng vẳng bên tai, riết róng trong tâm hồn.

Tiểu Lục Thần Phong

Ất Lăng thành, 0326

DAN HOÀNG

RŨ HẾT TÀN PHAI

Chiều nay em hong tóc,
Cho rũ hết tàn phai.
Có người về trong gió,
Chạm vào giấc mơ dài...

Người về mang cơn gió,
Thổi mát một đời xa.
Chiều nghiêng hoa thắm đỏ,
Rơi nhẹ xuống hiên nhà.

Anh về khơi thương nhớ,
Em giữ giữa tim mình.
Một bàn tay rất nhỏ,
Đi qua cuộc nhân sinh.

Bao năm đời phiêu bạc,
Tim còn một bóng người.
Chiều nay nghe gió hát,
Mà tưởng tiếng anh cười.

Hong tóc chiều nay,
Rũ hết đời heo may.
Anh về hong giấc ngủ,
Cho tim thôi hao gầy.

Hong tóc chiều nay,
Cho nắng rơi trên vai.
Bao năm sầu lặng lẽ,
Theo gió bay... rất xa...

Chiều nay em hong tóc,
Cho nhẹ bớt ưu phiền.
Con tim nhiều đêm khóc,
Vì một mối tình riêng.

Anh về vui tiếng hát,
Vòng tay ấm nồng hơi.
Bao năm đời lăn lóc,
Mong được chút nghỉ ngơi.

Qua một thời mưa gió,
Ta còn lại gì đâu.
Chỉ còn đôi mắt cũ,
Nhìn nhau... hiểu rất sâu.

Ân tình như chén nước.
Long lanh giọt đầy vơi,
Một mai đời khép cửa.
Xin còn tiếng em cười, ■

Phố biển, 23/03/26

NGÀN THƯƠNG

CƠN MƯA CHIỀU

Cơn mưa chiều tháng sáu
Chợt vươn dài trên sông
Tiếng sấm dông từ biển
Vọng về trong khói sương

Bài tình ca thuở ấy
Em mang đi mất rồi
Để tôi ngồi mơ mộng
Thương nhớ người không nguôi

Lạy trời mưa thêm tội
Ướt áo em sao đành?
Nếu Nguyên Sa còn sống
Chắc gì đã quên anh

Thời gian là nấm mộ
Vùi chôn những cuộc tình
Đâu phải là cỏ dại
Phủ xuống hồn ta xanh

Âm thanh buồn réo rắt
Những giọt mưa cuối cùng
Trên phận người đắng đót
Làm dấu thánh ăn năn... ■

LÊ HỮU MINH TOÁN

NÍU GIỮ TÌNH THƠ

Trăng lả lướt
say mềm theo gió hát
Mặt trời khuya đồng vọng tiếng mê cuồng
Ta ôm ghì cuộc tình thơ vẫy gọi
Hai phương trời khép kín nỗi niềm riêng

Mây trắng bay
tim ta hoài lãng đãng
Mịt mờ quay điên loạn giữa thinh không
Ôi! Đắm đuối chảy từng dòng hư huyễn
Giọt đam mê mặn đắng khóc đêm buồn

Đừng ủy mị
gối mềm đan tóc rối
Đừng thở than trăn trở cuộc tình đau
Hãy tha thiết nhìn sâu trong giếng mắt
Đốm khuya tàn đuối mộng níu đời nhau

Đêm từng đêm
mắt vương sầu ngấn lệ
Cơn mê dài sương khói ngợp trời mây
Đèn hiu hắt nghe tiếng buồn kể lể
Chuyện tình mình khóe mắt đọng mưa ngâu

Viên đá tảng
vẫn lăn hoài dốc đứng
và đôi khi trăng quay mặt hững hờ
Thương biết mấy, cánh chim trời lơ lửng
Mây nghiêng đầu cố níu giữ tình thơ...! ■

VINH HỒ

THUYỀN SÔNG TRĂNG

Từ ngày thuyền ra cửa biển
Dòng sông dài cổ ngóng trông
Con suối tuôn trào nỗi nhớ
Bờ tre gầy gõ đợi mong

Thuyền vẫn một lòng, một dạ
Nhất quyết quay về với sông
Sông mừng lệ rơi lã chã...
Dang tay ôm thuyền vào lòng

Rồi giữa buổi chiều bão dông
Thuyền nằm chỏng chơ trên bãi
Xa sông, lòng thuyền tê tái
Xa thuyền, sông tựa mùa đông

Rồi giữa dòng đời vạn biến
Thu về khói tỏa sương giăng
Nai vàng đạp lên bóng nguyệt
Thuyền trăng ôm lấy sông trăng ■

HỒ CHÍ BỬU

ĐỘC ẨM CHIỀU CHỦ NHẬT!

Ta ngồi đó - mặt buồn như chó ốm
Mưa đầu mùa ủ rũ rớt bên hiên
Tay nâng cốc - Cay nồng như men rượu
Ngồi một mình mà lòng nhớ vô biên
Không như gã giang hồ chơi tới bến
Quậy tưng bừng mà sến giống Mỹ Châu
Cũng bão lửa – cũng mút mùa Lệ Thủy
Cũng đau thương như vỡ mối tình đầu
Ta thì khác – Ta nhớ em cách khác
Nhớ em nhiều với đôi ngực thanh tân
Đôi môi mộng tưởng chừng như mật ngọt
Đôi mắt đen khinh khỉnh đến bất cần
Rượu sắp hết mà tình ta chưa hết
Ta tham lam muốn chiếm hữu một mình
Như trẻ nhỏ nôn nao ngày giáp tết
Hẹn – chưa đến ngày – Sao tim đập rung rinh
Mưa lất phất – Mưa luồn qua kẽ lá
Mưa thì thầm - Hạnh phúc đậu trên tay
Chiều độc ẩm, sao ta buồn như gã
Nhiều phiêu lưu theo tháng rộng năm dài
Em yêu dấu, trăm năm này hội ngộ
Trăm năm sau biết có được bên nhau
Thì cứ thế, ta chia niềm hoạn lộ
Bằng lời thơ, bằng tình khúc ngọt ngào
Mưa vẫn rớt - Rượu đã vơi và ta đã
Ngồi một mình thả nỗi nhớ đi chơi
Chiều chủ nhật bên hiên nhà độc ẩm
Một mình thôi – cũng đủ lãng quên đời! ■

TRẦN QUÝ TRUNG

TÂM SỰ LÚC ĐÔNG VỀ

Hôm nay nhìn cảnh mùa Đông
Bầu trời xám ngắt phủ núi sông
Trông ra biển vắng lòng cô quạnh
Vắng bóng người xưa nhỏ lệ hồng

Tuổi đời đã tới miền biên ải
Nước mắt không còn trong mắt trong
Bạn bè đi hết về cõi Phật
Kỷ niệm vàng son mủi mủi lòng

Một mình sống giữa đời mưa gió
Gió lạnh luồn qua cửa chấn song
Thời gian vun vút như tên bắn
Phút chốc tàn phai mất tuổi hồng

Mong sao ép hết dòng dư lệ
Nhỏ xuống vô thường khắp thiên nhiên
Rồi cũng có ngày thân tím lạnh
Cạn dần sinh lực dưới trời đông ■

ĐẶNG HIỀN

BÀI TÌNH CA THỨ NHẤT

"Trời còn có bữa sao quên mọc
Tôi chẳng đêm nào chẳng nhớ em"
(Nguyễn Bính)

Lắng nghe nhau như quãng bốn và năm của bản tình ca
Bài hát được khai sinh từ những phím thật buồn
Anh viết tặng em bài tình ca thứ nhất
Bài hát dung dị như lời ru của gió

Âm giai được tạo ra từ lời thầm thì
Anh mời em cạn ly yêu thương
Tình yêu bay cao theo nắng mai
Sao nhớ em mà anh lại buồn như nắng

Anh bắt đầu từ cung đô trưởng
Những quãng những nhịp anh nói về em
Đánh thức trái tim đêm
Chỉ duy nhất bằng một khóa Sol

Bảy nốt nhạc ru ngày mộng mị
Anh ghi lại những âm buồn
Khi anh nhớ em
Cho đến một hôm hồn tan theo nắng

Hồ như đau thương hòa cùng nhung nhớ
Lời hát sẽ thấm sâu vào tận đáy lòng nhau
Ngàn sao đêm có bao giờ em đếm
Anh có bao giờ thôi nhớ em

Lắng nghe nhau như quãng bốn và năm của bản tình ca
Anh viết tặng em bài tình ca thứ nhất... ■

VƯƠNG HOÀI UYÊN

Về Ngang Bốn Mùa

Anh có về ngang qua mùa hạ
Hái giùm em chùm phượng đỏ trên cao
Em chạm tay vào cánh phượng tươi màu
Như chạm vào thơ ấu
Anh có bao giờ hiểu thấu
Tiếng ve kêu khắc khoải một mùa hè?

Anh có về ngang qua mùa thu
Nhặt giùm em chiếc lá vàng phai nhạt
Em chạm vào chiếc lá
Như chạm vào thu xa.

Anh có về ngang qua mùa đông
Giữ giùm em hạt mưa trên tóc
Hạt mưa trong
Như mùa đông đã khóc
Cho một thời thăm thẳm xa xôi.

Anh có về ngang qua mùa xuân
Hái giùm em chùm lộc biếc
Chùm lộc non
Xanh một thời tha thiết
Dẫu bây giờ sóng gọi mãi thuyền xa.■

ĐỖ T. CÔNG

CHÉN NÀO NGỤY CHÉN NÀO TRUNG?

Mời nhau một chén cơm này
Nửa chan nước mắt cho đầy quê hương
Nửa chan thân phận giữa đường
Chim sa nhạn lạc biết dường chiêm bao

Mời nhau chén tạc chén thù
Chén Nam chén Bắc mịt mù biển khơi
Chén trong chén ngoài chơi vơi
Chén chia chén cắt chén trôi nổi đời

Chén nào Ngụy chén nào Trung?
Chén chết vì nước chén chung ngục tù
Chén cay đắng chén ngậm ngùi
Chén hờn vong quốc chén bùi ngùi mong

Những hồn phiêu bạc long đong
Chén này mời kiếp đã không trùng phùng
Mai sau dông bão mịt mùng
Chén lưu lạc chén nghìn trùng chia xa

Chén nào cho người cho ta
Chén nào cho quỷ cho ma cho thần
Chén dân chủ chén tự do
Chén xác trên biển chén vùi rừng sâu

Chén thắng kẻ thua về đâu
Oan oan báo báo bể dâu nghẹn ngào
Người chết trước kẻ chôn sau
Trăm năm cũng một chén đau chén buồn ■

DUNG THỊ VÂN

TRI KỶ ƠI TA MUỐN...

Tri kỷ ơi ta muốn cùng người đêm nay
- Uống cạn
Chén ân tình
Chén tri kỷ của mai sau

Đêm nay trắng khuyết đêm sâu
Mình hàn huyên chỉ trong câu mơ ước
Thì cạn cái gì chén nhung nhớ giữa tiêu tương
Tỉnh ra ta đã mộng bấy canh trường

Đêm nhung nhớ
- Khéo nghìn đêm hồ tưởng
Đêm ta nằm
Gọi tri kỷ đã bao năm

Đêm xa xăm
Ta gọi người viễn mộng
Tri kỷ ơi điều ước quá bình thường
Sao khó quá chắc vòng tay mình ngắn quá! ■

*

Lớn lên từ những cánh đồng
Tuổi thơ tôi bước trên giồng đất nâu
Bàn chân lóng ngóng bùn sâu
Trên từng thửa ruộng bạc màu thâm canh.

Ước mơ nắng ấm trên cành
Mạ non từ đó lên xanh mượt mà
Ngước nhìn mây trắng bao la
Mang tin gió sớm trời xa lại gần.

Tôi thương vách lá nhà tranh
Đường quê trắc trở bao lần gió mưa
Góc vườn vang tiếng gà trưa
Còn nghe lời gọi ngày mùa đâu đây.

Dẻo thơm từng hạt đủ đầy
Có ai đong đếm tháng ngày gian lao
Mưa sa tắm táp cành đào
Kể sao hết chuyện cày sâu quê nghèo.

Bếp hồng ấm nước vừa reo
Chén trà thơm ngát khói nheo mắt người
Mát lành giếng nước đầy vơi
Cánh đồng ngày mới xanh ngời bờ đê.

Tình người tình đất tình quê
Khơi từ nguồn cội tìm về tương lai
Mồ hôi đổ xuống đất cày
Mùa vàng mẩy hạt gọi ngày nắng lên. ■

NGUYỄN HÒA TRƯỚC

THẢO-DƯỢC HƯƠNG

Tạng xiêu thể lạc đã rày
hái chùm dược thảo lầu mây hiện rồng
vái xa đồi tạ hư mông
đã an chúc lại thắp hồng nến tua.

Vách bương vá vụng trêu mùa
bếp rêu vun gọn hốt vừa niêu than
chảo nêm xao xác diệp ngàn
nhóm tia bé nhuyễn bén lan lau già.

Lách hầm đảo nổi nhìn ra
bụng ngòi lắc ổ rốn xòa mưa rươi
hậu viên gió lẻn ao cười
sâm nhân hình rễ rối bời cơ tim.

Tọa chầu thở lẻ lim dim
lực chêm gối hốt phiêu thềm dột sao
lô nhô cỏ khía ngậm màu
võng đan xắt mảnh ván cầu ngả thiu.

Liễu răm tóc suốt chỉ diều
trúc mành phẩy tỏ tiếng chiều đuối nương
bướm tao tết lụa cánh chuồn
em thăng dải én lẩn hương lúa về.

Nặn đòng sữa nhũ vàng khê
liên trần tước nõn lưỡi thìa sấy khô
hấp bung nang phế mở lò
đầu xông bạch lộ mí giò móng hoa.

Tựa cây thiêng hứng bụi trà
bích sơn tuyết khảy giàn loa thụy thiền
nhãn lồng vơ khói thơm lên
hơ khay quả lạnh dậy men thịt đầy.

Cứ như cấn đoản nhật gầy
thì chồi nhã huệ cột dây thọ thường
nguyệt tà hễ tạnh tây phương
là em guốc mộc dạ trường hát du. ■

02-2026

TÔN NỮ MỸ HẠNH

TIẾNG HÁT TỪ BÔNG LÚA MỚI

Tôi bước ra từ cánh đồng làng
Trong tiếng con cúm núm
gọi nước triều lên
Trong hương lúa sớm
lừng thơm mùi cốm sữa
Quyện vị phù sa trầm mình trong đất
Mùi bùn non còn lấm láp
Trên đôi chân trần đóng phèn
Chưa gột rửa của người nông dân
Một nắng hai sương.

Tôi thương cái dáng lom khom của mẹ
Đôi bàn tay chai sượng cứng cáp của cha
Với đường cày nhiều lần bật máu
Cùng nỗi lo toan đời thường rất thực
"Được mùa mất giá, được giá mất mùa"
Thấm thía từng giọt mồ hôi
Đổ xuống màu đất nâu đặc sệt
Bao mùa khô hạn
Chắt chiu nhành lúa lem lép hạt

Sợ một ngày trai tráng
Rứt áo bỏ làng lên phố
Cánh đồng chỉ còn trơ gốc rạ.
Tôi ngậm từng giọt nắng hạt sương
Cả mấy ngọn gió trời
Ủ thành hương đồng gió nội
Bay qua cánh đồng dậy thì con gái
Đánh thức mùa màng trở giấc
Sinh sôi hối hả
Phía sau gian bếp nhỏ
Bảng lảng sợi khói lam chiều
Có mùi cơm thơm gạo mới
Sau mùa gặt.

Tôi mang niềm tin và khát vọng
Bao tâm hồn người dân Việt
Mong làm một cuộc đổi đời
Cho ngọn lúa ma thời cha ông mở đất
Hạt ngọc trời một thời lam lũ
Cội nguồn đất và nước
Dòng chảy đem quá khứ đói nghèo đi xa
Tình yêu có phải bắt đầu
Từ nhành lúa mới hôm nay
Thành bao điều kỳ diệu ngày mai
Và lời hò hẹn tương lai. ■

BEN OH

MƯA THÁNG TƯ

Sài Gòn ơi có nhớ ta không
Chia ly nhau ướt lệ thật buồn
Mẹ ơi nỗi đau nào bỏ Mẹ
Biết nơi nào là chốn quê hương

Liễu rủ nào ai ngã rẽ đôi
Gió sương còn lạnh ở chân đồi
Ba lô bỏ lại bên đồng đội
Thì thầm mấy chữ bạn mồ côi

Có nhớ nhau mình xin tạ lỗi
Người yêu ơi lỡ một kiếp này
Nhìn nhau chưa kịp rồi đi vội
Sài Gòn ơi lỡ bước nào hay

Tháng tư cuối ta tìm nơi đâu
Nhớ nhau còn lại chuỗi ngày sầu
Ra đi bỏ lại nhà hoang vắng
Không biết còn ai nỗi lo âu

Nợ nhau cứ thế ở trong lòng
Không hứa ngày mai cứ nhớ mong
Tháng tư kể lại làm chi nữa
Đau đáu trong lòng mãi long đong ■

LÂM BĂNG PHƯƠNG

HƯƠNG ĐÃ BAY

Mật ngọt môi em mãi còn nồng
Một lần chạm đến vẫn hoài mong
Dù mai áo lụa nhàu mưa nắng
Nhớ nụ hôn đầu ánh mắt trong.

Từng con phố nhỏ trải tình tôi
Khắc những dấu yêu đã lâu rồi
Kỷ niệm mờ phai cùng vệt nắng
Ráng giòn nhòa nhạt dấu thời gian.

Tìm đâu bóng cũ trái tim ngoan
Một chút xuân qua đã lụi tàn
Cứ ngỡ tình thơ còn lãng đãng
Ai ngờ theo gió cuốn thênh thang.

Chợt nhớ ngày yêu cuối mùa trăng
Trăng rụng hương yêu dậy nồng nàn
Mười ngón tay đan tìm hơi ấm
Vai nghiêng môi chạm khẽ mơn man.

Mười năm thoáng chốc lại qua nhanh
Em còn e ấp nét dịu dàng
Có còn giữ nhánh hương nguyên ấy
Hay đã qua cầu... Hương đã bay...! ■

NGUYỄN VĂN ĐIỀU

TẠ TÌNH

này em biển rộng sông dài
tìm đâu một giấc thiên thai dưới trần
tuổi xanh ta có bao lần
bàn tay năm ngón ân cần đón đưa

yêu thương đến mấy cho vừa
còn đây một chút lòng xưa tặng người
từ em vầy cuộc vui chơi
từ tôi đánh mất môi cười trẻ thơ

dìu nhau qua mấy bến bờ
ta cho nhau hết khỏi chờ mai sau
biển xanh mà sóng bạc đầu
nụ tình vẫn cứ thắm màu trăm năm. ■

NGUYỄN THỊ NGỌC LAN

Nguyễn

Con người ta, gặp nhau, thương nhau là cái duyên.

Tôi gặp chị Duyên ngày hai mươi tuổi.

Ba mươi năm sau tìm gặp lại, chị nói:

"Chị vẫn nghĩ tới em thường xuyên, lòng chị vẫn rung lên mỗi khi nghĩ đến em."

Đã có quá nhiều đàn ông, nói với tôi đại khái những câu nhớ thương như ~~anh~~ chị nói.

Có người nói dối để được cái gì đó...

Có người nói suông miệng, như ngân lên một câu ca, khi lòng chợt thoáng rung động trước cảnh đẹp...

Có người nói quá chân thành, đến nỗi họ tưởng họ nói thật...

Có người nói thật hết tâm can, lòng họ rung lên khi nói, nhưng gió thoảng, họ quên mất...

Có người như bủa lưới, nói bằng kỹ thuật hẳn hoi, mỗi người đàn bà một cách khác nhau, không được cá thu thì được cá chép...
Có người yêu thương thật sự, yêu bằng tấm lòng chân thành nhất, họ có thể bán máu đi, để mua cho tôi chiếc áo đẹp, nhưng khi quá đói, họ bán họ, và họ bán tôi đi để ăn...

Phá sản, cạn kiệt lòng tin yêu với con người.

Nhưng tôi tin chị Duyên, khi chị nói chị thương yêu tôi, như một người em.

Mắt chị quờ quạng, tìm bàn tay tôi, và run rẩy giữ lấy... Chị nói, chị kể huyên thuyên, như mấy mươi năm rồi, chị không nói, như mấy mươi năm rồi, chị không thở...

Chị Duyên, chị Duyên, người đàn bà bạc mệnh trong triệu triệu người bạc mệnh trên đất nước này.

Chị vẫn quét rác trên bến xe... Mặc dù, đã có một căn nhà ba gian hai chái, như lòng mơ ước.

"Chị đã thương, lúc em trẻ dại bơ vơ, em không tiếc với chị, cần có bao nhiêu tiền để yên tâm cho tương lai, em tặng chị nhưng chị đừng quét rác nữa."

Chị đổ ra giường khoe tôi mấy mươi miếng vàng.

"Chị không bận tâm về cái ăn, cái ở nữa, nhưng chị phải quét rác bến xe, lỡ anh có về, biết chị ở đâu mà kiếm."

Có quá nhiều Hòn Vọng Phu trên đất nước này. Chị Duyên là một...

Đi chơi loanh quanh, ngồi nằm, chị cứ nắm bàn tay tôi, thương yêu, trìu mến. Tôi không nỡ nói với chị, đây là lần cuối gặp nhau... nhưng lòng như xát muối. Đêm, chị ngủ say, tôi tái tê nhìn chị, ốm o hao gầy, nằm co quắp, cái dáng co ro vò võ, giấc ngủ cô đơn.

Chị Duyên chưa có được lấy một đêm mặn nồng vợ chồng, trong suốt cuộc đời. Chị có một người chồng hy sinh cả cuộc đời cho chị và hai con no ấm, chỉ no và ấm. Ngoài ra, không còn gì để cho chị.

Chị không biết một tin tức gì về chồng chị, trong ngần ấy năm, nhưng tôi biết, biết khá nhiều. Vì tôi và anh vẫn thư từ cho nhau trên mười năm. Nhưng rồi có những biến cố buồn bã xảy ra trong cuộc đời, tôi hẹn lòng, để thư thả, khi có chút bình an sẽ hồi âm thư anh, nhưng thư bị trả về, và mất dấu anh.

Anh bỏ vợ, bỏ con, vì chỉ được chọn một, và anh chọn Thu người đàn bà giàu có, anh hứa với Thu:

"Hãy cho anh một số tiền, mà đừng hỏi tại sao, rồi sau đó, anh sẽ làm một người chồng mẫu mực mà Thu mong muốn "

Anh đã mua cho chị Duyên và hai con một căn nhà ba gian hai chái, như lòng chị mơ ước, vàng bạc đủ cho chị sống. Và đi biền biệt. Đó là cái giá cho một lời hứa, và anh phải trả suốt đời cho người đàn bà giàu có.

Anh có hạnh phúc bên người vợ giàu có, xinh đẹp hơn chị Duyên không. Không có, tôi biết điều đó. Anh nói với tôi. Lòng anh tan nát. Nhưng một lời hứa chung thủy với người đàn bà khác, anh nhất định giữ, anh nói, vì chính Thu, đã cứu gia đình anh.

Chị Duyên hư một mắt, mà phải quét rác nuôi chồng con, còn anh, không có cách nào để có được việc làm. Có người mua thân xác anh, anh bán, bán luôn đời mình, chỉ vì thương vợ con.

Anh cưới chị Duyên, như việc cần phải làm trong đời, chị Duyên tầm thường, không có gì đặc sắc, ngoài lòng tốt và tình thương bao la.

Anh ở với Thu, vì Thu giúp anh nuôi vợ con anh. Anh giấu một niềm đau. Tình yêu khó nẩy nở, trong môi trường không bình thường.

Chị Duyên mất chồng về tay người khác, mà suốt đời chị không hay biết.

Chị Duyên, chị Duyên, những chị Duyên...

Tôi gặp chị Duyên ở một bến xe tỉnh lẻ ngày hai mươi tuổi. Không thân nhân, không hộ khẩu, đến một nơi xa xăm hẻo lánh, xin dạy học con nít, theo lời rủ rê của người bạn, vì trường đang cần người. Nhưng khi đến nhà bạn, cô đã bỏ nhiệm sở. Thẫn thờ, lê từng bước chân não nề buồn bã đến bến xe để về lại. Về đâu. Tôi không có hộ khẩu. Cư trú bất hợp pháp ngay trong nhà mình. Khó khăn trùng điệp.

Dạy tiểu học, dạo đó, lương vừa đủ mua mười ký gạo, nhưng tôi bơ vơ, cần một việc làm gọi là cố định, dù là lương chỉ mười hay năm ký gạo, nhưng được phép kê những chiếc ghế lại, ngủ ngay tại lớp hợp pháp, theo lời cô bạn khoe, chữ hợp pháp quý giá biết mấy, vào thời điểm đó.

Khuôn mặt trẻ dại, buồn bã, thất vọng, chán chường của tôi, động lòng chị Duyên, người quét rác ở bến xe, khi hỏi thăm chị, thuê khách sạn ngủ một đêm, để hôm sau mua vé xe về nhà, sau khi chỉ đường, quay đi, chị nói vọng theo:

"Nếu không có giấy phép đi lại, do công an cấp, họ sẽ không cho cô mướn phòng."

Tôi ứa hai giọt lệ không nói, nhưng mắt sáng ngời lên, khi chị nói, chị sẽ cho ngủ ké với gia đình chị.

Chỗ ngủ của chị là một mái hiên, nhà của ai đó. Gia đình chị gọi đó là nhà mình. Thì đành ngủ một đêm, chứ tôi không còn cách khác.

Tôi, vợ chồng chị đều không biết uống bia, nhưng tôi mua bia, mồi về nhậu dưới trăng, dưới mái hiên vắng. Ba người nhăn mặt uống bia và cười toe, vì ai cũng lần đầu nhậu. Sau một tràng cười với bia rượu, sự cách biệt xa lạ biến mất. Tôi kể lể những khó khăn của mình bằng giọng hồn nhiên, chồng chị, anh Hai Quân, cũng kể lể than thở nỗi nhọc nhằn của anh, chị thì hạnh phúc ra mặt. Chị ghé tai tôi:

“Ảnh ít nói lắm, cả với chị nhưng hôm nay lạ quá, ảnh tâm sự nhiều điều chị còn lấy làm lạ”

Chị đùa giỡn với con, hai đứa nhỏ cười toe, đập đầu vào vú mẹ. Anh cũng cười, vòng tay ôm một đứa vào lòng. Hạnh phúc gia đình là đây.

Chị nói ngày nào cũng êm đềm như thế, mà phải chi anh tìm được việc làm, có chút đồ ăn, chắc vui hơn. Khi anh chưa có việc làm, thì gia đình chị chỉ ăn khoai lang. Tắm giặt dưới sông, nhà vệ sinh ở bến xe.

Nửa đêm gần sáng, anh ngồi suy tư bên thềm nhà, tôi ghé lại ngồi bên cạnh với hai chai bia, và anh nói, nói... anh đổ lòng ra cho tôi, một người lạ mà hiểu được nỗi lòng anh.

"Anh chỉ có cô để kể lể nỗi niềm... lỡ chết, nỗi lòng không phải bị chôn vùi không ai biết."

Vòng tay ôm cánh tay anh, hai giọt nước mắt anh lặng lẽ rơi xuống.

Chỉ có tôi biết nỗi lòng của anh, sống để dạ, chết mang theo, và chỉ có tôi biết tâm sự của chị, người vọng phu thời đại.

Và đêm nay, nằm bên cạnh chị Duyên, tôi cũng chạnh nhớ đến ánh mắt của người ấy, ông chủ nhà của mái hiên cho tôi ngủ ké ba mươi năm xưa, nhớ ánh mắt thẫn thờ si dại dành cho tôi ngày hai mươi tuổi, tôi sẽ tìm lại một thoáng hai mươi của tôi, trong đôi mắt đó, ngày mai tôi sẽ đi.

Nguyễn Thị Ngọc Lan

(trích từ tập truyện Màu Thời Gian, sắp phát hành)

NGUYỄN KIẾN THIẾT

VỀ BA TẬP THƠ BÌNH DÂN NAM KỲ ĐẦU THẾ KỶ XX

Kỳ 1

Cổ nhân có câu : "*Nhứt ẩm nhứt trác sự giai tiền định*"*. Tạm dịch: một miếng ăn, một hớp uống còn do [trời] định trước. Ta có thể suy diễn thêm: những việc nhỏ như miếng ăn, hớp uống còn do [bề trên] sắp đặt, huống hồ những mối duyên lớn như duyên về đạo, duyên vợ chồng, duyên bạn bè cũng như cái duyên viết và xuất bản một quyển sách. Với tôi, cái duyên viết và xuất bản một quyển sách đã là mối ưu tư hàng đầu, mãi đeo đẳng trong tôi từ năm này sang tháng khác.

Trong cuốn *Bảy Ngày Trong Đồng Tháp Mười,* khi viết lời tựa xuất bản, Nguyễn Hiến Lê có trích dẫn tư tưởng của người xưa: *"Phải có duyên mới viết được một cuốn sách"*, và kết luận: *"Tôi muốn nói thêm: Phải có duyên mới xuất bản được một cuốn sách"*.

Thật vậy, cuốn du ký và biên khảo *Bảy Ngày Trong Đồng Tháp Mười* được Nguyễn Hiến Lê khởi thảo từ năm 1939, lúc ông về đo đạc tỉnh Đồng Tháp sau khi tốt nghiệp trường Cao Đẳng Công Chánh. Mãi đến năm 1944, ông mới viết xong bản thảo đầu tiên. Năm 1945 lại bị Việt Minh cướp lấy mất tại Đồng

Tháp Mười. Tám năm sau, ông mới viết lại bản thảo mới và giao cho nhà Ban Mai ở Tân Định xuất bản (tháng 3 năm 1954). Như vậy, chỉ có cái duyên để viết xong một quyển sách chưa đủ. Phải đợi đến hơn 15 năm sau, Nguyễn Hiến Lê mới có cái duyên để xuất bản quyển sách của ông.

Cách đây **53** năm (1973), tôi đã có cái duyên viết xong phần đầu quyển Tinh Thần Tranh Đấu Qua Ba Tập Thơ Bình Dân Nam Kỳ Đầu Thế Kỷ XX (TTTĐQBTTBDNK). Đây là đề tài luận án tiến sĩ văn chương Việt Nam do GS Thanh Lãng bảo trợ. Tưởng nên xác định, ba tập thơ bình dân Nam Kỳ đó là: *Thơ Sáu Trọng, Thơ Cậu Hai Miêng* và *Thơ Thầy Thông Chánh.* Tôi may mắn có trong tay ba tập thơ quý hiếm ấy để "nói có sách, mách có chứng" trên cơ sở khoa học, khách quan. Đặc biệt, do một *cái duyên lạ lùng*, tập *Thơ Thầy Thông Chánh* được nhà văn Sơn Nam ưu ái trao tặng tôi tại tòa soạn nhật báo *Tia Sáng*, số 45-47 Phát Diệm Sài Gòn, ngày 25/8/1971. Theo lời ông, bản đánh máy tập thơ này do một người bạn văn vừa tặng ông. Sẽ nói rõ hơn trong các chương sau với đầy đủ hình ảnh minh họa. Đến năm 1974, tôi đã đánh máy 150 trang các chương đầu và đệ trình lên giáo sư bảo trợ để dự thi tiến sĩ năm thứ nhất. Cùng năm ấy, tôi được bổ nhiệm về giảng dạy tại Đại học Cần Thơ (trước khi được Đại học Văn Khoa Sài Gòn tuyển dụng).

Rồi những cái duyên khác đưa đẩy. Trong thời gian giảng dạy tại Đại học Cần Thơ, với tư cách Phó ban chỉ đạo công trình "Văn Hóa Dân Gian Vùng Đồng Bằng Sông Cửu Long", tôi đã có dịp đưa nhiều đợt sinh viên đi *điền dã* tại các tỉnh miền Tây và sưu tầm được rất nhiều ca dao, dân ca, hò vè, trong đó có nhiều câu liên quan tới đề tài đang nghiên cứu – đặc biệt gần 200 câu *Thơ Thầy Thông Chánh.* Có thêm nhiều tư liệu trong tay, tôi dành nhiều thời gian, công sức bổ sung, chỉnh sửa và viết tiếp các chương cuối để hoàn thành luận án và dự định xuất bản. Tánh tôi quá cầu toàn và lề mề, làm việc gì cũng *chờ thời đợi số* đến nỗi *"Nước trôi sự nghiệp hoa tàn công danh" (Lục Vân Tiên)* bởi cơn đại hồng thủy tháng tư năm ấy. Bản thảo luận án duy nhất ấy bị thất lạc trong chuyến vượt biển không thành công vào tháng 4/1987. Đó là chưa kể bản thảo (có chỉnh sửa, bổ sung để *tái bản*) quyển *Tánh Cách Đặc Thù của Ca Dao*

Miền Nam cũng cùng chung số phận. Tôi dự định sẽ tái bản tập sách này vào năm tới.

Thời gian thấm thoắt trôi qua... Sau khi rời trại tị nạn Pulau Bidong đến định cư tại Montréal, Canada (ngày 06/03/1989), vợ chồng tôi phải tất bật chạy lo cơm áo, có lúc vừa học vừa làm để nuôi dưỡng bốn đứa con còn nhỏ dại nên chưa thực hiện được ước mơ nhỏ bé của mình. Từ năm 1993 sau khi tạm ổn định cuộc sống nơi xứ người và nhận dạy hai chuyên đề về *Ca dao miền Nam* và *Thơ Văn Nguyễn Đình Chiểu* cho Lớp Quê Hương Mến Yêu – Cơ Sở Khuyến Học Và Phát Huy Văn Hóa - tại trụ sở Cộng đồng Người Việt Quốc Gia vùng Montréal do BS Lâm Thu Vân khởi xướng, tôi bắt đầu trở lại cái *nghiệp dĩ văn chương* bằng cách thâu thập thêm nhiều tài liệu về Ca dao miền Nam, về Truyện thơ bình dân Nam Kỳ trong và ngoài nước, trước và sau 1975 nhằm bổ sung đề tài nghiên cứu. Từ năm 2001, sau khi thuyết trình về *Ca dao miền Nam* tại Trung Tâm Văn Hóa Giáo Dục Hồng Đức – Montréal và thực hiện cuộc "Phỏng Vấn GS Trần Văn Khê Về Dân Ca Miền Nam" (đã đăng trên nhiều tạp chí và về sau đăng trong cuốn sách biên khảo *Những Mảnh Vụn Văn Học,* Văn Học Mới Hoa Kỳ xb. 2025), tôi bắt tay *viết lại* từ đầu từng chương quyển *TTTĐQBTTBDNK* trong lúc vẫn còn bôn ba vì cuộc sống.

Sở dĩ tôi phải dông dài như vậy vì nhiều lẽ:

- Một là tôi không có đủ duyên lành như Nguyễn Hiến Lê để viết và xuất bản được một quyển sách, mặc dầu hơi muộn màng.

- Hai là quyển *TTTĐQBTTBDNK,* gia tài tinh thần mà tôi hằng nâng niu trân quý đã bị quên lãng theo thời gian, chưa được giới thiệu, đánh giá đúng mức.

Ngần ấy lý do vừa kể đã thôi thúc chúng tôi phải giới thiệu chuyên đề này. Nhưng dàn trải rộng hơn và đổi thành *Về Ba Tập Thơ Bình Dân Nam Kỳ Đầu Thế Kỷ XX* (VBTTBDNK). Vì số trang báo có hạn, nên chúng tôi chia làm nhiều kỳ để lần lượt giới thiệu, nhận định, đánh giá. Dĩ nhiên sẽ không đăng "nguyên văn" ba truyện thơ vì quá dài (tổng cộng hơn 1500 câu lục bát). Chúng tôi luôn tâm niệm rằng thay vì ngồi nguyền rủa bóng tối, trách cứ cái *duyên*, xin hãy cho tôi thắp ngọn nến nhỏ, đốt ngọn đèn tâm với mục đích duy nhất là thêm chút ánh sáng về ba tập thơ bình dân Nam Kỳ đầu thế kỷ XX.

Đây là tập sách được chúng tôi biên soạn lại trong thời gian gần đây, nhưng với văn phong hơn nửa thế kỷ trước nên không tránh khỏi thiếu sót cũng như cái nhìn chủ quan về việc nhận định, đánh giá văn bản, sử dụng tư liệu. Cho nên, quý bạn đọc nên đặt mình vào hoàn cảnh và thời điểm biên soạn **53** năm về trước (cộng với một phần nhỏ tư liệu cận hiện đại) để có nhận định, đánh giá thật khách quan. Chúng tôi có thể gọi: Đây là những mó xà bần, những mảnh vụn văn học có nhiệm vụ khiêm tốn là *đóng góp một phần bé nhỏ vào việc xây dựng tòa lâu đài văn hóa bình dân Việt Nam* cũng như *cung cấp một số mảnh vụn văn học cho các nhà viết văn học sử*.

(Còn tiếp)

Nguyễn Kiến Thiết

Montréal, sau Tết Canh Ngọ 2026

*Trích *Minh Tâm Bửu Giám* – Thiên Thứ Ba: Thuận Mạng do Trương Vĩnh Ký phiên dịch, Nhà xuất bản TP.HCM (in lại) năm 1996, tr. 35.

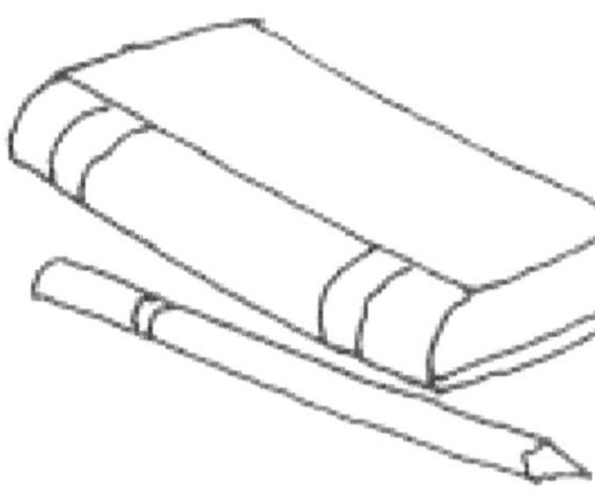

NGUYỄN ĐÌNH PHƯỢNG UYỂN

TÌNH CỜ

Sáng thứ Bảy trời trong, nắng vàng, không khí se se lạnh dù đã giữa Xuân, chui vào máy tính lướt web, Google – Ngộ, một danh từ riêng nay đã thành một động từ quen thuộc cho già trẻ lớn bé, khắp năm Châu bốn bể, thay động từ "Tìm kiếm"- "Bài hát của Trần Quang Lộc", màn hình hiện ra một đống link, chuột click cạch cạch.

Một dòng hiển thị gây chú ý "Gõ đàn hát chơi" Trần Quang Lộc – Youtube.

Click. "Sáng tác và trình bày Trần Quang Lộc".

Nín thở. Chính Trần Quang Lộc hát sao?

Hồi xưa TQL hát bài này hay lắm, đặc biệt, mỗi khi tới đoạn "Gõ đàn hát chơi", TQL nắm chặt bàn tay phải, gõ cục xương ở mấy đốt ngón tay vào thùng đàn:

♫ Gõ đàn (cộc cộc)
Hát chơi (cộc cộc)
Gõ đàn (cộc cộc)
Hát chơi (cộc cộc)♫

Vui tai và hết sức giang hồ.

Bố tôi thích TQL hát bài này, bảo không cần biết đàn, chỉ cần vỗ vỗ vào thùng và cất giọng là đủ hay. Bố thường nói với bạn bè, nghĩ xem một thanh niên mười tám mười chín tuổi đầu mà viết được:

"Vai mang chiếc áo bào"
"Tay giắt kiếm vào lưng"
"Múa quanh một vòng đời"
"Nhưng chẳng thèm giết ai"
....
"Ta say ta say cùng rượu độc"

.....

"Vỡ máu dâng đời những thanh tân"

Phục.

Tôi ngày ấy bé lắm, chả hiểu gì đâu, chỉ nghe rộn ràng và kết giọng hát trầm ấm của chú ấy thôi. Làng Báo Chí vắng vẻ, bao quanh bởi sông nước mây trời, chỉ vài trăm hộ dân sống với nhau, nhà có xe gắn máy chắc chỉ đếm trên đầu ngón tay, ai cũng xe đạp trường kỳ nên ban ngày, giữa trưa cũng chỉ nghe gió lùa, lá vẫy, "nắng giòn", yên ắng vô cùng, đêm xuống càng tịch mịch thế mà nghe tiếng ca mùi mẫn cùng tiếng ngân rền vang của TQL, không thích sao được?

Chao! Lâu ghê! Hơn ba mươi năm chứ chả chơi, đâu nghe ai hát bài này, "ai" đây là Trần Quang Lộc, là Anh Khoa, là Kim Lệ, là những người bạn hay đến nhà bố chơi, cùng túm tụm đàn địch. Trong ba mươi năm đó, bố đã qua Mỹ được hai mươi sáu năm, đã quay về Việt Nam ba bốn bận, lần nào cũng tìm gặp Trần Quang Lộc, Nguyễn Thị Thụy Vũ, ... nhưng cả hội chưa bao giờ quây quần hát hò, chỉ trò chuyện lốp bốp, hơn ba mươi năm tôi hết quyền hưởng ké mấy buổi văn nghệ bỏ túi.

Tôi hồi hộp click chuột. Còn đúng giọng hát mình kết ngày xưa không hay đã bị kỹ thuật máy tính pha trộn, thêm thắt?

Intro lạ lẫm nhưng hay, khiến máu trong người nóng dần, chân tay ngọ nguậy, và tiếng ca sĩ cất lên, đúng TQL với cách hát thong thả, đạt những nốt cao rõ ràng, chắc cú. Bài chơi cung Mi trưởng. Nốt cao nhất là Mí, chuyện nhỏ đối với TQL. Ông từng hát Mộ Trăng - bài điếu tròn một năm, cái chết của bạn ông, nhà thơ Vũ Hữu Định - nốt cao nhất lên tới Sol thăng, ông (và cả người bạn nối khố, theo ông như hình với bóng Anh Khoa) qua cái một, lại còn ngân nữa kìa.

♫ Ta mua cho ta một phận nghèo i...i...♫

♫ Ta say ta say cùng rượu độc i...i...♫

Ui, đúng cái chất lãng tử của TQL khi chuyển từ trưởng qua thứ, khi "i...i...". Chú đó, gần thật gần mà xa thật xa. Giống như bố, nghe tiếng trong net, quen thuộc và gần gụi gì đâu, gần như bố đang đứng trước mặt, bảo "Còn cơm canh đấy, đói không?", "Nấu gì cho bố ăn đi con." ... Vậy mà... làm sao sờ được tiếng nói?

Ngày ấy (lâu vậy ư?) cụ ở Mỹ, gọi điện nói chuyện được liền nhưng muốn gặp phải sắp xếp công việc, giờ giấc, bay mười mấy tiếng, nhiêu khê, rắc rối, giờ muốn nói chuyện, muốn nhiêu khê, rắc rối cũng chả được. Hai người đã xa đến mức không còn gì có thể với tới. Ngày bố mất, con cái cẩn thận chôn theo ông cây guitar tí hon tinh xảo, một xấp giấy kẻ nhạc và một cây bút thật đẹp, cài trên túi áo vest "Xuống đó có cái chơi nha bố" – các con dặn dò. Không hiểu vợ con chú Lộc chôn theo chú những gì? Chú và bố sẽ gặp nhau chứ?

Độ cuối thập niên 70, đầu 80, đói thê thảm nhưng giàu thì giờ vì chả ai có việc làm. Các cô bác thường đến nhà tôi chơi, cô chú Dũng Lệ, Anh Khoa, bà Thụy Vũ, bác Nghiêu Đề, cô chú Đào Trường Phúc, bác Duy Trác, sau có cả bà Nguyễn Thị Vinh và chồng, Nguyễn Hữu Nhật. Vừa gặp Nguyễn Hữu Nhật vài ngày, TQL đã phổ nhạc bài thơ "Ngày nào" và một bài nữa, quên mất tựa rồi, chỉ nhớ lõm bõm:

Trong tay người hành khất mù
Tiếng đàn nghe dậy mối thù áo cơm
Tơ lòng đọ với sầu gươm
Búng dây nhỏ lệ tang thương ruột mềm
...
Tiếng đàn trong tay ai
Mà tiếng đàn bật máu
Tiếng đàn dù bơ vơ
Thúc giục nỗi mong chờ
....

"Ngày nào" nhạc TQL, thơ Nguyễn Hữu Nhật đã phổ biến trên mạng, do Quỳnh Lan và Hoài Nam hát, tìm tới lui, chả kiếm được manh mối bài "Trong tay người hành khất mù...".

TQL đã từng đẩy xe đạp bán bong bóng, mặt nạ chó mèo, mũ ông già Noel... ngoài Saigon kiếm sống. Ông đội mũ đỏ, đeo mặt nạ để chèo kéo đám trẻ nhỏ đi phố cùng bố mẹ. Ông kể với cụ tôi, "Em bán được lắm anh." Ông già lặng thinh, mắt nhìn xuống, gõ tẩu thuốc lá bộp bộp vào gạt tàn. Chú về, cụ nói với tôi, "Nó tài hoa thế mà đất nước này không dụng, để nó phải kiếm sống như vậy." Lúc ấy tôi mới thấy thương chú. Mà nhà mình có khá gì hơn? Đem một đống dây nhợ làm bao tải về đổ tung trong phòng khách, cả nhà rị mọ kéo từng sợi, cột lại, quấn thành cuộn, cân ký tính công, được vài chục bạc mỗi ngày, giá trị cỡ ba lạng thịt heo. Bố mẹ là người quấn nhiều nhất, đẹp nhất. Bố cứ lặng lẽ rút, cột quấn... chắc trong đầu ông ngổn ngang nhiều thứ. Nhà cửa bụi mù tăng tít, dơ hầy. Rồi ông đi bỏ mối bánh đậu xanh, bia hơi...

Đoạn Chorus:

"Thương thay thương thay NỢ ÁO CƠM"

Xưa tôi nghe TQL hát khác và thích version này hơn:

"Thương thay thương thay BỌN TƯỚNG QUÂN"

Đoạn 3 và 4 lời cũng có gì khác khác nhưng không thuộc lắm nên chịu, cái chính là vẫn hay và như thế mới đúng Trần Quang Lộc. Ông hát bài của chính mình thường không nhất quán, nhiều khi hôm trước hôm sau đã đổi, thậm chí tối đó hát, mọi người khen hay quá hay quá, sáng ra đòi chép lại, hát lại, ông cười trừ, chả biết bài đó là bài gì???

Một "Về đây nghe em" thôi đã thấy nhiều version, mỗi ca sĩ hát một kiểu. Đừng nghĩ mình nghe chính TQL hát hoặc được ông chép tay trong tập nhạc mà cho là "gin" nhé, lầm chết!

"Về đây THỎA ước mơ đi hát dạo"

Phần đông mọi người hát như thế nhưng version mà tác giả viết cho tôi là:

"Về đây THẢ ước mơ đi hát dạo"

Chữ nào cũng có nghĩa trong câu và đều hay. Riêng tôi, thích chữ THẢ vì hình tượng hơn, giống thả diều.

Chả phải giỗ chạp, chả ngày tháng đặc biệt, chỉ tình cờ nghe lại một giọng hát quen thuộc mà nhớ đủ thứ nên ngứa tay, dông dài. Dưới suối vàng, chú có rượu để uống không nhỉ? Rượu là keo kết nối TQL với thế giới chung quanh. Rượu cũng là thứ tàn phá tấm thân mong manh đó. Rượu vào, ngà ngà say, TQL sẽ hát đắm chìm hơn, ngây ngất hơn. Bố tôi không rượu bia, chả hiền gì đâu, tại bố không uống được, chỉ một chung nếp than cũng khiến bố say quắc cần câu, thế mà ông thường chuốc rượu TQL (Đùa thôi, với một xị rượu, bõ bèn gì với cái hũ chìm) để chú hát bốc lên.

Tưởng tượng nhé, cả hội văn nghệ văn gừng hạ thổ hết trong phòng khách, đèn tắt, chỉ còn chút ánh sáng trong bếp hắt ra, ngoài đường im ắng không một tiếng động, không cả tiếng chó sủa mèo ngao, gió lùa từ cửa trước ra cửa sau, đêm mênh mang, một đàn (cự phách), với vài giọng ca tuyệt chiêu cỡ Duy Trác, TQL, Anh Khoa, Kim Lệ, toàn hát những bài chiến, đáng để quên nghèo phải không?

GÕ ĐÀN HÁT CHƠI – TQL

1. Về ngồi trên đồi cao
   Gõ đàn hát chơi, gõ đàn hát chơi
   Vai mang chiếc áo bào, tay giắt kiếm vào lưng
   Múa quanh một vòng đời, nhưng chẳng thèm giết ai

2. Về ngồi trên đồi cao
   Gõ đàn hát chơi, gõ đàn hát chơi
   Ôi thương quá kiếp bèo, trôi theo áo đời phai
   Gác lên cành cây đàn, ngắt vội một cánh hoa
   Chorus :
   Ta mua cho ta một phận nghèo
   Thương thay thương thay bọn tướng quân/nợ áo cơm
   Gõ đàn, gõ đàn trong đêm vắng
   Một tiếng chim đêm hót trên cành
   Ta say, ta say cùng rượu độc
   Ta say, ta say lời khóc chia
   Gõ đàn, gõ đàn trong hốc núi
   Vỡ máu dâng đời những thanh tân

3. Về ngồi trên đồi cao
   Gõ đàn hát chơi, gõ đàn hát chơi
   Chân nhảy nhót một mình, trên nấm mộ xanh xanh
   Ta múa hát một mình, trong chiếc bóng lung linh

4. Về ngồi trên đồi cao
   Gõ đàn hát chơi, gõ đàn hát chơi
   Nghe gỗ đá tự tình, bên võng đời chênh vênh
   Chân múa hát một mình, trong chiếc bóng lung linh

Nguyễn Đình Phượng Uyển

TM

VŨ KHẮC TẾ

TIẾNG BÀI CHÒI TRONG KÝ ỨC

Tuổi thơ tôi gắn với những đêm tháng Giêng trước sân đình làng ở Quảng Nam. Mỗi dịp Tết đến, khi mùi nhang trầm quyện trong gió xuân và tiếng trống chầu vang lên từng hồi "tùng... tùng...", cả xóm lại rủ nhau đi coi hát bài chòi. Những mái chòi tre dựng vòng quanh sân đất đỏ, lợp tranh đơn sơ, treo một vài chiếc đèn măng xông, mà ấm áp lạ thường. Trẻ con háo hức, người lớn cười nói rộn ràng. Tôi ngồi nép bên cha, hồi hộp nghe anh hiệu cất tiếng hô.

Ngày ấy, tôi chỉ biết vui, chỉ biết chờ trúng con bài để được gõ mõ. Lớn lên rồi, đi xa rồi, tôi mới hiểu bài chòi không chỉ là một trò chơi đầu năm. Nó là một lát cắt lịch sử, một hình thức nghệ thuật dân gian được hun đúc từ chính đời sống mở đất của cha ông.

Theo nhiều nhà nghiên cứu, bài chòi ra đời vào khoảng thế kỷ XVII–XVIII, khi lưu dân từ Bắc vào khai khẩn miền Trung. Giữa vùng đất còn hoang vu, thú dữ, người dân dựng chòi canh rẫy, canh lúa. Đêm xuống, họ hô gọi nhau để giữ liên lạc, để xua thú, để vơi nỗi cô quạnh. Từ tiếng hô canh rẫy ấy, dần hình thành lối hô thai, rồi phát triển thành trò chơi đánh bài trên chòi trong những ngày nông nhàn, nhất là dịp xuân về.

"Bài" là những thẻ bài dân gian.
"Chòi" là những lều nhỏ dựng quanh sân.

Giữa sân đình, anh hiệu mặc áo dài, khăn đóng, tay cầm ống thẻ. Anh không chỉ hô tên con bài mà còn hát, còn ứng tác, còn pha trò. Mỗi câu hô là một câu thơ lục bát biến hóa, lồng ghép ca dao, tục ngữ, khi thì trữ tình, khi thì châm biếm nhẹ nhàng thói hư tật xấu. Cả sân đình im phăng phắc nghe, rồi bất ngờ vỡ òa tiếng cười.

Từ Hội An cổ kính đến Tam Kỳ bình dị, từ làng ven sông đến xóm biển, bài chòi từng là linh hồn của hội xuân. Nó không đơn thuần là trò may rủi, mà là sinh hoạt cộng đồng, là nơi người dân trao đổi tin tức, gửi gắm đạo lý, thể hiện sự thông minh, hóm hỉnh của xứ Quảng "chưa mưa đã thấm".

Có một thời, đặc biệt cuối thế kỷ XIX đến nửa đầu thế kỷ XX, bài chòi hưng thịnh khắp miền Trung. Nhưng lịch sử không bằng phẳng. Chiến tranh kéo dài khiến đình làng đổ nát, làng mạc tiêu điều. Sinh hoạt cộng đồng đứt đoạn. Nhiều nghệ nhân thất tán, nhiều câu hô chỉ còn trong ký ức. Bài chòi lặng đi theo khói lửa.

Hòa bình lập lại, đời sống đổi thay. Đô thị hóa, truyền hình, sân khấu hiện đại và sau này là internet cuốn lớp trẻ vào những loại hình giải trí mới. Những mái chòi tre thưa dần. Sân đình không còn đông như trước. Với những người rời quê lên thành phố - như tôi - Tết có pháo hoa rực rỡ, có nhạc xuân sôi động, nhưng lại thiếu tiếng hô bài chòi mộc mạc mà thấm thía.

Có những mùa xuân nơi xa, giữa ánh đèn cao áp và những quảng trường đông đúc, tôi chợt nhớ tiếng trống chầu năm xưa. Nhớ cảm giác ngồi trong một mái chòi tre, gió xuân lùa qua kẽ lá. Nhớ giọng anh hiệu ngân nga:

"Chiều chiều én liệng truông mây..."

Âm điệu ấy như mang theo cả quê nhà.

May mắn thay, những năm gần đây, nghệ thuật bài chòi đã được nhìn nhận đúng giá trị. "Nghệ thuật Bài chòi Trung Bộ Việt Nam" được UNESCO ghi danh là Di sản văn hóa phi vật thể đại diện của nhân loại năm 2017. Ở Quảng Nam, nhiều chương trình phục hồi được tổ chức, các đêm diễn bài chòi được đưa vào không gian lễ hội và phố cổ Hội An. Nghệ nhân truyền dạy cho thế hệ trẻ. Bài chòi bước lên sân khấu chuyên nghiệp hơn, nhưng vẫn cố giữ cái hồn dân dã.

Dẫu vậy, điều làm nên sức sống thật sự của bài chòi không phải là danh hiệu hay sân khấu hóa, mà là khả năng gắn kết cộng đồng. Khi người ta còn ngồi chung một sân đình, còn cười chung một câu hô, còn hồi hộp chờ tiếng gọi tên con bài, thì bài chòi còn sống.

Với tôi, bài chòi Quảng Nam là ký ức không thể thay thế. Nó là một phần tuổi thơ, một phần lịch sử gia đình, một phần căn cước quê hương. Đi xa mới hiểu, có những âm thanh đã thấm vào máu thịt. Tiếng anh hiệu giữa đêm xuân năm ấy không chỉ là tiếng hô trò chơi, mà là tiếng gọi của làng, của đất, của cội nguồn.

Có thể một ngày nào đó tôi sẽ trở về đúng dịp Tết, lại ra sân đình, tìm một mái chòi mà ngồi xuống. Dù anh hiệu đã khác, dù câu hô có đổi thay, tôi tin khi tiếng trống chầu vang lên, trong lòng mình vẫn rộn ràng như thuở nhỏ.

Bởi bài chòi không chỉ là di sản văn hóa. Nó là ký ức sống. Và với người con Quảng Nam xa quê, đó là một phần không bao giờ mất.

Vũ Khắc Tế

TN

VŨ KHẮC TĨNH

SAU NHỮNG NGÀY MƯA

Rồi cũng có một ngày tôi trở về cái thị trấn miền núi. Về lại cái thị trấn nhỏ bé nằm lọt thỏm trong những cánh rừng và đồi núi che khuất.

Tháng Bảy, trời đổ cơn mưa như trút nước suốt ba ngày liền, căn phòng nhỏ của tôi trở nên chật chội và ẩm ướt hơn bao giờ hết. Mùi sách cũ, mùi ẩm mốc xen lẫn mùi cà phê tạo nên một không gian đặc quánh hoài niệm. Tôi không ghét mưa nhưng tôi sợ cái cảm giác im lặng khi những giọt mưa gõ nhịp trên mái tôn. Nó khiến tôi nhớ đến những chuyện cũ, nhớ đến một người đã bước ra khỏi cuộc đời tôi cũng vội vã như một cơn mưa rào đầu mùa.

Đến ngày thứ tư, trời tạnh

Tôi đẩy cánh cửa sổ. Bầu trời sau mưa không xanh ngắt mà mang một màu xám bạc dịu nhẹ, trong veo. Không khí mát lạnh tràn vào phòng, mang theo hương thơm của đất ẩm và mùi cỏ dại từ khu vườn bên cạnh. Tôi thở phào: cái cảm giác ngột ngạt trong lồng ngực dường như tan biến.

Tôi bước ra ban công nhìn xuống con đường nhỏ phía dưới. Nước đã rút, chỉ còn lại những vũng nước lớn phản chiếu ánh sáng yếu ớt của mặt trời vừa ló dạng. Tôi chợt nhận ra, cũng giống như những vũng nước kia, nỗi buồn của tôi chỉ là tạm thời. Mưa có thể làm ướt con đường, nhưng rồi nắng sẽ làm khô ráo con đường..

Tôi mỉm cười, một nụ cười nhẹ nhàng mà từ lâu tôi đã đánh mất. Tôi nhận ra rằng tôi đã dành quá nhiều thời gian trú ẩn trong những ngày mưa, mà quên mất rằng sau cơn mưa, bầu trời sẽ đẹp hơn bao giờ hết.

Nỗi nhớ, nỗi buồn hay cả những tiếc nuối, cũng giống như những giọt mưa kia, rồi sẽ thấm vào đất, để lại không gian trong lành cho một khởi đầu mới.

Tôi nhấp một ngụm cà phê, hương vị không còn đắng ngắt như hôm qua..

Sau những ngày mưa. Tôi lại bắt đầu yêu nắng.

Tôi ngồi trong một quán cà phê khuất trong con hẻm sâu của thị trấn, nhìn bầu trời trong veo sau cơn mưa bất chợt, kéo dài ba ngày, nhìn con đường nhựa đã cũ, ẩm ướt nước mưa như đen sẫm lại. Từ đầu con hẻm đến cuối con hẻm cụt, không thấy một bóng người, một cánh chim bay. Chỉ có mùi nhựa hắt lên nồng nồng bay thoáng qua trong gió.

Tôi đứng dậy và đưa tay ra hứng những giọt mưa còn đọng lại trên mái hiên rơi xuống sau cơn gió nhẹ thoáng qua. Đột nhiên tôi thấy buổi chiều hẩm hiu. Một nỗi buồn hẩm hiu nào đó vừa xâm chiếm một con vật đang đứng bình yên gặm cỏ, bất chợt ngẩng đầu lên, không trông thấy gì, nhưng đánh hơi trong không khí xung quanh, biết rằng mình bị vướng vào lùm xùm, không có lối thoát.

Tôi muốn kêu lên một tiếng, biết rằng làm như vậy sẽ làm nhẹ bớt những nỗi niềm, nhưng tôi còn phân vân không dám manh động, sợ làm hỏng một buổi chiều vàng vọt trong thị trấn miền núi yên tĩnh.

Con hẻm chỉ còn những vệt nắng rơi vung vãi trên những khóm cây thấp lè tè cúi đầu ướt sũng mưa, mây thì sà xuống thấp trên đầu những ngọn núi cao chót vót chon von. Tôi ngồi nhìn qua khoảng không gian chật hẹp của con hẻm dài nhưng cụt ngủn, tim tôi phập phồng nhè nhẹ im trôi.

Những cơn mưa nặng hạt như bất chợt có thể làm cho ta tận hưởng giây phút rối rắm, phức tạp cùng với một khoái cảm lạ lùng biết bao! Tất cả những cảm thụ, những hồi ức bỗng nổi lên trong tâm thức, bạn bè dần dần tan đàn xẻ nghé, những nụ cười rồi cũng lần hồi tàn phai, những hy vọng tiềm tàng sớm muộn gì cũng gãy cánh như những con bướm đêm, giờ chỉ còn một con sâu đo đã lột xác bò vào những chiếc lá xanh non tơ tìm một miếng ăn ngon miệng và đang làm ruỗng nát chiếc lá ra, hình ảnh em ngày nào trong một thoáng ở cái thị trấn miền núi từ từ hiện ra qua màn mưa nhòa và đất ẩm ướt. Tôi cũng tự lấy lại một chút tự tin, lấy cây bút bi hí hoáy trên mảnh giấy và bắt đầu làm cái công việc ghi chép lại đầy ngẫu hứng, là trò chuyện qua sự mô phỏng hơn là tiếp cận với em nhằm làm xé toạc tấm lưới mỏng manh của mưa để có thể nhìn thấy được con đường, một khoảng không gian gợi mở hơn là chìm trong mù mịt hoang vu.

- Chào em yêu thơ, đam mê thơ

Tôi đang viết cho em một cô gái có một không hai từ một miền quê, không phải ở Sài Gòn đâu nhé, nơi mà định mệnh của em và tôi chỉ biết rong ruổi qua từng ngõ phố, con đường trong sự lạc quan về số phận đời người.

Và tôi nay đã có sự chuẩn bị tư thế sẵn sàng ở lại nơi này cùng em đi đến tận cùng ngõ ngách vùng quê yêu dấu này. Tôi đóng vai một con người dám làm, dám chịu mọi hành tung bất đắc dĩ xảy ra trong mọi tình huống, tức là ghi chép lại những mảng tối, sáng hầu tái hiện lại một cách sinh động về em. Nếu trò chơi viết lách vô thưởng vô phạt một cách ngẫu hứng của tôi thành công, tôi sẽ nói đó không phải là một trò chơi dễ dàng chút nào, mà sẽ có một lời tuyên bố rằng tôi có thể đứng ra làm một quyết định trong phạm vi hạn hẹp đúng với khả năng lập luận sở trường sở đoản, là làm thay đổi mọi ràng buộc cắc cớ dẫn đến một tình huống trớ trêu nếu có.

- Chắc em còn nhớ đến ngày ra đi không kèn không trống, trốn chạy khỏi thị trấn, em đã từng gọi tôi là nhà thơ. Trong sự tột cùng của lý trí mà em còn thốt lên được sự quý trọng một người làm thơ như tôi, đến giờ tôi cũng không biết được nên vui hay buồn. Tôi tự hỏi tôi như vậy.

Bởi vì tôi không mấy tin vào tài năng của tôi lúc thế này, lúc thế nọ, không đồng nhất. Mọi sự ngẫu nhiên không nắm bắt hay sờ mó được mà phải bằng sự cảm xúc tung hứng làm nên sự mầu nhiệm, vậy mà đến nỗi tôi có dự định dần dần từ bỏ việc viết lách làm thơ trong một thời gian, đến khi nào cảm thấy mọi việc hứng chí trở lại cũng không muộn, theo như tôi biết, thơ văn là vô bờ bến. Và sau đó sẽ làm một cuộc dấn thân mạnh mẽ trong hành động.

Những niềm vui của tôi ở đây thật là lớn lao về cuộc sống rất đơn giản và xuất phát từ những niềm đam mê có yếu tố quyết định vĩnh cửu trong sự ràng buộc qua thời gian, thời tiết nắng mưa, không khí trong lành, sông núi, ruộng đồng và những bữa ăn đạm bạc nhưng rất ngon miệng. Tôi đến, tôi đi theo một lộ trình của một con người cần cù, biết tường tận mọi trở ngại, khó khăn, mọi va vấp, nên cuộc trò chuyện chóng vánh được thực hiện với người bản xứ thuộc lòng địa hình. Thỉnh thoảng khi ngôn từ không đủ sức diễn tả, tôi sẽ làm một động tác nhún vai và đi dạo lòng vòng đâu đó cho khuây khỏa, và khi đi dạo lòng vòng không đủ nữa, tôi huýt sáo giữa mênh mông trời đất để động viên tinh thần cho thoải mái, phấn chấn trong lòng.

Có lúc hứng lên huýt sáo một bản *sonate* chiều tà của Schubert, thế là ta cảm thấy hao hụt và biết đến các sáng tác trong âm nhạc của Franz Schubert mang tính biểu diễn. *Serenade* là những bản nhạc được biểu diễn trong những buổi chiều tà. Giai điệu thường được cất lên dưới những khung cửa sổ dành riêng cho người tình hoặc bạn bè. Thói quen ấy bắt đầu vào thời kỳ Phục Hưng cho đến ngày nay vẫn còn tồn tại ở một số nơi trên đất châu Âu.

Dư vị ngọt ngào dù có nắn nót đi mấy cũng bị mã hóa theo thời gian, và cảm xúc chợt nhận ra đời mình thật là vô vị, khốn khổ, không xứng đáng với kẻ từng được tung hô và từng trải nghiệm cung cách sống.

Tim mình, hơi thở mình cứ chao qua chao lại, có lúc hụt hơi như con thoi của người dệt cửi. Nó nói đến thời gian tôi đang sống, theo chân rong ruổi của em, tôi tin rằng mọi việc, mọi nhu cầu sẽ êm xuôi.

Bởi lẽ điều này, em cũng thừa biết tầm vóc của con người không phải lúc nào cũng tuân theo một quy tắc nhất định.

Tâm hồn con người luôn biến hóa theo thời gian, sự tĩnh lặng, cô liêu trong sự hạn định có chuẩn mực.

Nhìn từ cái tâm trạng của mình lúc này đây, con người hiện ra trước mắt mình không như một cái gì đó hồn nhiên mà trái lại tựa như những mắc xích liên đới nhau trong sự tha hóa của thời gian, như những con thằn lằn đứt đuôi nhưng vẫn nhởn nhơ sống trong bầu khí quyển, và trong một khoảng thời gian nào đó sẽ mọc đuôi trở lại trong sự bảo hòa của chất khí *acide carbonique*, và dĩ nhiên sẽ có một sự hoài nghi về loài động vật này, đứt đuôi chỉ là tình thế bắt buộc tạm thời trong một tai nạn, dày đặc những lời ta thán, dày đặc cây cỏ mục nát từ đó hình thành ra tạo vật. Một mớ hỗn độn phi lý không còn thấu hiểu nổi. Những khái niệm trừu tượng mơ hồ không có thực mà một số người đó yêu thích những khái niệm siêu hình trong nghệ thuật phản ánh một tâm trạng, một trào lưu văn hóa, một mảng văn học có tầm cỡ từng làm quyến rũ biết bao nhiêu người trong xã hội, trong đó có em, có tôi và hằng hằng con người mang ơn Thượng đế.

Nói đến giá trị thì ở đâu cũng có giá trị như nhau dưới hơi thở dốc hết toàn lực của sự hủy diệt. Tôi cảm thấy mình đã ngoi lên để thốt ra những ngôn từ và âm thiết đầy ấn tượng, đôi khi thậm chí không thành ngôn từ mà chỉ là những tiếng ú ớ, một tiếng ôi thôi, một tiếng ừ rất đỗi ngờ nghệch, hay là giả bộ ngờ nghệch không biết gì, có trăm ngàn cách nói không trúng trật vào đâu hết. Sau đó làm cho chúng ta mất hứng thú và bị tiêu diệt một cách trơn tru, và ngay cả những ý niệm sâu xa nhất, nếu được đem ra mổ xẻ, rồi cũng để lộ ra bản chất là không làm gì những con búp bê nhồi cảm và giấu trong cảm là một cái lò xo bằng thép đã rỉ nhưng rất cứng có thể đàn hồi lên xuống.

Em hiểu mình, tôi hiểu mình và những con người xung quanh có sự tương tác nhau cũng tự hiểu mình để thấu rõ hơn những suy nghĩ bâng quơ tưởng đâu dữ dội ấy không hề làm cho tôi nao núng mà trái lại, chúng còn là một thứ bùi nhùi bằng rơm rạ không thể thiếu để nhen nhóm lên ngọn lửa sưởi ấm bên trong tâm hồn cô quạnh của bất cứ một ai trong chúng ta, nếu nhận ra được nguồn cơn điên loạn không cảm hóa được, và tôi đã thấy cũng như trong nháy mắt đã giao hảo với em cùng một tâm trạng với người đàn ông nào đó trong xóm làng diễn ra vô hình vui vẻ và đồng bóng, từ nay trở đi, tôi có thể, em hay một anh bạn của tôi có thể sắm vai diễn một cách trơn tru bóng bẩy trên trái đất cho trọn vẹn, nghĩa là mạch lạc, đồng bộ và không tỏ ra thất vọng nản chí. Và một khi thấy mình cũng công tác trong tác phẩm mà mình là người đang diễn xuất trên sân khấu ở một làng quê xa xôi hẻo lánh... Một thị trấn ngút ngàn rừng núi bao bọc xung quanh.

Chính vì thế mà khi lướt nhìn qua một vở bi hài kịch hay một câu chuyện nào đó qua sân khấu của vũ trụ, tôi có thể thấy em ở trên một ngọn đồi đang búng bẩy với thời gian, một trò chơi để hai đầu ngón tay trỏ và ngón tay cái khít lại rồi bật tung ra.

Những ngọn đồi thoai thoải chạy dài qua những thung lũng khói sương mù mịt, như thể thung lũng ở trên Di Linh – Lâm Đồng không khác gì nhau, rất đẹp. Nếu anh là một người mới đến, anh sẽ cảm nhận được điều tôi vừa nói là đúng. Thị trấn của những thung lũng sương mù mà thiên nhiên đã ban tặng...

Những bản tính và lòng kiêu hãnh, dị hờm, có khi nghịch ngợm rồi cũng có một ngày nào đó hoan hỉ, vì những con người có máu mặt của sự hủy diệt nhiều vô kể mà không thể một sớm một chiều đánh bại, bởi như thế chủ đích của tôi cũng na ná như em trong muôn hình vạn trạng, có cuộc sống hầu như vô vọng, sẽ sớm trở thành anh hùng rởm, và tâm hồn biết đâu đã đạt được một tầm nhìn vĩ đại bi tráng hơn những gì ta tưởng.

Chắc chắn em phải coi cuộc đời em đang sống là một cuộc đời hạnh phúc bên người thân yêu và gia đình. Có khi va vấp vào những rối rắm, nhưng không sao, đời mà hơi đâu. Một câu nói trên đầu môi chót lưỡi, coi nó là thế, nó ắt là thế hiện thực bất biến. Tôi không muốn mất hứng nếu ta cùng đi, cùng nhắm mắt, ghé mũi ngửi, thở dài rồi bắt tay nhau trong cái cười sảng khoái. Đời là thế ư!

Em lâu nay cũng khớp với cái hạnh phúc nửa vời là làm sao cho vừa tầm vóc với chính mình, và tầm vóc của em bây giờ, lớn hơn tầm vóc của một ai đó sống trong thế gian này còn đầy những bất trắc và rủi ro. Dù sao những quan điểm còn trái ngược nhau.

Còn về phần tôi, tôi thường hay quên, tôi tự dèm pha, tự lạc lối, lòng tin của tôi cũng rơi rớt đâu đó dọc đường, cũng là một bất tín cạp lần vào nhau. Đôi khi tôi cảm thấy muốn làm một cuộc đổi chác riêng tư, đổi cả cuộc đời lấy những giây phút sống ngắn ngủi. Nhưng tôi luôn nắm chắc tay lái. Tôi chẳng bao giờ quên điều đó. Ngay cả trong những phút giây ngọt ngào nhất của kiếp nhân sinh này, tôi cũng không bao giờ lãng quên, đánh mất cái đích đã nhắm để vươn tới.

Tôi còn nhớ cái ngày cùng với em đi xuyên qua một ngọn đồi để về lại con dốc thoai thoải chạy xuôi về xóm làng. Em bỗng dưng đi một hướng khác. Tôi vội vã đi một hướng khác, nơi có một thị trấn nhỏ chỉ mất ba mươi phút đi bộ. Em lúc này đi đến khu vườn đầy cây trái ngọt đong đưa ở gần khu dưỡng lão. Tại đó có những người xưa cổ và những cây cổ thụ cao ngất ngưởng. Đây đó những cây chuối lùn mới trồng, những cây sữa nở bông màu vàng. Từng bầy ong sẽ bay đến bu vào những bông hoa nở rộ, những bông hoa run rẩy đón chúng hút nhụy của mình.

Em ngắm nhìn và dạo bước, tôi dạo bước ngây ngất lặng lẽ như trong một giấc mơ. Bỗng nhiên ở một góc khuất trong con đường quanh co, hiện ra một nhóm nhỏ học trò và cô giáo, vừa đi vừa nói chuyện và hát nghêu ngao bản nhạc "Lối về xóm nhỏ". Em cũng bắt chước hát theo dăm câu... "Về thôn xưa ta hát khúc hoan ca..." Em đi lướt qua mà cũng không còn nhớ có bao nhiêu học sinh, em chỉ nhớ cô giáo trẻ, thân hình mảnh mai gợi cảm, tóc đen tuyền xõa ngang vai, mặc chiếc áo dài xanh da trời.

Với sự mạnh bạo thường có trong mơ, em ghi lại và nói trong cảm xúc: "Cô giáo và nhóm học trò nhỏ" rất đẹp và dễ thương lắm. Em đã nói luôn miệng trên con đường về. Thú vị, rất thú vị. Thế rồi hối hả vì quá ít ỏi thì giờ, để nói về cuộc đời này, về nhân tình thế thái, về nhân sinh quan, về triết lý, một quan niệm chung của con người.

Em không bao giờ quên nỗi hân hoan và sầu muộn của một kiếp người. Em và nhóm nhỏ học sinh và cô giáo không quen đó đã thành bạn cố tri, thành người bạn cũ sau này. Họ đã mang trách nhiệm đối với tâm hồn, hôn nhân, nhân cách và thể xác, quả cảm, chân thực trong cái nhìn đằm thắm của cô giáo trẻ. Em vội vội vàng vàng chỉ vì mấy phút sau ấy em sẽ lìa xa cô giáo và nhóm học trò kia mãi mãi. Trong không khí, em ngửi thấy sự say đắm và cái chia xa dần đi vào ngõ cụt.

Xe đến, xe đi bóp còi inh ỏi. Tôi giật mình như tỉnh mộng. Tôi cúi đầu chào hai cô gái mới quen. Làm sao tôi có thể quên được cái hồn nhiên với nụ cười chúm chím trên môi? Qua trò chuyện trong chốc lát, tôi mới biết được hai cô gái sinh đôi đó là em ruột của em trong thị trấn này.

- Chú làm gì ở đây? Thị trấn này quanh năm sương khói mờ mịt. Có gì đáng để tham quan? Đây đó núi đồi và mấy quán cà phê, những cái ấy nghĩa là gì nhỉ? Chẳng có nghĩa gì hết.

Tôi nhìn hai cô gái, dò xét phản ứng trên nét mặt

- Chú đến đây theo đôi chân mách bảo khám phá nơi đồi núi bí ẩn này. Hai cô còn đi học nên không biết được. Tuy nhiên, theo chú không thể nói vô nghĩa được, chú vẫn thấy thị trấn thơ mộng đấy chứ.

Hai cô gái cảm thấy không mấy hứng thú trong câu chuyện này nữa, có lẽ không thấu hiểu hết mọi chuyện trên trời dưới đất này để nói. Câu chuyện bỗng dưng gác lại nửa chừng.

Nhưng tại sao tôi lại thích ghi chép lại những điều này và cho hai cô gái biết. Để cho hai cô gái thấy mình không quên một giây phút nào mà chúng ta vô tình lại gặp nhau tại nơi này, và cũng để có dịp tung hứng cái lơ ngơ trong thói quen cố hữu tốt xấu, cái hào nhoáng bề ngoài của một vùng quê yên tĩnh.

Giờ đây, khi tôi không còn ở trước khu đồi thấp được san ủi tạo thành mô đất rộng lớn, trên đó là những ngôi nhà gỗ bán cà phê, ở xa nhìn lên rất đẹp. do đó có tìm mỏi mắt cũng không còn thấy em, khi tôi không còn tỏ ra ủy mị và lố bịch, tôi có thể nói với hai cô gái đó rằng:

- Tôi quý mến hai cô vô cùng

Tôi đã ghi chép lại tỉ mỉ, và đã viết xong sau đó. Tôi đã nói chuyện qua cách tiếp cận bằng ngôn ngữ và âm tiết với em, nhóm học trò nhỏ, cô giáo và hai cô gái em ruột của em. Tôi cảm thấy nhẹ nhõm, nhưng không hình dung ra được nhẹ nhõm như thế nào.

Tôi vẫy tay gọi một ông đứng tuổi sồn sồn đang đẩy chiếc xe bán trái cây bên vệ đường, núp bóng dưới cái ô dù may bằng vải xòe to. Ông ta đang thử mô hình buôn bán trái cây lâu năm của ông có đem lại sự giàu có không, hay chỉ ổn định được cuộc sống lắm nhiêu khê này.

- Lại đây, thưa ông, tôi gọi.

Ông ta niềm nở chào, nhưng không vội trả lời.

- Nói đến cuộc sống là rắc rối, rối ren, phức tạp. Ông ta nói tiếp, chỉ có chết mới hết được rắc rối. Sống thì còn kéo dài dây dưa trong vòng lẩn quẩn cơm áo gạo tiền.

Ông ta cân xong rổ trái cây cho khách, nói tiếp:

- Chú mày có hiểu sống nghĩa là gì không?

Tôi hiểu nhưng vẫn không nói gì. Tôi biết ông ta nói có lý, tôi biết vậy, nhưng tôi không thốt ra được lời nào. Cuộc đời tôi đã đi chệch hướng và sự giao tiếp của tôi với mọi người chung quanh giờ đây đã trở thành một cuộc độc thoại đơn thuần. Tôi đã xuống cấp như ngôi nhà bỏ hoang không có người ở, nếu phải chọn giữa việc phải lòng một cô gái nào đó và đọc một quyển sách nói về tình yêu, về thi ca, chắc tôi sẽ chọn cuốn sách nói về thi ca, như em đã từng nói thế.

Ông ta là một người ưa nói chuyện, nhưng sự hiểu biết có chừng mực, tôi đoán như vậy.

- Đừng có logic máy móc quá không hay lắm đâu, chú em ạ. Cứ gọi là chú em đi, vì chú còn trẻ, nhỏ tuổi hơn ông anh này cái chắc.

Ông ta nói toàn chuyện trên trời dưới đất, ngổn ngang chuyện tào lao thiên đế, chẳng ăn nhập vào đâu hết, toàn là mang hơi hướng triết lý suông như cối xay cùn, ông ta lượm lặt được ở đâu đó nói đi nói lại đâm ra sáo mòn, nhưng ông ta nói quen miệng rồi, nghe cũng được không cũng được. Tôi nghe một cách miễn cưỡng.

Ông ta như chợt nhớ ra trong đống kỷ niệm đổ nát, những lời nói đầy khôn ngoan:

- Khi rơi vào tình thế rủi ro, không may xảy ra, chú em đừng lạy Chúa Toàn năng hay nghe lời mấy ông thầy tu ở chùa nói làm gì, chẳng cho thiên đường nào khác để lên đâu.

Ông ta cười một cách sảng khoái. Đột ngột dừng lại, không nói thêm một lời nào nữa, hít một hơi sâu vào lồng ngực rồi thở ra một hơi dài.

Ông ta nhìn thẳng vào mặt tôi:

- Thế nào? Ông ta hỏi.

Và khắc khoải chứ!

- Ta nói chừng đó đủ rồi. Biết chi nói nấy, vậy mà có ngày ta im hơi lặng tiếng, không thèm nói với ai một lời nào, cạy răng ta cũng không nói.

Tôi cúi đầu chào ông ta, rảo bước đi thật nhanh

Ông ta cười cười, đẩy chiếc xe trái cây đi chỗ khác bán, miệng nói lẩm nhẩm chuyện chi đó không nghe rõ.

Ngày ngắn dần, trời mau tối và mỗi ngày về cuối chiều, lòng người trở nên bứt rứt không yên. Một nỗi bàng hoàng ban sơ chụp lấy chúng tôi, nỗi bàng hoàng của cha ông ta xưa khi thấy mặt trời mỗi ngày tắt một sớm hơn trong những tháng mùa thu. Cha ông hẳn tỏ ra tuyệt vọng nhưng không sao.

Sau ba ngày mưa dầm dề, thị trấn trở lại bừng sáng, dòng sông trở lại vẻ yên bình, và cuộc sống lại tiếp diễn. Mưa, rồi cũng qua, và tình yêu thương vẫn còn lại ấm áp như ánh mặt trời sau mưa.

Tôi nhấp ngụm trà nóng, lòng cảm thấy nhẹ nhàng...

Vũ Khắc Tĩnh

TM

NGUYÊN CẨN

VỊ NGỌT ĐẦU ĐỜI

Một đêm mưa chợt thức giấc nghe tiếng mưa reo trên mái nhà bâng khuâng nhớ lại trong giấc mơ tình cờ gặp những gương mặt tưởng đã nhạt nhòa trôi xa trong ký ức. Nỗi nhớ ngập tràn như Henry Miller có lần nói: "Sứ mệnh con người trên mặt đất này là nhớ." Hình ảnh không theo lớp lang nhưng lần lượt hiện về.

Kỷ niệm đầu đời giống như những nét vẽ đầu tiên, vụng về nhưng rất thật, nhất là khi nó bất ngờ xuất hiện trong mơ.

Trong mơ lại thấy biển, lại thấy những đồi cát mênh mông tưởng chừng vô tận ngày thơ trẻ, những lần nghỉ học kéo nhau vào những bụi cây sum suê, hái trâm, loại trái mà ngày ấy Vũng Tàu nhiều vô kể. Trái trâm chín có vỏ ngoài đen như than, ruột bên trong tím ngắt, vị ngọt quyện với một chút chát nhẹ, thường ăn kèm với muối ớt sẽ 'đã' hơn. Trái trâm mọc thành chùm giống như nho, có thể hái cả chùm rồi ngồi bỏ vào bao ra biển hóng gió, nhâm nhi những trái trâm chín mọng tím đen ngọt. Người ta nói mùa trâm bắt đầu từ giữa tháng 4, kéo dài đến hết tháng 6 nhưng ngày ấy hầu như mùa nào cũng có ít nhiều. Khi nhắc đến quả trâm rừng, nhiều người sẽ nhớ ngay đến bài đồng dao quen thuộc:

"Trời mưa lâm râm.

Cây trâm có trái.

Con gái có duyên...".

Quên sao được hình ảnh một cậu học sinh thành phố vì không kịp chuyển trường giữa năm lớp 6 lần đầu theo ba mình ngượng nghịu vào một ngôi trường đạo, Thánh Giuse ... ở Trung tâm thành phố. Nhìn những lớp học khang trang, học sinh nghiêm cẩn học hành, ngoài hành lang một vị cha áo đen đi đi lại lại, gương mặt nghiêm trang, đó là ngài Tổng giám thị, cha Hiệp, dáng cha mạnh mẽ, cứng cỏi, cặp mắt thì khỏi nói, không có học sinh nào dám nhìn. Có hai thầy phụ tá nhưng hầu như cha luôn trực tiếp đi rảo quanh các lớp và cả sân trường. Bọn trẻ gọi cha là "Hiệp sĩ áo đen" nhưng hiệp sĩ này không đeo kiếm mà có một cây roi mây rất to và theo lời kể của những "tội nhân" đã nếm đòn thì chỉ hai roi là không đứng dậy nổi! Từ thành phố ra, tôi hầu như bị cô lập vì chung quanh là những kẻ xét nét, xem cái thằng 'Sài Gòn' này có chịu chơi, hòa hợp không. Một khó khăn mà tôi gặp phải là do chuyển nơi học giữa năm nên không kịp chuyển trường công vì ba tôi quá bận, ông nhận thầu một công trình quân sự của quân đội Úc nên phải ra Vũng Tàu và mang tôi theo nên quyết định học trường tư cho dễ. Cũng mất khoảng gần 10 ngày mới thu xếp được, tôi bỏ mất một chương trong môn Toán, phải cố gắng nhiều hơn các bạn. Mẹ và hai em ra sau. Thầy giáo dạy toán, thầy Đính, rất nghiêm, đứa nào ho hay có dấu hiệu cảm là thầy đuổi ra khỏi lớp. Thầy dạy lại hơi khó hiểu nên trong lớp có đứa cũng muốn chống thầy nhưng không biết cách nào thì thời cơ đã đến một cách không ngờ.

Đó là một buổi chiều thứ sáu có giờ dạy của thầy mà lại là hai tiết cuối. Thầy đi trễ. Thằng Tuấn, con một ông chủ xe đò, quậy nhất lớp la lên: "Thầy nghỉ rồi, bay ơi! Tụi mình ra biển tắm đi!" Quay sang tôi, Tuấn hất hàm: "Thằng Nguyên, mày đi không?" Tôi nghĩ đây là dịp tốt để làm quen va kết thân với chúng nó, đám "xóm nhà lá hổ báo" này, nên gật đầu ngay "Tao đi". Khi cả bọn vừa ùa ra hành lang xuống cầu thang, nghe tiếng thằng Lạc, một thằng hiền lành nhút nhát gọi với theo: "Thầy tới rồi kìa! Tụi bay dô đi!", nhưng thằng Tuấn gằn giọng: "Đi thôi, kệ ổng cho ổng biết thế nào là dạy dở! Biến theo tao nhen tụi bay. "Tôi ngần ngừ nhưng thằng Tuấn xô vai nói: "Mày đi theo tụi tao, nhát như thỏ thì dô Sài Gòn mà ở." Thế là tôi theo cả đám chúng nó lấy xe đạp phóng ra biển. Nơi chúng chọn là Bãi Dứa, có tên thơ mộng là bãi Phong Trần. Chúng tôi ngồi chơi trên các mỏm đá và tắm biển, 17 đứa tất cả, tung tăng mãi đến gần 5 giờ khi bóng chiều đã hiện lên mặt biển. Mặt trời hắt những tia nắng cuối cùng trong ngày. Cả bọn lục tục kéo nhau ra về. Những gương mặt nghịch ngợm cũng mệt mỏi khom mình chạy thật nhanh về nhà. Riêng tôi, một cảm giác hối hận tràn ngập vì tôi sợ ba tôi sáng mai đây khi nhà trường ra quyết định kỷ luật sẽ buồn vì tôi trong khi ông đang hy sinh làm việc ngày nào cũng đến 2, 3 giờ sáng mới về. Tôi cắn môi suy nghĩ và trong một tích tắc hồi tâm tôi phóng xe về thẳng trường vừa lúc đang tan. Tôi chạy vội, vất xe dưới một gốc cây, cắm đầu chạy thẳng đến phòng Tổng Giám Thị. Tôi gõ cửa, cha Hiệp thò đầu ra, "Mày lớp nào?" Tôi lí nhí: "Dạ, lớp 6A2". "Vô đây", cha nói, "Mày tìm cha có chuyện gì?"

Tôi nói ngay: "Thưa cha, con có lỗi xin thưa với cha. Cha tròn mắt: "Lỗi gì?" Tôi lúng túng giây lát mới mở miệng được: "Dạ, hôm nay tụi con trốn học giờ Toán thầy Đính đi tắm biển vì tưởng thầy nghỉ." Cha gằn giọng: "Sao mấy đứa không chờ thầy?" Tôi đành thú thực: "Dạ, thầy nghiêm quá nên tụi nó sợ." Cha bật cười: "Sợ mà dám trốn học?"

Tôi cảm thấy bình tĩnh hơn: "Cha cứ phạt con nhưng xin cha đừng méc ba con". Cha hỏi tiếp: "Bao nhiêu đứa?" "Dạ 17 đứa." "Mày nhớ tên không?" "Dạ nhớ được một số bạn tại con mới từ Sài Gòn ra nên không biết hết các bạn." Cha nói: "Biết đứa nào thì kể tên ra." Tôi kể được khoảng 7 đứa. Cha ghi nhận và hỏi "Còn mày tên gì?" "Dạ, con tên Nguyên." Cha gật đầu, cúi xuống hý hoáy ghi tên tôi và nói: "Thôi về đi."

Ngày thứ bảy sinh hoạt tập thể nên phải đến sáng thứ hai, chúng tôi mới được thầy giám thị thông báo 17 em nghỉ học chiều thứ sáu lên gặp thầy Tổng Giám thị sau giờ học. Nhiều đứa đi chơi hò hét gào la là thế mà bây giờ mặt mày tái mét, hỏi nhỏ: "Bây giờ nói sao tụi bay?" Thằng Tuấn tỉnh bơ: "Kệ mẹ nó, có sức chơi có sức chịu, chắc lĩnh roi rồi, chịu khó nhét mấy cuốn tập dô đít quần cho đỡ đau."

Và chúng tôi vào phòng Cha Hiệp. Chờ tất cả ngồi yên, cha nói: "Đứa nào bày đầu cho tụi bay trốn học?" Không đứa nào dám trả lời vì thằng Tuấn rất dữ, không đứa nào dám trái ý nó. Cha lại nói: "Nếu tụi bay không khai là cha hạ hạnh kiểm hết." Tụi nó nhìn nhau rồi cúi đầu yên lặng. Cha hỏi thằng Tuấn: "Mày tên Tuấn phải không? Mày nói coi vì sao trốn học?" Tuấn lẩm bẩm: "Dạ tại thầy dạy tụi con hổng hiểu gì hết mà nghe tin thầy nghỉ tụi con mới đi, hổng biết thầy đi trễ." Cha gằn giọng: "Bịa đặt. Nói dối là phạm tội với Chúa nhen con. Chúa cấm nói dối qua Điều Răn Thứ Tám: 'Ngươi không được làm chứng dối hại người lân cận mình', nhấn mạnh sự dối trá đi ngược lại bản chất của Thiên Chúa, là Cha sự thật, và có hại đến linh hồn, danh dự, mối quan hệ con người; khi phạm lỗi, hãy ăn năn ngay để được Chúa tha thứ. Các con còn nhỏ mà đã nói dối là mầm mống của sự hư hỏng trong tương lai. Cha biết là thầy đi trễ, có đứa nói là kêu tụi bay trở lại nhưng tụi bay cố ý trốn học. Biết tội chưa?"

Cả đám gật đầu: "Dạ, tụi con biết tội rồi." "Bây giờ sao, cha sẽ đánh mỗi thằng 2 roi tượng trưng cảnh cáo."

Từng thằng một nằm lên cái bệ xi măng trong phòng thầy. "Thằng Nguyên đâu?" Tôi lí nhí: "Dạ thưa Cha, con đây." Cha dõng dạc: "Mày bước ra về. Còn 16 thằng ở lại." Bọn nó trố mắt nhìn tôi, kinh ngạc. Không đứa nào biết chuyện gì xảy ra vì Cha không nói gì. Cha rờ lưng từng thằng, không được lót bất cứ thứ gì, tập vở, bìa cứng hay giấy... và bắt đầu nện vun vút những ngọn roi, bọn trẻ mím môi, không dám khóc.

Hôm sau vô lớp tụi nó xúm quanh chất vấn tôi: "Sao ổng tha mầy?" Tôi lắc đầu: "Tao không biết. "Có tiếng léo nhéo: "Ba mày quen Cha phải không?" Có thằng la lên "Chắc nó con rơi của ổng mày ơi!" Mặc chúng nói gì, tôi cũng đã thoát một trận đòn, kinh nghiệm nhớ đời.

Kỷ niệm thì nhiều dù chỉ có một năm ngắn ngủi, tôi nhớ những ngày trước khi đi học, chở vịt ra chợ cho mẹ bán. Có lần máu bắn tung tóe, một con vịt quẹt cổ vào căm xe đạp, cổ tươm máu, khi giao cho mẹ tôi mới phát hiện. Cả ngày hôm ấy tôi ngẩn ngơ buồn, không biết vì làm mẹ mất một con vịt hay là thương con vịt bị mình làm chảy máu ...(?)

Rồi có một lần thầy Trí, thầy giáo dạy văn rất giỏi, của tôi đến nhà như một sự tình cờ, ghé thăm ba tôi và thầy hỏi ba tôi rằng thằng Nguyên nó có anh em gì ngoài này không thì ba tôi chỉ nói rằng gia đình ở đây nó là lớn nhất, thằng anh ở Sài Gòn học thi tú tài không ra đây. Nó ra Vũng Tàu với hai thằng em thôi mà thầy hỏi vậy nghĩa là sao thì thầy Trí mới nói: "Là vì khi cho lớp làm bài Việt văn lục cá nguyệt (học kỳ) vừa rồi, tôi chấm bài văn của nó, cho nó 17 điểm rưỡi trên 20. Lớp nó đồn rằng là thằng anh nó làm giùm bài luận cho nó. Chứ không phải là nó làm mà cũng vì tôi thấy bài của nó không có giống một bài văn mẫu nào hết, khá độc đáo nên tôi thắc mắc không biết có ở nhà có ai làm giúp nó không?" Ba tôi nói: "Không, tôi đi làm suốt ngày tới khuya mới về, nó tự học một mình thôi không có ai ngoài này hết." Và lúc đó thầy ra cái đề là, "Tả một cuốn lịch" thì thường tất cả các học sinh khác đều viết về công dụng của cuốn lịch là coi ngày coi tháng và đảm bảo thời gian, vân vân nhưng tôi thì lại mô tả thêm cái bức tranh trong cuốn lịch. Tôi viết đại loại trên cuốn lịch có một bức tranh, cảnh một con trâu nằm với chú mục đồng đang thổi sáo ở một ngôi làng quê Việt Nam êm đềm trên cánh đồng xanh biểu hiện sự an bình. Xa xa, hình ảnh buổi chiều nơi thôn quê khi mặt trời nghiêng bóng hắt xuống cánh đồng một màu vàng óng dịu nhẹ. Khói lam chiều từ những mái nhà tranh bay lên, mỏng manh và êm ả, hòa vào bầu trời đang dần ngả sang màu tím... Lâu rồi tôi chỉ nhớ mang máng vậy.

Đồng thời, tôi cũng kết luận là nhớ lời ba tôi dạy là, "Xuân bất tái lai", nghĩa là mùa xuân chẳng bao giờ trở lại hai lần, do đó tôi phải trân trọng, phải gìn giữ tuổi trẻ của mình.

Vì những điều đó mà thầy thấy rằng suy nghĩ của tôi vượt lên trên tầm suy nghĩ của một đứa trẻ 12 tuổi. Và quyết định cho tôi 17 điểm rưỡi nên khi nghe trong lớp nó đồn rằng là anh nó làm giùm, thầy cũng ngờ ngợ tin, nên muốn đến nhà vừa thăm nhà đồng thời cũng vừa để biết thêm gia cảnh của tôi. Môn toán thì tôi gặp đôi chút khó khăn, nhưng sau vài tháng thì tôi bắt đầu phục hồi lại và cuối năm đó tôi đứng hạng 5 trên 52 đứa trước khi chuyển về Sài Gòn trở lại.

Nhớ thành phố Vũng Tàu với bao nhiêu nhộn nhịp về đêm và bao nhiêu cám dỗ, tuy nhiên ba tôi luôn dặn các con phải đi đến nơi về đến chốn không được nhìn ngang ngó ngửa mặc kệ những cô gái mắt xanh môi đỏ õng ẹo cặp tay mấy anh lính viễn chinh Hoa Kỳ đi nghênh ngang ngoài đường ngoài phố hay dọc biển, phía Bãi Trước, rất nhiều snack bar xập xình ca nhạc. Nhưng quân đội Úc thì hết sức nghiêm túc, sau năm giờ chiều tất cả đều phải cấm trại ở trong doanh trại hết và không ai được ra ngoài. Ba tôi khen người Úc kỷ luật và dặn tôi phải sống như vậy mới được. Còn bao nhiêu kỷ niệm nữa có thể nhớ như một lần đi chơi với các bạn vào đường hầm trong Tịnh Xá Ngọc Bích nơi quân đội Pháp hay Nhật ngày xưa trú ẩn, chúng tôi cầm đèn cầy đi bỗng dưng tắt ngúm (chắc vì thiếu oxy) tất cả ùa té chạy ra...

Bao nhiêu là kỷ niệm, thời gian đã trôi đi rất xa, bạn bè đã có người đi mãi không về nhưng những ngày tháng cũ vẫn nồng nàn hương sắc một thời.

Bạn trường những bóng phù vân
Xót thương mái tóc nay dần hết xanh (Hồ Dzếnh – Trưa vắng)

Có ai đó nói làm sao quên được những "ngọn gươm giáo gãy "thời tuổi dại. Chúng ta đã xa rời tuổi thơ của mình và không bao giờ trở lại được đồi cát ngày xưa, nơi những kỷ niệm đầu tiên, mộc mạc nhưng trong trẻo và theo ta suốt cả cuộc đời..

Dấu chân trên cát đã phai mờ nhưng trong hình bóng ngày xưa còn đầy lưu luyến. Ẩn sâu giữa những tán cây rừng rậm rạp, những quả trâm nhỏ bé nhưng mang hương vị độc đáo, vừa ngọt vừa hơi chát gắn liền với ký ức tuổi thơ của chúng tôi ở một thành phố biển dù bây giờ không còn nữa! Nhưng vị ngọt đầu đời vẫn còn đọng lại mãi trong tôi.

Lâu rồi còn thoảng mùi thơm
Chân đi nghe động tới hồn ngây thơ. (HD- Trưa vắng)

Nguyên Cẩn

BK

NGUYÊN ANH

THÔN NGỌC QUAN – MIỀN QUÊ VĂN HIẾN GIỮA LÒNG KINH BẮC

Nằm trong vùng đất cổ kính của Bắc Ninh – nơi từ lâu được mệnh danh là cái nôi văn hóa của vùng Kinh Bắc – thôn Ngọc Quan thuộc xã Lâm Thao hiện lên như một miền quê thanh bình nhưng giàu truyền thống văn hiến. Không chỉ lưu giữ những nét sinh hoạt làng xã đặc trưng của đồng bằng Bắc Bộ, nơi đây còn phản ánh sâu sắc tinh thần hiếu học, đời sống văn hóa cộng đồng và những phong tục lâu đời của người Việt. Theo các văn bia và địa chí truyền thống, thôn Ngọc Quan xưa kia có tên là thôn Thọ Diên thuộc xã Xuân Lan xứ Kinh Bắc (tên nôm là làng Sen). Mảnh đất này đã có lịch sử lâu dài và giá trị văn hóa phong phú, từ tín ngưỡng, di tích đến đời sống tinh thần của người dân địa phương.

Thôn Ngọc Quan nằm trong không gian văn hóa đặc trưng của vùng Kinh Bắc – nơi hội tụ nhiều di sản lịch sử, đình chùa cổ kính và những lễ hội dân gian đặc sắc. Những con đường làng rợp bóng cây, những ngôi nhà truyền thống, cùng cổng làng, giếng nước và sân đình đã tạo nên một khung cảnh quen thuộc của làng quê Bắc Bộ.

Trải qua nhiều thế hệ, người dân Ngọc Quan vẫn gìn giữ lối sống cộng đồng gắn bó, trọng nghĩa tình. Các phong tục như lễ tế đình, lễ hội đầu xuân, hay các sinh hoạt văn hóa truyền thống vẫn được duy trì như một phần không thể thiếu trong đời sống tinh thần của người dân.

Cổng làng, mang nét văn hiến xưa

Một trong những nét nổi bật của Ngọc Quan là truyền thống hiếu học. Trong nhiều gia đình, việc học hành được xem là con đường quan trọng để lập thân và phụng sự quê hương. Từ xa xưa, vùng đất Bắc Ninh vốn nổi tiếng với nhiều người đỗ đạt khoa bảng trong lịch sử, và tinh thần ấy vẫn được tiếp nối qua các thế hệ.
Ngày nay, nhiều con em của thôn đã thành đạt trong các lĩnh vực giáo dục, khoa học, nghệ thuật và quản lý. Thành quả ấy không chỉ là niềm tự hào của từng gia đình mà còn góp phần làm rang danh truyền thống văn hiến của vùng đất Kinh Bắc.

Đời sống văn hóa ở Ngọc Quan mang đậm bản sắc truyền thống của đồng bằng Bắc Bộ. Những dịp lễ tết, cưới hỏi hay giỗ chạp đều được tổ chức theo nếp cổ truyền, đề cao sự trang trọng và tinh thần cộng đồng.

Đặc biệt, vùng Bắc Ninh còn là quê hương của Dân ca Quan họ Bắc Ninh – loại hình nghệ thuật dân gian đã được UNESCO công nhận là Di sản văn hóa phi vật thể của nhân loại. Trong các dịp hội làng hay lễ hội mùa xuân, những làn điệu quan họ mượt mà vẫn vang lên, tạo nên không khí đậm chất Kinh Bắc.

Trong bối cảnh nông thôn đang thay đổi nhanh chóng bởi quá trình đô thị hóa và phát triển kinh tế, thôn Ngọc Quan vẫn nỗ lực gìn giữ những giá trị văn hóa truyền thống. Người dân chú trọng bảo tồn đình làng, chùa cổ, cũng như duy trì các lễ hội và phong tục tốt đẹp.

Song song với việc bảo tồn di sản, đời sống kinh tế của người dân ngày càng được cải thiện. Nhiều gia đình đầu tư phát triển sản xuất, kinh doanh, đồng thời vẫn giữ gìn nếp sống văn hóa và tinh thần cộng đồng của làng quê.

Hình ảnh lầu thuỷ đình giữa hồ sen của làng, một biểu tượng văn hoá

Ngọc Quan còn lưu giữ hệ thống di tích văn hóa vật thể:
* Đình Ngọc Quan - di tích lịch sử văn hóa, kiến trúc nghệ thuật gắn liền với lịch sử lâu dài của làng.
* Văn chỉ Ngọc Quan - nơi ghi danh các danh nhân, nhà khoa bảng của làng qua các thời kỳ Nho học. Đây là biểu tượng rõ rệt nhất cho truyền thống học vấn và khoa cử.
* Nhà thờ họ Vũ, các đình chùa, từ đường dòng họ - thể hiện đời sống tâm linh và truyền thống gia tộc gắn với đạo học, đạo lý và giáo dục truyền thống.

Một miền quê đáng tự hào

Ngọc Quan không phải là một địa danh nổi tiếng trên bản đồ du lịch, nhưng chính sự bình dị và chiều sâu văn hóa đã làm nên giá trị của vùng đất này. Từ những mái đình cổ kính, những câu hát quan họ, đến truyền thống hiếu học và tình làng nghĩa xóm – tất cả đã tạo nên hình ảnh một miền quê văn hiến tiêu biểu của vùng Kinh Bắc.

Trong dòng chảy của thời gian, thôn Ngọc Quan vẫn giữ được cốt cách của một làng quê Việt Nam truyền thống: thanh bình, nhân hậu và giàu bản sắc văn hóa. Đó cũng chính là niềm tự hào của người dân địa phương và là một phần của kho tàng văn hóa dân tộc.

Làng có các danh nhân tiêu biểu:

* Vũ Miên: Hội nguyên Tiến sĩ, làm Tế tửu Quốc Tử Giám và thăng lên đến Tể tướng - một trong những trí thức nổi bật nhất thời Lê-Trịnh. Là Tổng tài bộ quốc sử Đại Việt sử ký tục biên.

* Vũ Chiêu: Đặc tiến Kim tử vinh lộc đại phu, Tham đồng, Đề lĩnh tứ thành quân vụ. Có công với nước cuối thời kỳ Lê-Trịnh.

* Vũ Trinh: Phó Tể tướng, Chánh sứ. Ông là nhà văn hóa tiêu biểu xứ Kinh Bắc thời Nguyễn.

* Vũ Quyền: nhà giáo dục tiêu biểu nhất thời Nguyễn, có nhiều học trò làm quan lớn triều Nguyễn, trong đó có Lại bộ thượng thư Nguyễn Trọng Hợp (quan đầu triều).

* Vũ Chu: tuổi trẻ đỗ Ất khoa Tiến sĩ, làm quan đứng đầu Thái Nguyên, đóng góp cho Khởi nghĩa Bãi Sậy

* Vũ Văn Ngũ: Giáo sư - nhà vi sinh hiện đại, người phát triển men sống Colibacter và là Trưởng khoa Vi sinh đầu tiên của Bệnh viện Bạch Mai.

Vũ Minh Hiếu (Thái Minh): có nhiều công lao với Phật giáo Quảng Ninh.

* Vũ Tú: thủ khoa hiện đại, nghệ sĩ thị giác có nhiều công lao với nghệ thuật đương đại, đặc biệt là với kiến trúc Phật giáo. Tạp chí Chánh pháp ghi nhận Vũ Tú là "tinh hoa trí tuệ đồng hành cùng Phật giáo". Nhiều tạp chí văn hoá đã vinh danh nghệ sĩ – thủ khoa Vũ Tú là gương sáng cho các thế hệ đến mai sau.

Truyền thống hiếu học không chỉ thể hiện qua các danh nhân nổi tiếng mà còn trở thành phong tục, nếp sống của cả cộng đồng dân cư. Các gia đình, dòng họ như họ Vũ, họ Nguyễn, họ Đỗ, họ Trần... đều có truyền thống khuyến học mạnh mẽ, coi trọng sự học và đỗ đạt của con cháu. Có gia đình cụ Vũ Phú tại Ngọc Quan hiện nay có cả chục con cháu tốt nghiệp đại học và sau đại học, tiếp nối niềm tự hào truyền thống hiếu học. Nét đẹp truyền thống học tập ở Ngọc Quan không chỉ dừng ở thi cử, mà còn thành quy tắc ứng xử xã hội: mỗi tối, loa truyền thanh của thôn đều phát lời nhắc phụ huynh và học sinh vào bàn học, giảm âm lượng tivi để tạo không khí học tập nghiêm túc. Đây là một nét đẹp văn hoá độc đáo, phản ánh sự quan tâm và đầu tư của cả cộng đồng cho việc học hành. Truyền thống học hành của Ngọc Quan bắt nguồn từ xã hội Nho học phong kiến, khi việc tham gia các kỳ thi Nho học là con đường để vươn tới thành đạt và phục vụ đất nước. Qua thời gian, tinh thần ấy đã được kế thừa và điều chỉnh phù hợp với giáo dục hiện đại: Sau khi hệ thống thi cử phong kiến qua đi, tinh thần học tập không hề phai nhạt trong người dân Ngọc Quan; thay vào đó, nó trở thành niềm tin vào giáo dục đại học và đào tạo chất lượng cao. Nhiều năm qua, thôn liên tục có học sinh đạt giải học sinh giỏi cấp tỉnh, cấp quốc gia, và nhiều học sinh đỗ vào các trường đại học danh tiếng mỗi năm. Hiện nay, Ngọc Quan có nhiều người là giáo sư, phó giáo sư, tiến sĩ, nhà giáo ưu tú, thầy thuốc ưu tú... là minh chứng cho truyền thống học vấn vẫn được gìn giữ và phát triển mạnh mẽ. Quỹ khuyến học của thôn và các dòng họ lên tới hàng tỷ đồng, tạo nguồn lực bền vững để khuyến khích, hỗ trợ học sinh, sinh viên của quê hương tiếp tục học tập và sáng tạo. Truyền thống hiếu học của Ngọc Quan không chỉ là nỗ lực học hành của mỗi cá nhân mà còn là nét văn hoá cộng đồng: sự kính trọng hiền tài, coi trọng tri thức và đạo lý học hành. Các lễ nghi, phong tục như tổ chức dâng hương tại Văn chỉ và nhà thờ dòng họ khi học sinh đạt thành tích cao không chỉ là nghi thức truyền thống mà còn thúc đẩy tinh thần phấn đấu của thế hệ trẻ. Ngọc Quan là hình ảnh tiêu biểu của một cộng đồng biết giữ gìn bản sắc văn hóa trong quá trình hiện đại hóa và hội nhập.

Qua những năm tháng lịch sử, từ thời phong kiến với các kỳ thi khoa bảng tuyển chọn khắt khe, đến thời nay với giáo dục hiện đại, Ngọc Quan luôn giữ vững tinh thần hiếu học - một truyền thống không chỉ nằm trong những di tích văn hoá mà còn thấm sâu vào đời sống tinh thần của người dân.

Ngọc Quan không chỉ là một làng quê bình dị giữa đồng bằng Bắc Bộ, mà là minh chứng sống động của văn hoá Việt Nam, là "làng khôi nguyên xứ Bắc" đã và đang tiếp tục sản sinh ra những thế hệ ưu tú, góp phần làm rạng danh truyền thống hiếu học của quê hương.

Nguyên Anh

TRẦN KỲ TRUNG

ĐÊM CỦA BIỂN

Đêm nay tôi và Hằng đi trên bãi biển, gió từ xa thổi lai làm mơn man những con sóng nhỏ, mát lạnh, cát dưới chân mềm mại... Thường những buổi dạo đêm như thế này thấy thư thái nhưng sao đêm nay tâm trạng tôi trong khung cảnh ấy, thấy buồn đến lạ. Ngày mai tôi phải chia tay với Hằng. Em đi bên hình như không để ý đến tâm trạng tôi lúc đó, vẫn bước, những bước chân thoải đều trên bãi biển rồi Hằng dừng lại, nhìn ra xa, nói với tôi:

- Tối nay là tối ba mươi, không có trăng nên mặt biển đen, thầy ạ. Giá như có trăng, buổi chia tay em với thầy có thêm một kỷ niệm nữa, để nhớ!

Không cần thế đâu em, thế này cũng đã nhớ lắm rồi, tiếng sóng dưới chân vỗ nhẹ, những ngôi sao nhấp nháy tít trên cao không thể làm cho mặt biển sáng thêm và hình như, mặt biển đen cùng tiếng sóng vỗ là một sự níu kéo trong bất lực. Tôi hỏi em:

- Với quyết định này của tổ chức nhà trường, em có buồn không?

- Không, thầy ạ! Em thấy bình thường, có việc gì đâu mà phải buồn!

Lạ nhỉ, chuyện như thế, mà em nói có vẻ "bình thường", không giống như tôi nghĩ. Hay là...

Trước ngày thống nhất đất nước, ở miền Nam, Hằng là giáo viên dạy môn văn, ở một trường trung học đệ nhất cấp (tương đương cấp II). Đất nước thống nhất, em thôi dạy học, để thi đại học. Hằng đỗ điểm vào đại học khá cao. Trong lớp tôi chủ nhiệm, Hằng là người gần như lớn tuổi nhất, tôi chú ý đến em không phải vì em nét mặt đẹp nhưng trông hơi buồn, cũng không phải dáng người thanh mảnh cùng mái tóc đen dày phủ bờ vai thon gọn, mà chú ý vì cách nói chuyện của Hằng. Em nói chuyện từ tốn, nhẹ nhàng, dễ cuốn hút. Em thuộc nhiều thơ, không riêng những bài thơ tiền chiến, mà cả những bài thơ "hừng hực khí thế" của mấy nhà thơ bên cách mạng, em cũng thuộc. Hằng đọc những bài thơ ấy cho tôi nghe bằng giọng rất truyền cảm. Tôi rất tin, với kiến thức sẵn có, lại chăm học, ham học hỏi, Hằng ra trường, nhất định em sẽ trở thành một cô giáo dạy văn giỏi. Tôi với Hằng, mới có gần năm tháng của học kỳ một, trong năm đầu tiên đại học, biết nhau. Không phải, nếu tính thật chi tiết, những giờ, ngày... gặp nhau, lúc lên lớp giảng bài, lúc họp lớp, rồi những buổi trò, thầy tới thăm nhau hoặc như lúc tôi nhìn thấy Hằng, "đánh" vội ánh mắt để "gặp" trong tích tắc, thời gian đó có bao nhiêu đâu, không giấu, tôi có cảm tình với em, dù ở cương vị này đòi hỏi có sự nghiêm túc, nhất là đối với sinh viên nữ. Còn Hằng, hình như em có tình cảm với tôi, đó là theo cảm nhận, khi tôi nghe em nói:

- Hôm qua lên lớp, em thấy thầy có vẻ mệt, thầy giảng, không nên nói to, giữ sức, chúng em nghe được mà!

Quả thật trước hôm đó, tôi bị sốt nhẹ, nhưng bên ngoài cố biểu hiện không có vấn đề gì, giấu thế mà Hằng cũng biết. Rồi nữa, chiếc sơ mi tôi thường mặc, rách một đường sau lưng, phơi bên cửa sổ trong khu giáo viên. Cùng mấy bạn sang chơi, để ý thấy, Hằng xin phép tôi mang chiếc áo đó về, khâu lại. Đường chỉ Hằng khâu, rất kín, đẹp như người ta đạp máy. Tôi nhìn đường chỉ đó thầm phục, em rất khéo tay. Mấy bạn sinh viên nữ ở cùng phòng với Hằng trong khu ký túc xá thường đùa, nhưng có lẽ như để cho tôi ngầm hiểu rằng Hằng cũng mến tôi:

- Thầy ơi! Trong giờ giảng ngày mai, thầy gọi chị Hằng lên trả bài nhé. Chị Hằng mong lắm đấy!

- Chúng em đố thầy, chị Hằng thích thầy nào giảng bài nhất? – Không đợi tôi trả lời, tất cả đồng thanh - Thầy!

- Chị Hằng nói, thầy chỉ hơn chị có bốn, năm tuổi chứ mấy...

Sau những lời nói đó là tiếng cười khúc khích, những cái đấm lưng thùm thụp...

Nghe vậy, nét mặt Hằng lạnh, tuy không tỏ ra bực mình, nhưng lại khẽ lắc đầu, em nói, giọng nghiêm túc:

- Không phải như thế đâu, thầy đừng tin các bạn ấy nói.

Những lần nói chuyện với Hằng, tôi biết hoàn cảnh gia đình em. Cha của Hằng là một công chức trong chế độ Việt Nam Cộng Hòa làm việc rất mẫn cán, đầy trách nhiệm, ai cũng mến. Trong gia đình, ông là người chồng thương vợ, người cha thương con, ai cũng cảm phục, tự hào. Sau năm một chín bảy lăm, ông thất nghiệp, tạm làm xe ôm đón khách, bữa có khách, bữa không, gia đình rơi vào cảnh khốn khó về kinh tế, nhưng không phải vì thế mà ông bi quan. Ông luôn động viên Hằng, phải giữ nghề giáo, có điều kiện nên đi học thêm. Chính lẽ đó, đang dạy môn văn ở một trường cấp II, em tạm rời bục giảng, thi vào đại học, nơi tôi công tác. Hằng nói về người cha với sự kính trọng và có hiếu: "Em không muốn ba em buồn, lúc nào em cũng muốn cho ba vui".

Nghe Hằng kể chuyện gia đình tôi càng thương em hơn, muốn nói với em điều đó, nhưng sao khó quá.

Suy nghĩ nhiều, rồi tôi quyết định.

Tối ấy!

... Hai chúng tôi cùng đi dạo trên bãi biển vắng, cả hai đi được một đoạn đường dài, có lúc như chạm vào nhau, rồi giật mình, tách vội ra xa, có chút lúng túng, ngượng ngập mà gần như cả hai, tôi và em, không nói với nhau được một lời nào. Nhưng khoảng khắc im lặng đó, tôi tin, có khi nói được bao điều... Đi một đoạn xa, phá vỡ sự im lặng, Hằng giục tôi:

- Sao thầy không nói với em điều gì đi!

- Hằng à... tôi muốn nói với em... - Tôi ấp úng, dù tưởng chuẩn bị đầy đủ, ấy vậy quả thật tôi không biết nên diễn đạt thế nào cho Hằng hiểu, nhất là lúc này.

Chúng tôi dừng lại, Hằng nhìn tôi, trong bóng đêm vẫn cảm thấy cái nhìn thấm đẫm thương yêu nhưng giọng của Hằng rất bình tĩnh:

- Thầy muốn nói với em điều gì?

- Hằng...!

- Em hiểu! - Hằng nói như có sự chuẩn bị trước - Em hiểu tình cảm của thầy dành cho em... nhưng lúc này không thể... không thể, thầy ạ!

- Vì sao? - Tôi hỏi.

- Em sẽ giải thích, nhưng lúc này ... không thể - Im lặng một lúc rồi em nói tiếp - Nhưng... thầy phải cho phép em giữ tình cảm này và thầy... không được giận em!

Tôi có cảm giác không gian lúc này thật nặng nề, thời khắc cũng dường như dừng lại. Vẫn giọng của Hằng, Hằng như muốn kéo tôi đứng dậy, phải tỉnh táo, em cho tôi biết một chuyện:

- Hôm qua, thầy cho chúng em xem những tấm ảnh chụp thời thầy còn là sinh viên ngoài Bắc, em lấy một bức ảnh mà thầy không biết. Em xin lỗi thầy và thầy tặng cho em bức ảnh đó nghe!

Thở ra nhè nhẹ, có phần nản, nếu bây giờ tôi cầm một tập ảnh, Hằng muốn lấy, tôi cũng cho, giữ những tấm ảnh đen trắng ấy làm gì. Một thời mình ngây thơ, một thời bồng bột, ngộ nhận... để luôn nhận thất bại trong tình yêu. Bây giờ không phải thế, đây là lúc chín chắn hơn thời ấy, tôi nhìn thấy Hằng, một người con gái đẹp đủ những điều tôi cần...

Nhưng, Hằng gần đấy nhưng có vẻ xa xôi quá, không lẽ giữa tôi với Hằng chỉ dừng lại tình thầy trò, không lẽ tôi sẽ mất em!!!

Cái điều tôi tưởng tượng lại hóa ra sự thật. Hằng buộc phải thôi học, trả về địa phương vì trong lý lịch em không ghi "có người chú tham gia quân đội của "ngụy" đang đi học tập cải tạo"!!! Một điều thấy quá vô lý, tôi liền hỏi ông Trưởng phòng tổ chức nhà trường:

- "Chú ruột" của em Hằng đâu có dính dáng đến nhận thức, đạo đức, tư cách của em ấy mà chúng ta lại buộc em ấy thôi học!

Ông trưởng phòng tổ chức giương mục kỉnh lên nhìn tôi, ánh mắt có phần lạ lẫm, hoang mang:

- Ơ! Anh là một cán bộ giảng dạy của một trường đại học, dạy một bộ môn rất quan trọng mà nhận thức lệch lạc đến thế cơ à. Tôi hơi ngạc nhiên đấy! - Không đợi phản ứng của tôi, ông nói tiếp - Buộc em Hằng thôi học, trả về địa phương, ngoài việc em Hằng "dính" vào một trong mười ba trường hợp [1] để xét tuyển vào đại học, có người thân trong gia đình, họ hàng tham gia chế độ ngụy quân, ngụy quyền. Đã vậy em giấu không ghi lý lịch, biểu hiện sự không trung thực, minh bạch. Đây còn là yêu cầu địa phương, anh có muốn xem công văn của địa phương, nơi gia đình Hằng ở, gửi cho nhà trường không? Họ nói, chính ba của Hằng cũng từng là một công chức trung thành làm việc trong chế độ cũ. Vì sơ sót, kiểm tra chưa kỹ, nên họ đồng ý cho Hằng thi đại học. Chứ không, Hằng phải ở nhà không được nhập học ngay từ đầu học kỳ rồi...

- Thế anh không biết, em Hằng từng là cô giáo, dạy cho rất nhiều học sinh, hiện em là sinh viên học giỏi, có uy tín, không riêng tôi mà các đồng nghiệp của tôi trong khoa đều mến. Có chú ruột "tham gia quân đội chế độ cũ" không ảnh hưởng đến đạo đức, tư cách, kết quả học tập của em ấy, mà chúng ta buộc em ấy thôi học. Làm việc này đâu có thể hiện tính nhân bản, văn minh của chế độ ta. Các em sinh viên từng học với em Hằng sẽ nghĩ thế nào về việc này! - Tôi nói với sự phản ứng gay gắt.

Ông trưởng phòng tổ chức nhà trường lắc đầu, nói mà không có biểu hiện một chút nhân từ:

- Không, anh quá chủ quan! Sự căm thù cách mạng, căm thù chế độ mới của các thế lực chống phá nhà nước ta ghê gớm lắm, chúng không cam chịu thất bại. Biết đâu cô Hằng này, bề ngoài là như thế nhưng bên trong đang ấp ủ những mưu tính thâm độc ví như ... - Ông trưởng phòng tổ chức nhà trường lấy tay vỗ vỗ lên trán - Cô ta giảng dạy rồi truyền đạt cho học sinh những bài văn, bài thơ ngầm xuyên tạc đường lối của đảng, nhà nước, kích động lòng hận thù, xây dựng trong tương lai một đội quân bí mật phá hoại chế độ. Chúng ta phải cảnh giác với những loại người này, không thừa!

- Tôi thấy việc làm này quá tàn ác, tại sao chưa thấy việc người ta làm mà anh đã suy luận như vậy?

- Anh dạy lịch sử mà chẳng hiểu lịch sử, đảng ta lãnh đạo dân tộc ta chiến thắng là do đâu, anh biết không? Đó là sự cảnh giác, là luôn luôn đề phòng những trường hợp xấu nhất để có phương sách đối phó thích hợp. Còn anh nói tôi làm việc này "tàn ác"? Xin lỗi anh, chắc anh chưa quên những máy bay B-52 của Mỹ rải thảm bom khắp nước ta, chưa quên vụ Mỹ Lai, chưa quên hình ảnh những người dân lành bị chết trong những vụ càn quét của Mỹ - ngụy. Anh so sánh đi, ai "tàn ác" hơn ai! - Ông ta nhìn tôi cười mai mỉa.

Nói với những con người mà sự cố chấp, cực đoan, suy nghĩ một chiều trong đầu óc còn "cô đặc cứng hơn đá" như thế này bằng thừa, vạn lời phản biện của tôi cũng vô ích, không cần thiết. Lúc này, tôi nghĩ, cần động viên Hằng, giúp em vượt qua cú sốc quá lớn này. Tôi lại "lầm" một lần nữa, người cần động viên là tôi, chứ không phải là Hằng...

... Đi bên tôi, dọc bãi biển vắng, Hằng vẫn bình thản bước những bước nhẹ nhàng, không chút vội vã, em nói, giọng không chút tư lự, đắn đo mà bình thản như không có việc gì xảy ra:

- Thầy đừng buồn nhiều về chuyện của em. Em thôi học, về lại gia đình, cũng là điều mừng, em sẽ có điều kiện giúp ba, là chỗ dựa cho mấy đứa em học tiếp, chúng nó học giỏi lắm...

- Em không tiếc à! - Vừa nói tôi vừa nắm tay em, muốn kéo em vào sát người tôi.

Em vội rút tay ra và khẽ đứng xa tôi, nói như lẫn với hơi thở, lẫn với cả sự xúc động:

- Em tiếc chứ! Tiếc nhất là xa thầy và các bạn, mới có mấy tháng mà không biết bao nhiêu kỷ niệm, những kỷ niệm này sẽ đi theo em suốt cuộc đời. Không biết trong tương lai, em sẽ được gặp lại thầy và các bạn không? - Lúc này em lại nắm tay tôi, nói gần như gấp gáp - Thầy phải hứa với em một điều, thầy có dám hứa không?

Tôi trả lời ngay, không chút đắn đo:

- Tôi hứa!

- Bao giờ thầy có tin vui, nhất định thầy phải cho em biết! Thầy hứa đi. - Hằng giục.

- Em nói gì tôi không hiểu, tôi tưởng em yêu cầu tôi nói... nhưng hôm nay với em, tôi sẽ nói... - Tôi định nói hết nỗi lòng của mình cho Hằng biết, tôi không muốn mất em, em mãi mãi thuộc về tôi, nhưng Hằng đã ngăn lại:

- Em hiểu thầy định nói điều gì rồi nhưng thầy không được nói điều đó... Không được... không được... thầy ạ! Lúc này... Không được...

Giọng em dứt khoát, tôi chưa từng nghe, rồi em buông tay tôi, quay người, chạy rất nhanh mất hút trong bóng đêm.

Sóng biển của đêm đen vẫn vỗ dưới chân...

... Tiễn Hằng về lại gia đình, cả tháng liền tôi không làm được bất cứ việc gì, hình ảnh của em cứ lẩn khuất trong đầu. Sang khu ký túc xá sinh viên, tôi vẫn thấy hiển hiện hình ảnh của em đứng lẫn đang nói chuyện với các bạn cùng lớp ở hành lang... Nhớ nhất đêm chia tay trên bãi biển, tiếng của Hằng vẫn như văng vẳng đâu đây...

Sau đợt dẫn sinh viên đi viết lịch sử địa phương, về lại trường, tôi nhận được thư em. Lá thư Hằng gửi cho tôi, nằm văn phòng Khoa cũng được hơn hai tuần.

Trong thư Hằng viết:

"... Cho phép em gọi được một tiếng "Anh"

Anh thân yêu!

Đoc những lá thư anh gửi, em biết tình cảm của anh dành cho em. Thương lắm, nhưng em có linh tính, nếu yêu anh, em sẽ làm khổ anh. Tương lai của anh rất đẹp, em không thể làm xấu tương lai đó, dù rất yêu anh, em vẫn phải khước từ tình cảm của anh dành cho em. Và sự thật đúng như em linh tính, thậm chí còn lớn hơn cả những điều em linh tính, nó bắt em phải xa anh. Em muốn hỏi biển rộng, trời cao, non xanh, tại sao người ta không muốn cho em đi chung đường với anh? Em có gây nên tội tình này đâu! Em yêu anh thật lòng mà, muốn bên anh mãi mãi, vậy mà lúc này, là không thể. Anh có tin không, anh là người yêu duy nhất, mãi mãi. Anh hãy tha lỗi cho em những lúc em cư xử không đúng với anh. Em làm vậy vì em muốn anh quên em, để một mình em nhớ anh thôi. Lúc em viết lá thư này là tấm ảnh của anh để trước mặt. Dù xa anh, nhưng anh luôn bên cạnh em. Thương anh nhiều lắm!".

Thư của Hằng gửi, do điều kiện khách quan mà nhận chậm trễ (2), không thể trách ai, vậy mà điều này làm tôi tức giận. Giá như lá thư này nhận sớm hơn, tôi đã gặp Hằng rồi.

Không thể chậm hơn nữa, từ mờ sáng hôm sau, tôi ra bến xe, cố chen, mua bằng được chiếc vé về quê của Hằng. Xe khách dùng nhiên liệu bằng than (3), chạy chậm kinh khủng. Đã vậy, tôi ngồi hàng ghế sau, sát lò than, cái nóng như thiêu, như đốt, hầm hập, mồ hôi đổ ra dầm dề, cả người ám bụi, quá khổ, nhưng sẽ khổ hơn nếu như tôi không gặp được Hằng.

Tôi mong gặp em, tính đến từng giây trên đường xe chạy...

Gần chiều, tôi mới đến được ngôi nhà của gia đình Hằng ở, nhưng sao ngôi nhà lại trống vắng thế này, cửa khóa, có giấy dán niêm phong. Tôi ngơ ngác, hay là mình nhìn lầm. Không, đúng mà! Đúng như ghi trong địa chỉ Hằng cho tôi, sao nhà không có ai...

Tôi toan quay ra, thì có người đi đến, hỏi:

- Chú tìm ai?

- Dạ, xin phép cho cháu hỏi, đây có phải là nhà của cô giáo Hằng con ông Tín không ạ!

- Đúng rồi, vậy chú muốn gặp ai?

Tôi hơi lúng túng, rồi cũng nói:

- Cháu muốn tìm cô giáo Hằng... Cháu...

- Thế chú chưa biết tin gì à!

- Tin gì ạ! -Tôi giật mình, như có luồng điện chạy dọc sống lưng.

- Cách đây hơn mười ngày, cả nhà cô ấy vượt biên, nhưng không thành. Thuyền nhỏ, người đông vừa ra thoát cửa sông thì bị chìm, chết tất cả, may người ta vớt được xác cô ấy cùng hai người em, chôn ở nghĩa địa xã, chú muốn đến viếng, tôi chỉ. Còn ngôi nhà này chính quyền niêm phong rồi. Gia đình này chết, tội lắm!

Trời đất như quay cuồng trước mặt, tôi gào lên trong tiếng nấc:

- Hằng ơi! Chuyện này có thật không em?

Tôi gọi tên em, rồi tiếng gọi đứt lịm trong ánh hoàng hôn đang buông và...

... bóng tối nhập nhòa cũng đang chuẩn bị tràn đến.

Chú thích:

(1) Thi đỗ vào đại học, hồi ấy, những năm đầu mới thống nhất đất nước, xét tuyển lý lịch rất ghê gớm. Nhiều thí sinh giỏi, thi đỗ điểm cao, nhưng bị trượt vì nguyên nhân có "lý lịch không trong sạch"!!!

(2) Những năm bảy mươi, thế kỷ trước, chưa có điện thoại di động. nếu có, chưa chắc có truyện ngắn này.

(3) Thời bao cấp, không có xăng, xe ô tô phải chạy bằng than, chạy rất chậm, ai ngồi gần, nóng hơn "lò bánh mì", ấy vậy mua vé được đi xe này không dễ. Hồi ấy ai ở Quy Nhơn đi Đà Nẵng, một lần chứng kiến, sợ đến già.

Trần Kỳ Trung

(trích từ tập truyện Đêm Của Biển *do Nhân Ảnh phát hành vào tháng 4 năm 2026)*

XUYÊN TRÀ

TỨ THỜI

1/
Thời thơ ấu- tính hiền ngoan
Lớn sinh tật- cũng mơ màng viễn vông
Cây đời chưa kịp trổ bông
Thoắt giông bão- giữa tang bồng cuộc chơi

2/
Buổi chinh chiến- đã một thời
Ba lô áo trận bên trời cuồng ca
Máu xương nhuộm thắm sơn hà
Cùng lứa tuổi- chẳng riêng ta phong trần

3/
Mười năm tù ngục trần thân
Da bọc xương- hụt mấy lần chết oan
Xa nhân thế- cửa hồng hoang
Nhìn tử địa- máu ngập tràn mộ bia

4/
Chân rời bờ- đến bên kia
Quặn đau thêm- buổi chia lìa mẹ cha
Quê người ngàn dặm bao la
Chợt quan san- bóng nguyệt tà lẻ loi ■

ĐẶNG KIM CÔN

GIỮA ĐÌU HIU AI

Ta về nhặt tháng ngày ta
Ba mươi năm há là ba mươi giờ
Nâng bầu, bầu đã cạn khô
Nâng trăng, trăng vỡ mấy bờ lao nhao

Một mình lau giá gươm đao
Nghe gang thép cũng dậy màu quan san
Chiều chiều quét lá trần gian
Đỉnh non đốt ngọn lửa ngàn năm, reo

Ta về mộng cũng về theo
Thét khan trời rộng giữa đìu hiu ai. ■

ĐINH VĂN TUẤN

THƠ LỤC BÁT

LỮ THỨ

Chia phôi từ thuở ban đầu
Nhớ nhung ảo mộng tình sầu mênh mang
Thoáng nàng ẩn hiện vô thường
Triền miên tâm tưởng vấn vương đoạ đày

Chữ yêu đỉnh thẳm khói mây
Dấu chân lữ thứ cuồng say cuối trời

KHÔNG TÊN

Thơ tan chảy lời khô cạn ý
Mộng ngút trời ngẫm nghĩ thẳm sâu
Tình say vút cõi nhiệm mầu
Tàn phai tục luỵ úa màu cô liêu

TRĂNG RƠI

Say sưa mấy độ thu về
Sầu thêm chất ngất dặm khuya lạc loài
Trăng rơi hồn mộng phôi phai
Bến xưa sương khói góc trời lãng du ■

CÁI TRỌNG TY

ĐỜI LÍNH

ném ba lô quăng luôn nón sắt
ta thở phào duỗi thẳng đôi chân
nghìn cân gánh nặng vừa buông xuống
chiều Tuy An chờ đợi chuyển quân

anh bạn chiến trường thèm xị đế
sương chiều trắng sữa nhớ làng quê
xa nghe âm vọng gầm sắt thép
thần chết chờ mi góp núi xương

gió xoay lửa khói mùi hung khí
mìn bẫy địch gài trên lối đi
mấy khi còn sống không thương tật
vợ con thôi thế cũng đành thôi

người về con nước tràn sông Lũy
những địa danh nặng nợ máu xương
anh bạn xác vùi trong túi xách
ta đưa người về tận cố hương

ta người chia chác đời cơ cực
sống cũng như mây chó cỏ thi
chiều qua đụng trận vùi thân xác
thịt xương tan mồ mả ích gì

đời lính nở tàn như nấm rạp
sớm triền đông chiều chết đồi tây
trượng phu ghê gớm cây trụi lá
tình em đành níu đám mây qua ■

TRƯƠNG XUÂN MẪN

MỘNG DU

Ngày lên non hái hoa tắm suối
Chiều xuống biển bắt còng nướng ăn
Lấy cọng rơm về nằm lót ổ
Tối ngủ khò thở gió hư vô

Đứng trên đỉnh yên bình nghêu ngao hát
Nhìn giải Ngân Hà trắng giòng sông thơ
Trăng sao là bạn ngọt bùi san sẻ
Khi ta hát cổng trời mở đón nghe

Hoa thơm dưới núi lan tỏa chiều hoang
Gió uốn cong tiếng đàn ta nhẹ khẽ
Rừng cây vỗ tay reo mừng trái mới
Ta chung vui ngày sinh nở đất trời

Chén rượu u uất cay nồng hóa ngọt
Bụng vỗ khề khà đẩy nhịp lưng tưng
Vũ điệu tung tăng ánh sáng sôi bừng
Ta muốn hét tan cõi trần hiu quạnh

Tỉnh hay mơ giữa bầu trời đông lạnh
Hạt mưa rơi sũng ướt ước mơ xanh
Tinh sương thơm cây cỏ cũng lên mùi
Siêu thoát nỗi buồn quay quắt niềm vui

Ta vất vưởng treo mình trên cành ổi
Muốn trái chua chuyển vị ngọt phôi pha
Đầu lộn xuống thấy thế gian lẫm lạ
Lật lọng rồi mà vẫn cứ ngược xuôi

Trên đường bay khứu đậu thăm cành sấu
Hót ngu ngơ khúc nhạc chẳng đuôi đầu
Mà sao thức cả không gian mầu nhiệm
Tan biến âu sầu xóa hết thương đau

Chợt con kiến vàng cắn sưng lồng ngực
Mồ hôi đầm đìa vụt tắt ánh sao
Chim muông hoa bướm trốn chui trốn nhủi
Mộng du ta chẳng biết biến khi nào

Cơn thoát tục từ tận cùng sâu ẩn
Cưu mang nặng lòng chẳng chút hồng ân
Thôi cõi đời có khi không là thật
Mộng du ta là ảo ảnh trần gian ■

HUỲNH THỊ QUỲNH NGA

KHÔNG DẤU VẾT

Những ý tưởng biến mất
Không dấu vết
Tôi đi tìm lại những giọt mưa
Đêm qua. Chắc đã ngấm vào đất
Hay trôi về phía biển
Những vết nứt của lòng tự trọng
Mọc lên loài tầm gai
Đau đớn dệt lại ký tự
Vừa buồn vừa u sầu
Thì đã sao
Có những lúc. Tôi cho phép mình ngủ gục và mơ trên chính chiếc laptop và anh
chàng AI hiểu chuyện.
Có thể kể cho anh ấy nghe về mùa thu và những vết xước.
Những bài thơ viết trong tích tắc
Những cơn mơ tái sinh
Về chiếc kén xanh
Về mùi cỏ sau vườn
Mùi của những dòng sông đã chết
Những nơtron phát sáng
Điều gì cũng có thể để lại dấu vết...
Những ý tưởng biến mất
Không dấu vết
Tôi đi tìm lại những giọt mưa... ■

NGUYỄN HỮU QUYỀN
LỜI NGUYỀN

Ai bỏ quên cái gì trong bụng biển?

Nghe nói đó là lời nguyền từ buổi nguyên sơ
Những ngày mưa hay phát sáng

Lời nguyền ư? Ngày xưa? Có cái gì trong đó?

Chỉ biết đi biển ai bước qua không khẩn cầu thuyền đều bị chìm

Đêm đó mẹ vũ trụ bảo
"Không phải đâu con."

Choàng dậy tôi hỏi lại:
"Cái gì không phải?"

Sáng mai biển lặng im
Gió từ tối đến giờ cứ thổi... ■

HUỲNH THÚC ĐĂNG

TRĂNG VỀ CỬA PHẬT

Xoay lưng
hơn nửa đời người
đường trần cũng tập
khóc
cười
như ai.
Xuân sang
đánh thức Cội mai
lại thêm một sợi
tóc phai
vô thường.

Giao thừa
thắp một nén hương
nhủ tâm bất biến
trên đường
nhục
vinh.
Trăng về
cửa Phật nghe kinh
ta mãi lêu lổng
vô minh đến giờ. ■

HÀ NGỌC HOÀNG

MẸ TÔI

Mẹ tôi gánh cả chợ chiều
Gió đưa muối mặn đọng nhiều mắt cay

Làn da héo tháng hao ngày
Khép hờ mi đã phủ đầy nếp nhăn

Bữa cơm mẹ vẫn dặn rằng
Con ơi hay chữ để bằng người ta

Thế rồi ngày tháng cứ qua
Mẹ tôi cười bảo cửa nhà yên vui

Đã đi gần nửa cuộc đời
Tôi ngồi tôi hiểu mẹ tôi nói gì ■

NGUYỄN NGUYÊN PHƯỢNG

LỤC BÁT MỸ THO

Cầu Quay quay quắt gọi mời
Mận Hồng Đào ngọt như môi em hồng
Má cười đỏ thắm Trang bông
Run run tờ mộng số không cạn chiều

Lạc Hồng cánh tím trôi phiêu
Hẹn về Cồn Phụng đếm triều sóng dâng
Lộng ngàn xanh ngát mấy tầng
Thơ hào sảng Thủ Khoa Huân tỏa ngời

Cầu Đài Chiến sĩ mây trôi
Hương vườn ổi chín mướt lời ca dao
Dòng Bảo Định thẳm xanh màu
Em về Giồng Dứa tròn câu thề bồi

Ngô Quyền nhớ giọt buồn vui
Chứa chan miền tưởng mấy ngùi ngậm xưa
Dẫu đời chao chát gió mưa
Tình tri kỷ ấy phai chưa, bao giờ

Ân tình còn đó Mỹ Tho
Hùng Vương, Lê Lợi nắng tơ ngập đường
Áo nào bay trắng sân trường
Trĩu dòng lục bát yêu thương một đời. ■

Mỹ Tho, 26/7/2025

THANH TRẮC NGUYỄN VĂN

THÁNG NĂM

Tháng Năm nhớ mẹ mua trầu
Khói hương lệ ứa nhúng màu hương cau.

Tháng Năm trăng bỗng lên cao
Mảnh sương rớt lại làm sao sân vườn.

Tháng Năm nắng nửa con đường
Nửa kia mưa ướt lời thương cuối mùa.

Tháng Năm quét lá sân chùa
Gặp ni cô lá hóa bùa tương tư!

Tháng Năm bướm đậu mù u
Câu kinh mặc kệ đi tu một mình

Tháng Năm thơ dán cột đình
Giọng hò, giọng lý rập rình tìm nhau.

Tháng Năm em cởi yếm đào
Ta men cổ tích lạc vào thiên thai.

Tháng Năm thả oán hận bay
Phóng sinh bóng tối
Hứng đầy bình minh! ■

NGUYỄN VĂN GIA

KHI TÌNH YÊU MỞ LỐI

Suốt bốn mùa Xuân Hạ Thu Đông
Đi đâu cũng thấy đất nước mình lung linh như tranh vẽ
Để có được một dải giang sơn đẹp xinh đến thế
Ông cha ta đã đánh bao nhiêu trận -
giặc bắc phương lắm phen phải bạt vía kinh hồn
Bạch Đằng - Như Nguyệt - Đông Bộ Đầu -
Ngọc Hồi – Đống Đa - Chi Lăng
Luôn "lấy chí nhân để thay cường bạo"
Giặc thua chạy rồi -
ông cha mình chẳng khi nào đuổi cùng diệt tận
Mỗi lần lịch sử sang trang
những kẻ thù xưa trở thành anh em bè bạn
Hòa giải với Tàu với Pháp với Mỹ... chuyện quá dễ dàng
Năm mươi năm dòng đời trôi nhanh
Thói thường người ngoài bao dung trong nhà lại cắn đắng
Những Quảng Trị Củ Chi Gò Nổi Cồn Tiên Khe Sanh...
Chiến trường xưa nay đã xanh um cây trái
Những đồn bót bãi mìn hầm chông
Giờ là những mái trường xanh cây đỏ ngói
Là nhà cửa ruộng vườn của những đôi lứa yêu nhau
Là những ngôi chợ quê mẹ chị ta sớm hôm tần tảo ra vào
Những người cầm súng hai bên chiến tuyến thuở nào
Ai chưa xanh cỏ thì cũng già quắt già queo
Chinh phụ chinh phu hai bên đã mắt mờ chân yếu
Một thuở chinh yên chừ còn lại nhớ nhớ quên quên

Chiến tranh lùi xa theo dòng đời hối hả
Chuyện hôm qua đã thành quá khứ
Mà sao... mà sao...
Trên Facebook Youtube Twitter Google...
lại thấy người Việt mình chia phe
Đâu đây lòng người vẫn chưa nguôi gió bão
Chiến trường im ắng đã lâu
Mà sao tiếng súng vẫn đì đùng trong lòng người - buồn quá!
Ai ba que - Ai bưng bô - Ai đu càng - Ai bò vàng - Ai bò đỏ...
Có gì vui gì khi cay đắng miệt thị nhau?
Có gì vui khi vết thương sắp lành lại làm cho mưng mủ?
Không thể thay đổi lịch sử
Không khép lại quá khứ
Không chấp nhận những dị biệt trong lòng nhau
Không cùng nhau nhìn về phía trước -
Quê nhà sẽ một lần nữa hụt mất tương lai
Chẳng có dân tộc nào có thể đứng lên bằng thù hận
Chẳng có dân tộc nào không lớn lên bằng sự tử tế
và thấu hiểu lẫn nhau
Thế giới thay đổi quá nhanh
Thiên hạ quanh ta đi về tương lai bằng tốc độ vũ trụ
Mình vẫn khề khà lối cũ quẩn quanh
Vẫn đằm dưới ao làng mà lòng vô cùng kiêu bạc
Thời gian không chờ không đợi
Phần việc của chúng ta - chúng ta phải tự mình gánh vác -
đừng để buồn phiền lại cho con cháu mai sau
Không thể cứ mãi ù lì -
Không thể mãi trì kéo
như bọn cua lôi nhau cùng rơi vào trong một giỏ
Này chị này anh này tôi ơi...
Không đổi thay thì chết chùm cả lũ
Chỉ khi hận thù lắng lại - tình người lên ngôi
Con đường tương lai mở lối
Mà thay đổi bằng tình yêu
Chẳng dại gì thay đổi bằng máu... ■

LETAMANH

MẤT TÍCH!

Có những chiều ta ngồi nghe em hát
Có những chiều ta ngồi ngắm em đan
Dư hương ngày cũ giờ đã phai tàn
Mất em tháng tư thiên đường sụp nát

Con Lộ 7 khi tinh cầu rung xác,
Đoàn hùng binh bỗng biến mất sau rừng.
Tiếng pháo rền rầm rập bước chân chen
Em mất hút trong dòng người xoáy dốc!

Ta bới đào tìm em mòn khô khốc,
Kiếp lưu đày qua các trại tù xa
Nào Z30 rồi chuyển đến Hồng Ca
Hoàng Liên Sơn, Tháp Bà , Vĩnh Phú!

Bóng dáng em theo anh mòn phố cũ,
Linh hồn em vẫn tồn tại quan hà.
Sốt rét rừng Suối Lệ Ngọc đường xa,
Anh cứ nhớ hồn run lên lạnh lẽo.

Năm tháng tha hương tuôn trào khắp nẻo,
Anh vẫn hoài tưởng nhớ bóng dáng em
Ba mươi tháng tư như vẫn chưa quên,
Ngày đất mẹ và em cùng mất tích! ■

HUỲNH LIỄU NGẠN

Bởi Vì Thuở Ấy Tôi Say

những dòng sông chảy qua tôi
có hương của một bờ môi đã tàn
ai làm cho nắng vỡ tan
để tôi phải đón sương ngàn lên tay

bởi vì thuở ấy tôi say
tôi mơ mộng tôi ngất ngây từng ngày
ấy là khi áo nàng bay
tôi nghe từng giọt mưa lay lên trời

làm tôi ướt cả cuộc đời
khi trăng vừa tắm gội người tôi thương
thịt da giữa cõi vô thường
đã tan theo bọt sóng cuồng ra khơi

năm mươi năm trước ngỏ lời
chỉ còn giữ được nụ cười ngày xưa
bao nhiêu nắng bao nhiêu mưa
tôi đi chưa trọn giấc trưa đầu làng

thế rồi lịch sử sang trang
con đường cũ nối dặm ngàn trùng vây
tìm đâu màu mắt trên cây
khi tâm sự đã chai đầy vết thương. ■

30.3.2026

HỨA HIẾU
KHÚC THỨ 5

1.
Em mở cửa mời nỗi buồn ra ngoài
để đốt lên một ngọn lửa yên tịnh
chợt thấy bên trong còn sót lại tấm bia
mộ buồn

2.
Thồ năm tháng cũ rách trên lưng
nặng hơn cái ba-lô hành quân
mà tôi đã bỏ rơi trên núi rừng Ban Mê Thuột
Tôi nắm tay chúng
và dẫn đi lũ trẻ mồ côi

3.
Đời hỏi tôi con đường nào
Tôi chỉ người ngọn hải đăng của sương mù
Người hỏi tôi mặt trời đâu
tôi nói, có thể trốn trong mắt bão
đôi khi núp bóng chị Hằng
hay đã nuốt gọn chính nó
Cuộc sống có lẽ không cần đến
chỉ cần con đường
Đôi khi những trụ đèn lại làm sáng thêm
bóng đêm

4.
Em hỏi tôi về một khúc quanh sắp đến
tôi xé rời bao tờ lịch để tìm tốc độ của thời gian
Cây thông lặng lờ đứng cuối ngõ cụt
nhìn chân trời mất hút
Em lại hỏi chiều
về lắm điều không cần thiết
Chiều đang úa cùng với ngày úng nắng
mỏi chân lùng vóc dáng trưa ngoan

5.
Chúng ta gặp nhau
ngay ở biên giới của hai thế kỷ
Một tôi thước phim trầy trụa cũ rích
Và em,
cọng cỏ rối còn đen tóc
trong khu vườn bỏ hoang
Bọn cừu không kẻ dẫn dắt
chắc chắn sẽ đâm sầm vào bóng hàng rào kẽm gai
của thời đại
đang rướm máu. ■

THY AN

Kẽo Kẹt

cánh cửa mục hằn vết nứt
con sâu nhỏ nằm trong
muốn bò ra nhìn cảnh đời

chai rượu Tây thấm ướt tay
màu sắc mờ theo tháng ngày
hình như có chất nước xuyên qua vỏ

bỏ không gian ba chiều bi đát
vào thử không gian bốn chiều rong chơi
tâm thức ngao du rồi đi lạc

vỗ vai bạn cười trừ
bản lề giữa hai khoảng đời rỉ sét
nghe kẽo kẹt tháng năm

dung nhan cúi mặt trước thời gian
chiếc bóng ngả vàng trên cầu
cười khề khà nhìn mây xám bay ngang núi... ■

02-2026

NGUYÊN BÌNH

Chuyện Một Ánh Sao

Có chàng lãng tử với bầu thơ
Rượu nồng lưng chén nhắm vu vơ
Một mình một bóng bên hiên vắng
Sương lạnh trăng tan mỏi mắt chờ...

Có người thục nữ vén rèm thưa
Hé liếp cửa then cài hững hờ
Nghe tiếng thơ ngâm xao lòng quá
Rón rén nàng ra ngắm sao mờ

Vũ trụ đục mờ một ánh sao
Thi nhân thục nữ cùng ngắm vào
Hồn lạc phiêu diêu lên trên ấy
Sao khuya lạnh lẽo bỗng dâng trào...

Ánh sao bừng sáng một niềm tin
Lấp lánh ngàn tia sáng lung linh
Hai trái tim buồn vừa ấm lại
Họ dựa vai nhau trong lặng thinh.. ■

LÊ HÂN

NHỚ NHÀ

Sinh ra từ thành phố
Nho nhỏ của miền trung
Hội An là tên gọi
Chừ danh xưng lẫy lừng

Hít thở được sáu tháng
Chắc đã biết lật rồi
Còn bò không nhớ rõ
Như quên luôn lòng nôi

Nghe nói tôi kháu khỉnh
Thân mập da trắng hồng
Má tôi bồng chạy giặc
Khởi từ dòng nước sông

Khi tôi đã chạy nhảy
Chưa biết mặt A, B
Tôi đã thân với núi
Rừng xanh luôn cận kề

Năm đầu có anh chị
Sáu năm sau một mình
Ngày ngày ngồi đợi má
Vắng nhà lo mưu sinh

Cha, anh về làng nội
Nhớ thương của trẻ con
Trong tôi ra sao nhỉ
Làm thân gầy cao nhòng

Chị bỗng trở lên lại
Với tháng ngày Tiên Châu
A B C từng chữ
Chúng tôi đến với nhau

Rồi một sáng nắng nhuộm
Vàng vạt quế trước nhà
Có một chú đến cõng
Tôi đi, đường thật xa

Má, chị tôi lúp xúp
Bén gót theo phía sau
Và chúng tôi về tới
Làng nội, thấy lần đầu

Chúng tôi chỉ ở đó
Vỏn vẹn đúng một ngày
Rồi định cư Đà Nẵng
Mười năm vù gió bay

Thôn quê hay rừng núi
Thành phố có khác nhau
Tôi chưa hề so sánh
Hôm nay là lần đầu

Mỗi nơi tôi đã sống
Đều cho tôi nhớ thương
Tôi trân quý tất cả
Và trộn đều mùi hương

Khái niệm về Tổ Quốc
Tình yêu nước thương nhà
Thơ thẩn không nói được
Cặn kẽ lòng thiết tha

Nhưng tôi thương lãnh thổ
Cái lòng nôi Quốc gia
Dù thương chỉ để bụng
Không hề muốn bày ra

Hoa Kỳ nơi đang sống
Tại phố biển hiền hòa
Tôi chợt nhớ Mũi Né
Sài Gòn lẫn Sơn Chà

Trong tôi lẫn lộn hết
Trăm địa danh đi qua
Đều là Việt Nam cả
Nên thật sự nhớ nhà

Nhà tôi là thành phố
Nhà tôi là núi rừng
Nhà tôi là làng xóm
Nhiều thời tôi đã từng... ■

TN

NGÔ NGUYÊN DŨNG

MỘT CHÍN SÁU BA

Năm ấy, một chín sáu ba, Cang mười hai tuổi.

*

Mỗi chiều, khoảng năm giờ rưỡi, bất kể mưa nắng, chú đưa báo đều đạp xe ghé ngang, bấm chuông. Chú cụt một chân, chồng nhật trình cột yên sau, cây nạng gỗ giắt nằm một bên, xẹt qua xẹt lại, hết nhà này tới nhà kia. Lẹ làng. Gọn bâng. Tài của chú không chỉ nhiêu đó. Chú còn có trí nhớ ngoại hạng. Nhà số mười hai báo *Tiền Tuyến*. Nhà số chín báo *Ngôn Luận*. Nhà ba má Cang, số bảy báo *Lẽ Sống*.

Thông thường, mỗi khi có ai bấm chuông, bầy chó nhà Cang đều chạy ra, sủa vang rân. Trường hợp chú đưa báo thì khác. Chúng cũng tranh nhau chạy ra, chồm rầm rập lên cửa sắt, nhưng không sủa, mà ngoắt đuôi vẫy mừng.

Thỉnh thoảng, vì lý do sức khỏe hay mỗi lần vợ đẻ hoặc mưa to gió lớn, chú đưa báo tới trễ, nhưng vẫn tới. Những lần đó, không phải chỉ mình Cang, mà ngay cả con Lu, con Ki, con Bi dường như cũng trông đứng trông ngồi. Không biết mấy con chó ngóng chờ chuyện gì, riêng Cang, cậu chờ đọc tiếp truyện dài kiếm hiệp kỳ tình *"Hỏa Thiêu Hồng Liên Tự"* của tác giả Nguyễn Chánh Sắt và tiểu thuyết tình cảm *"Đôi Mắt Người Xưa"* của tác giả Ngọc Linh.

Năm ấy, Cang xong bậc tiểu học, thi rớt hai lần đệ thất trường công. Cậu không còn tồng ngồng đứng dội nước bên bồn nước cạnh chuồng gà, mà lặng lẽ cầm khăn lông vô nhà tắm, khép cửa lại.

Có lần anh Danh bắt gặp, anh ngoác miệng cười hề hề, hỏi:

"Mọc lông rồi hả mậy?"

Má ngồi gần đó, rầy rà:

"Nói tầm bậy. Nó tới tuổi trổ mã, biết mắc cỡ đó mà."

Bữa đó, Cang tắm gội lâu hơn thường lệ. Cậu cảm nhận rõ ràng những thay đổi trên thân thể. Nó trở nên nhạy cảm hơn trước và biết phản ứng theo từng động tác của bàn tay cậu khi cậu thoa xà bông, lúc cậu cọ xát dịu dàng lên da thịt.

Cậu đã từ giã những thú vui trẻ con. Cậu không còn hứng thú chuyện nuôi cá bảy màu, đá dế, tạt hình, thả diều, bắn đạn, ... để xoay qua sưu tập tem thư, nghe và chép nhạc tình, bắt chước ca sĩ đài phát thanh, tập tành nghêu ngao những *"Những Đồi Hoa Sim"*, *"Tôi Sẽ Đưa Em Về"*, *"Ai Ra Xứ Huế"*, ... Và, Cang đã bắt đầu để ý và thích đọc những bản tin thời sự đăng nhật trình.

Báo *Lẽ Sống* gồm tám trang khổ lớn. Chủ nhật có thêm hai trang đăng những bài viết có chủ đề màn ảnh, cải lương, kịch trường và thơ văn của độc giả từ khắp nơi gởi về. Cang có sở thích cắt để dành trong hộp thiếc bánh Lu cất trong ngăn kéo riêng những mẩu tin thời sự đáng chú ý đăng trang nhất. Chiều đó, Cang đọc thấy hàng tít lớn cho mẩu tin chạy dài tám cột báo: *"Biến cố tại chùa Từ Đàm. Biểu tình tại đài phát thanh Huế."*

"... Số người biểu tình lên tới sáu ngàn. Có binh lính và xe bọc thép giữ gìn trật tự. Khi tình hình trở nên căng thẳng, bất ngờ có ai quăng chất nổ, làm thiệt mạng tám người và nhiều người bị thương. Binh lính nổ súng giải tán biểu tình..."

Ngày hôm sau, cậu cắt mẩu tin, gấp lại, cất trong hộp thiếc, bỏ vô ngăn kéo chung với mấy viên đạn thủy tinh vân vi sặc sỡ, mớ đồ chơi bằng nhựa, xấp hình con con ràng dây thun, hộp đựng vỏ ốc vỏ sò nhặt nhạnh ngoài biển Vũng Tàu, quyển vở chép bài hát và tập giấy cứng gắn những con tem mua ở tiệm tạp hóa đường Trần văn Thạch.

Năm đệ thất, Cang chọn tiếng Anh làm sinh ngữ chính. Ngoài những giờ học ở trường, cậu còn học thêm Anh ngữ tại Hội Việt Mỹ đường Mạc Đĩnh Chi. Lớp một, *English For Today*, quyển một bìa vàng. Thầy giáo tên Phong, du học sinh ở Mỹ về. Vóc dáng thầy cao ráo, trắng trẻo, tóc cắt ngắn, đi dạy mặc áo sơ-mi dài tay bỏ trong quần thắt dây nịt, chân mang vớ, xỏ xăng-đan.

Chiều nọ, sau giờ học, chỉ còn mỗi mình Cang loay hoay sắp xếp tập vở, sửa soạn ra về thì thầy Phong cất tiếng hỏi, giọng lơ lớ như người nước ngoài nói tiếng Việt:

"Cang có muốn tới nhà thầy học thêm tiếng Anh không?"

Cang ngẩng đầu, bối rối:

"Dạ, dạ... để em về nhà hỏi lại ba má, thưa thầy."

"Em về xin phép ba má, nói thầy dạy thêm, không phải trả học phí", thầy nhoẻn cười, hàm răng trắng tinh.

"Dạ, tuần tới em sẽ... sẽ... cho thầy biết."

*

Nhà thầy Phong nằm trong một con hẻm đường Yên Đỗ, xế trưa thấy nhiều xe bán thức ăn chơi và một nhóm chợ chiều. Ngôi nhà nhỏ, trông rất khang trang, tường vôi trắng, mái ngói đỏ, gắn máng xối, dẫn nước mưa xuống lu sành kê bên hông nhà. Một hàng ba lót gạch bông và một khoảnh sân hẹp sau cánh cửa sắt, tường cao khỏi đầu người gắn miểng chai lởm chởm. Cửa gắn chuông điện, tiếng trong veo như phát ra từ máy phát thanh. Trước bữa học đầu tiên, thầy Phong dẫn Cang đi một vòng coi nhà. Thầy sống cùng người mẹ già. Cha thầy đã qua đời từ nhiều năm trước. Nhà ba phòng, phía sau là một gian bếp nhỏ, cửa sổ chấn song sắt, cánh lá sách, hướng ra con sông đục lờ, ngưng đọng biếng nhác. Một chậu bông mồng gà vàng chưng trên bệ cửa. Nhà vệ sinh và nhà tắm nằm ở sân sau. Mái hiên cạnh gian bếp, rộng vừa đủ kê một chiếc bàn con chữ nhật và hai chiếc ghế xếp. Hai cột gỗ giăng sợi dây kẽm phơi quần áo. Ở nhà, thầy Phong mặc quần ngủ dài, áo thun ba lỗ, mảng lông phơn phớt phần ngực hở, cổ đeo sợi dây chuyền da móc tượng Phật con bằng đá. Thầy nói, ngọc hổ phách.

"Ngọc hổ phách là nhựa cây hóa ngọc sau hằng trăm, hằng ngàn năm nén sâu dưới lòng đất", thầy giải thích.

"Dạ, thầy mua tượng Phật ở đâu đẹp quá?", Cang lí nhí.

"Thầy thỉnh tượng trong một ngôi chùa nhỏ ở Đà Lạt", thầy trả lời và đổi sang Anh ngữ.

"And now let's begin with the first lesson!"

Cang khẽ gật đầu. Tâm tư cậu vẫn còn dao động trong không gian lạ, vắng lặng khác thường. Một nơi chốn bứt lìa mọi sinh hoạt xã hội bên ngoài. Tường vôi màu vỏ trứng. Hai khung cửa rộng chấn song sắt, treo màn voan trắng vén lại hai bên. Một tủ kính trưng bày chén bát và ly thủy tinh, một chồng dĩa hát bốn mươi lăm vòng. Một bàn con, bên trên là chiếc máy quay dĩa. Vài khung ảnh đồi cát đen trắng treo tường. Chiếc đồng hồ quả lắc treo tường gõ chuông réo rắt mỗi mười lăm phút. Một trang thờ Phật, bên dưới là kệ thờ treo ảnh chân dung người đàn ông, hẳn là cha thầy Phong. Và mùi hương nơi đây. Một thứ tạp hương khó định nghĩa. Của tường vách ám hơi người. Của nhang đèn. Của mùa màng. Của bếp núc. Tất cả hòa cùng mùi già nua, mục rữa tàn tạ của người và vật.

Thầy Phong vô bếp, lát sau bưng ra cho Cang và thầy, mỗi người một ly nước xá xị mát lạnh. Thầy mở sách, ngón tay lần theo từng dòng trên trang chữ. Thầy đọc trước, Cang đọc theo. Những từ vựng mới, khó phát âm, thầy bắt Cang lặp đi lặp lại nhiều lần. Tập đọc xong, thầy gấp sách lại, bắt đầu phần đàm thoại. Đôi khi, thầy còn thân mật cầm tay Cang chừng như giục giã...

Chiều nọ, trên trang nhất nhật báo *Lẽ Sống*, Cang đọc được bản tin: *"Cảnh sát bao vây, khám xét chùa Xá Lợi giữa khuya, bắt giữ nhiều sư sãi."*

Có lần, sau giờ học, thầy Phong đưa cho Cang tờ giấy chép tay lời bài hát bằng tiếng Anh, rồi bước tới mở tủ, lấy ra một dĩa hát, lắp vô máy.

"All my bags are packed.
Ready to go.
I'm standing here outside your door.
I hate to wake you up and say goodbye
...

So kiss me and smile for me.

Tell me that you'll wait for me..." ([1])

Trên đường về nhà, Cang vừa đi vừa nghĩ ngợi mông lung về ca khúc mới nghe lúc nãy và những gì xảy ra sau giờ học. Thầy Phong nói, nét mặt đăm chiêu, sáng nay mẹ thầy khăn áo chỉnh tề tới chùa Xá Lợi nghe thuyết pháp về tình hình đạo pháp trong hoàn cảnh hỗn mang hiện thời, tới giờ nầy vẫn chưa về. Cang không biết làm cách nào an ủi thầy, chỉ nhẹ nhàng giơ tay úp lên lưng tay thầy đặt trên bàn. Thầy lật bàn tay, năm ngón khép lại, xoay mặt ngó Cang. Một đường thẳng thốt sướt dài sống lưng cậu. Lòng tay thầy Phong rịn ấm mồ hôi... Chỉ vậy thôi mà Cang cảm thấy xốn xang nỗi gì rất lạ, như rễ một chồi cây căng đầy nhựa sống vừa sững sờ chuồi ra phần thịt da thầm kín tuổi dậy thì.

Cang nhẹ nhàng rút tay về. Chuông đồng hồ cũng vừa gõ tiếng bốn giờ chiều.

"Em về, thưa thầy."

Vừa tới ngã ba Yên Đỗ, Hai Bà Trưng và Trần Quang Khải, chợt Cang thấy từ hướng cầu Kiệu một đám đông lao xao. Xe cộ lưu thông giạt vô lề đường. Tiếng người càng lúc càng vang dội. Hoan hô. Đả đảo. Bừng bừng khí thế. Đa số là thanh niên trai trẻ, chừng vài trăm người, tay cầm gậy gộc huơ cao, dương oai diễu võ. Từ Hai Bà Trưng, họ rẽ qua Trần Quang Khải, về hướng Đa Kao. Đám đông hiếu kỳ tụ tập hai bên đường, ngơ ngác nhìn theo. Lại một đường lạnh buốt kéo dọc sống lưng Cang. Lần này không phải cảm xúc rạo rực mới nãy, mà là nỗi sợ hãi trước cảnh tượng bạo lực diễn ra trước mắt.

Trong đám đông, một người cất tiếng e dè:

"Chuyện gì vậy?"

"Dân Hố Nai, Gia Kiệm kéo về đây, biểu tình ủng hộ ông cụ", tiếng một người thều thào như sợ lỡ lời.

Chiều hôm đó, Cang nghe tin, đoàn biểu tình tiến về trung tâm, tới đường Lê Lợi, chạm trán đám học sinh trung học kỹ thuật Cao Thắng. Phe theo, phe chống ấu đả kịch liệt, chạng vạng tối mới yên. Bản tin ghi chép biến động này trên báo *Lẽ Sống* cũng được Cang cắt ra, cất vô hộp thiếc.

Khuya, Cang chiêm bao thấy lửa.

*

Sài Gòn, những ngày tháng ấy, biểu tình không ngơi nghỉ. Giữa mùa mưa, tháng sáu, trên trang nhất nhật báo *Lẽ Sống* in đậm hàng chữ lớn: *"Hòa thượng Thích Quảng Đức tự thiêu phản đối chính phủ"*. Tấm ảnh kèm theo chụp cảnh nhà sư trong tư thế thiền tọa, lửa bén ngọn hừng hực. Nghe nói, lửa thiêu hủy thịt xương thầy, còn lại trái tim chỉ bị lửa đốt cháy đen, gần như nguyên vẹn, được thỉnh về chùa Xá Lợi.

Cuối mùa mưa, Cang kết thúc lớp một tại Hội Việt Mỹ. Giáo viên lớp hai là một người khác. Vẫn *English For Today*, quyển 1 bìa vàng. Cậu bắt đầu ngưng chép và hát nhạc Việt Nam, đổi sang chép và nghe nhạc tiếng Anh, tiếng Pháp. Vẫn mỗi tuần một lần, cậu thả bộ tới nhà thầy Phong học thêm tiếng Anh. Cang đã biết cong lưỡi phát âm những từ *smile, style,* ... hoặc *park, car, hard,* ... theo cách uốn nắn của thầy, và quan trọng nhất, thầy dặn dò, đừng quên âm gió những chữ sau cùng của một từ.

Thầy vẫn thường xuyên mở nhạc tiếng Anh cho Cang nghe để giải trí và học những ngữ vựng cũng như cách hành văn mới.

"I see trees of green
Red roses too
I see them bloom
For me and you
And I think to myself
What a wonderful world..." ([ii])

Thỉnh thoảng, trước khi Cang chào ra về, thầy Phong còn dúi vô tay Cang mấy đồng cắc.

"Cho em vui vậy thôi", thầy nói, "chớ không phải để thưởng công cho những lần em nhổ tóc sâu, tóc bạc hay thoa dầu cạo gió cho thầy."

Trên đường về, Cang ghé mua nước đá nhận xịt si-rô, trái cóc ngâm nước cam thảo hay vài cuốn bò bía phết tương đen tương đỏ, vừa rảo chân vừa nhâm nhi. Mỗi ngày cậu vẫn theo dõi những tiểu thuyết từng kỳ và chăm chỉ cắt những bản tin thời sự để dành. Thỉnh thoảng Cang lại tự hỏi, mình làm như vậy với mục đích gì? Nhưng cậu không nghĩ ra nguyên do nào xác đáng. Cậu hồ nghi, cậu chỉ là người một mực gắn bó với những chuyện xảy ra tại thành phố sinh quán, do chính mắt cậu thấy, chính tai cậu nghe... Nghe và thấy, để rồi tâm tư cậu mọc lên những bất an không tên gọi.

Những ngày sau đó có thêm tin tức về vài vụ tự thiêu khác nữa, và chuyện nhà văn Nhất Linh Nguyễn Tường Tam bị bắt, sau đó tự sát trong nhà giam. Cũng như trường hợp nữ sinh Quách thị Trang bị cảnh sát bắn chết trong lần tham gia biểu tình tại công trường Diên Hồng, trước chợ Bến Thành. Những bản tin có vài đoạn bỏ trống vì kiểm duyệt.

Những chuyện này, Cang và thầy Phong chưa bao giờ đề cập tới. Bất chợt đôi khi, Cang buộc miệng vu vơ:

"Sao thầy không lấy vợ cho đỡ buồn?"

Thầy Phong lặng thinh giây lát, rồi đáp:

"Thầy chưa gặp người hợp ý, em à!"

Cang làm thinh, không biết nói gì thêm.

"Có lẽ thầy ở vậy... Thầy còn mẹ già phải chăm sóc. Thầy sợ, lỡ như lấy ai về, mẹ chồng con dâu không hợp tính nhau, khó xử cho thầy."

Rồi thầy bắt qua chuyện khác. Thầy kể cho Cang nghe về đời sống, thói tục ẩm thực trong những dịp lễ Giáng Sinh, lễ Tạ Ơn, lễ hội truyền thống riêng biệt của mỗi tiểu bang và những thắng cảnh du lịch nổi tiếng ở Hoa Kỳ. Những địa danh New York, San Francisco, Boston, Cầu Golden Gate, Vực đá Grand Canyon... bắt đầu tượng hình trong tâm tưởng Cang. Như những hạt mầm ẩn náu từ lâu trong tiềm thức cậu, giờ đây được thầy Phong tưới tẩm, bón quén, vừa hoan lạc cựa mình, chuồi ra đất. Ý thức Cang, từ dạo đó, mở ra một cánh cửa. Ánh sáng lạc quan, phóng đãng của một cảnh giới khác ngập tràn. Không phải khung cảnh phố phường ngột ngạt, âm ỉ biến động. Không phải những ngõ ngách chằng chịt hàng điện câu, ngập ngụa mùi rác rưởi, xú uế. Không phải chứng kiến những cảnh tượng khoa trương bạo lực diễn ra gần như mỗi ngày. Không phải nhìn thấy những mặt người lạnh câm. Không phải nghe những lời nói giả nhân giả nghĩa...

Cuối mùa mưa, tháng mười một, sáng thức dậy sửa soạn đi

học. Từ máy phát thanh, cha Cang mở nghe mỗi ngày bản tin buổi sáng, chỉ nghe phát đi phát lại bài nhạc hiệu. Tiếng động cơ máy bay trực thăng lần quần trên không, lúc xa lúc gần. Cha thở hắt:

"Có đảo chánh."

Hôm đó, Cang được nghỉ học. Trời bên ngoài tối sầm. Rồi đổ mưa. Những cơn mưa sáng nơi đây lúc nào cũng gieo vào lòng Cang nỗi ray rứt khó tả. Tiếng má thúc hối đóng cửa sổ, tránh mưa tạt.

Bản tin nhật trình buổi chiều chạy hàng tít lớn: *"Đảo chánh thành công."* Tổng thống và bào đệ ông tẩu thoát. Vài ngày sau, cả hai bị quân đội đảo chánh áp giải bằng xe tăng tại nhà thờ Cha Tam trong Chợ Lớn và bị bắn chết dọc đường. Em dâu tổng thống, người đàn bà uy quyền chất ngất, khuynh loát chính trường không ngơi nghỉ những ngày vừa qua, vào thời điểm đó, đang công du Hoa Kỳ, nhằm xoa dịu những căng thẳng ngoại giao.

Nhật báo *Lẽ Sống* đã nhiều lần truyền tải những lời tuyên bố của bà cùng báo giới Hoa Kỳ:

"I may shock some by saying 'I would beat such provocateurs ten times more if they wore monks' robes,' and 'I would clap hands at seeing another monk barbecue show, for one can not be responsible for the madness of others'." (iii)

*

Mãi về sau, tại một nơi không phải quê hương, Cang nhớ lại và hiểu ra... Phải rồi, anh đã muốn mình là một nhân chứng trước những biến động thời cuộc. Một nhân chứng đứng bên lề, chỉ thấy và nghe, không phê phán. Những cảm xúc chủ quan, Cang giấu kín trong đáy tâm tư riêng mình.

Nhiều thập niên sau chính biến một chín bảy lăm, từ chốn tha hương, Cang trở về thăm thân bằng quyến thuộc. Cha mẹ anh đã qua đời. Ngôi nhà thời thơ ấu đã đổi chủ. Anh chị em Cang tản mác mọi nơi. Cô em gái anh ở Sài Gòn còn giữ một số tài liệu, hình ảnh lưu niệm của gia đình. Cang hỏi em về chiếc hộp thiếc. Cô nói: "Em còn giữ cho anh đây," rồi mở tủ lấy đưa cho anh.

Nhịp tim anh đập vội. Anh xòe tay phủi lớp bụi ám trên nắp hộp, mở ra. Vẫn nguyên vẹn đó mớ đạn thủy tinh vân vi sặc sỡ, mấy xấp hình ràng dây thun, những vỏ sò vỏ ốc không nguôi hoài niệm đại dương, và những mẩu tin nhật báo được anh tẩn mẩn cắt ra, gấp lại, cất giữ một thời.

Cang cúi mặt, đăm đăm ngắm nghía, tâm tư se thắt. Những hàng chữ, những hình ảnh một thời trở về sống động trong tâm trí anh. Gương mặt và giọng nói của thầy Phong. Tiếng người hoan hô, đả đảo, vang dậy rồi nhỏ dần và tắt ngúm, như âm thanh trong động đá. Dường như có tiếng lửa bén ngọn phừng phực, tiếng chân người túa chạy, hoảng loạn tứ tán... Chữ và mặt người sóng sánh nhòa nhạt. Cang khép mắt, đóng nắp hộp thiếc. Cùng lúc, anh đóng lại, bôi sạch, thiêu hủy những nhiễu nhương thời thế đã xảy ra trên quê hương, khởi đầu từ thập niên một chín sáu mươi.

Và anh nhớ lại:

Năm ấy, một chín sáu ba, anh mười hai tuổi.

Ngô Nguyên Dũng

(11.2025)

(i) *"Leaving on a Jet Plane"* – Trình bày: Peter, Paul and Mary.

(ii) *"What a Wonderful World"* – Trình bày: Louis Armstrong.

(iii) Trích đoạn lời tuyên bố của bà Trần Lệ Xuân, vợ ông Ngô Đình Nhu, em dâu tổng thống Ngô Đình Diệm - "Letters to the Times: Mrs. Nhu Defends Stand", *The New York Times*, 14 August 1963. Referring to the self-immolation of Buddhist monks protesting government actions. https://en.wikiquote.org/wiki/Madame_Nhu

NHÀ XUẤT BẢN NHÂN ẢNH
GIỚI THIỆU SÁCH MỚI IN
TRONG THÁNG 1 & 2 NĂM 2026

PHIẾM 34
SONG THAO
Nhân Ảnh
2026

BẢO GIANG
THE NATION'S POETRY'S 8, 9, 10
TÌNH NƯỚC
CA KHÚC THANH BÌNH
NHÂN ẢNH
2026

TRẦN KỲ TRUNG
TẬP TRUYỆN NGẮN
ĐÊM
CỬA
BIỂN
NHÀ XUẤT BẢN NHÂN ẢNH

Tình Rừng
PHAN NI TẤN
TẠP VĂN
NHÂN ẢNH 2026